மேல் கணக்கு
யுகபாரதி

நேர்நிரை

தேடல் கண்ட இராமன்

யுகபாரதி

யுகபாரதி, தஞ்சாவூரைப் பூர்வீகமாகக் கொண்டவர். கணையாழி, படித்துறை ஆகிய பத்திரிகைகளின் ஆசிரியக் குழுவில் ஆறு ஆண்டுகளுக்கு மேல் இலக்கியப் பங்களிப்பு செய்தவர். அடுத்தடுத்த ஆண்டுகளில் சிறந்த கவிதை நூலுக்கான தமிழக அரசின் விருதுகளைப் பெற்றவர்.

இதுவரை பத்து கவிதைத் தொகுப்புகளும் பதினான்கு கட்டுரைத் தொகுப்புகளும், தன்வரலாற்று நூல் ஒன்றும் எழுதியுள்ளார். இந்நூல், இவருடைய பதினைந்தாவது கட்டுரைத் தொகுப்பு. வெகுசனத் தளத்திலும் தீவிர இலக்கியத் தளத்திலும் ஒருசேர இயங்கிவரும் இவருடைய திரை உரையாடல்கள் குறிப்பிட்டுச் சொல்லத்தக்க கவனத்தைப் பெற்று வருகின்றன.

திரைமொழியையும் மக்கள் மொழியையும் நன்கு உணர்ந்த இவர், ஏறக்குறைய இரண்டாயிரம் திரைப் பாடல்களுக்குமேல் எழுதியிருக்கிறார். இவரே இன்றைய தமிழ்த் திரையின் முன்னணிப் பாடலாசிரியர்.

விலை: ரூ. 250/-
ISBN : 978-81-952838-0-4

மேல் கணக்கு ☐ கட்டுரைகள் ☐ யுகபாரதி © முதல் பதிப்பு: ஏப்ரல் 2024 ☐ பக்கம்: 246 வெளியீடு : நேர்நிரை, 181, இரண்டாம் தளம், சி.வி.ராமன் தெரு, இராமகிருஷ்ணா நகர், ஆழ்வார்திருநகர், சென்னை – 87. அலைபேசி : 98411 57958 ☐ வடிவம் : தமிழ்அலை, சென்னை– 86.

Melkanakku ☐ Essays ☐ Yugabharathi ©
First Edition: April 2024 ☐ Pages: 246 ☐ Published by **Nehrnirai,** 181, Second Floor, C.V.Raman Street, Ramakrishna Nagar, Alwarthirunagar, Chennai - 87 Cell: 98411 57958 ☐ E-mail: yugabhaarathi@gmail.com ☐ Designs : **Tamil Alai,** Chennai-86

உரையாசிரியர்களுக்கு

கண் திறந்த காகிதச்சிலை

சங்கப் பாடல்களின் நயமும் நவீனமும் காலந்தோறும் கவனத்தை ஈர்ப்பவை. உ.வே.சாமிநாதையர் தொடங்கி ஏ.கே. இராமனுஜன்வரை எத்தனையோ பேர் ஆழ உழுதுழன்று அற்புதங்களை விளைவித்த பெருநிலம் அது. அந்நிலத்தில் நானும் கொஞ்சம் நடந்திருக்கிறேன் என்னும் மகிழ்ச்சியுடனே இந்நூலுக்கான முன்னுரையை எழுதுகிறேன். பொதுவாக முன்னுரையெனில் நூலின் உள்ளிருக்கும் விஷயங்களைத் தொகுத்தும், விளக்கியும் சொல்வது. ஆனால், இந்நூலில் நான் மேற்கொண்டிருப்பதோ எனக்குப் பிடித்த நூற்றுக்கணக்கான சங்கப் பாடல்களை எவ்விதம் இதயத்தில் தொகுத்து வைத்திருக்கிறேன் என்பது பற்றியது.

ஒரே தன்மையில் அமைந்த ஒன்றுக்கும் மேற்பட்ட பாடல்களைக் கண்டெடுத்து, அவற்றில் தென்படும் காட்சிகளின் தொடர்ச்சியை ஏனைய இலக்கியங்களுடன் ஒப்பிட்டிருக்கிறேன். அத்துடன், சங்கப்பாடல்களின் நீட்சியாக வந்துள்ள நவீன கவிதைகளையும், கதைகளையும் தொட்டுக் காட்டியிருக்கிறேன்.

இந்நூலில் நான் கவனத்துடன் கையாண்டுள்ள ஒரு விஷயம், இன்றைய திரைப்பாடல் ஆசிரியர்களுக்கு எந்தெந்த வகைகளிலெல்லாம் சங்கப் பாடல்கள் உதவுகின்றன என்பதுதான். ஒரே வரியில் சொல்வதென்றால், நடுங்கும் நள்ளிரவில் கையில் விளக்கில்லாமல் அடர்ந்த வனத்தினுள் பிரயாணம் மேற்கொள்பவனுக்கு அச்சமூட்டும் விலங்குகளின்

கண்கள் எப்படியான ஒளியையும் உணர்வையும் கொடுக்குமோ அப்படியான மனநிலையே இந்நூலை எழுதும்போது எனக்கிருந்தது. ஒளியைக் கண்ட உற்சாகமும், உண்மையை நெருங்கிய உணர்வுகளும் உயரே பறக்கவைத்தன. உரையாசிரியர்கள் உதவியில்லாமல் சங்கப்பாடல்களை வாசிக்கவே முடியாதா என்கிற கேள்விக்கான பதிலும் இந்நூலில் இருக்கிறது.

எனக்கு முன்னே பலபேர் சங்க இலக்கியங்களை அலசி ஆராய்ந்துள்ளனர். அவ்வளவு ஏன்? துவைத்து, வெளுத்துக் காகிதக் கொடிக்கயிற்றில் காயவைத்துள்ளனர். அவர்கள் அவ்வாய்வுகளில் ஒரே ஒரு சொல்லை எடுத்துக்கொண்டு ஓராயிரம் பேருருவைக் காண்பித்திருக்கின்றனர். கடந்த காலத்தின் வாழ்வையும் தாழ்வையும் வகைப்படுத்தியுள்ளனர். வரலாற்றையும், பண்பாட்டையும் காலக் கணக்கை வைத்துக் கட்டமைத்துள்ளனர். என்னுடைய முயற்சிகள், அவையல்ல. இரசனையின் வழியே நான் உள்வாங்கிய சங்கப் பாடல்களைப் பொதுச்சமூகத்தின் புரிதலுக்குத் தக்கவாறு நீட்டியும் நிறுத்தியும் சொல்லியிருக்கிறேன்.

தமிழிலக்கியத்தின் தனிச்சிறப்புகளில் ஒன்று, எட்டுவகையான பொருள்கோள் முறை. அவை, ஒரு பாடலை அது அமைந்துள்ளவாறே பொருள் கொள்ளாமல் எப்படியெல்லாம் புரிந்துகொள்ளலாம் என்பதற்கான வரையறைகளை வழங்குவது. ‘கொண்டுகூட்டுப் பொருள் கோள் முறை’ என்பதும் அவற்றில் ஒன்று. இந்நூலில் இடம்பெற்றுள்ள சங்கப்பாடல்களை நான் அவ்விதமே அணுகியிருக்கிறேன்.

வரிகளை முன்பின்னாக மாற்றி வைத்துப் பொருள்கொள்வதுபோல அவ்வரிகளின் ஊடே வெளிப்படும் கருத்துகளையும் சிந்தனைகளையும் ஏனைய இலக்கியப் பிரதிகளின் வழியே புரிந்துகொள்ள முயன்றிருக்கிறேன். பாடபேதமுடைய பாடல்களை முடிந்த அளவு தவிர்த்தும், சரியான பதிப்புகளைக் குறிப்பிட்டும் என்னுடைய பார்வைகளை வைத்திருக்கிறேன். சிட்டிகையளவு உப்பிற்கு அகலக் கைவிரிக்க வேண்டிய அவசியமில்லை என்பதால் பாடல் வரிகளைத் தேவைக்கேற்ப பயன்படுத்தியிருக்கிறேன்.

ஆனாலும், பாடல்களில் விரவியுள்ள காட்சியையும் கருத்தையும் உரைநடையில் சொல்லாமல் விடவில்லை. வாசிக்கும்போது தடையேற்படாமல் இருக்க, முழுப்பாடலையும் மேற்கோளாகத் தரவில்லை. அத்துடன், என் பார்வைக்கு வந்த பாடல்கள் எந்தெந்த நூல்களில் இடம்பெற்றுள்ளன என்பதையும், வாசிப்பவர்களின் தேடலுக்கு உதவியாக அவற்றின் எண்களையும் பின்னிணைப்பில் தந்திருக்கிறேன்.

ஆதீனங்களுக்குள் அடைபட்டிருந்த சங்கப் பாடல்களை அனைவருக்கும் என்றாக்கிய பலரையும் இவ்விடத்தில் நினைவுகூர வேண்டும். நச்சினார்க்கினியர், சி.வை. தாமோதரம் பிள்ளை பி.டி.சீனிவாச ஐயங்கார், தெ.பொ. மீனாட்சிசுந்தரனார், பொ.வே.சோமசுந்தரனார், நீலகண்ட சாஸ்திரி, கா.சு.பிள்ளை, இராகவையங்கார், ந.மு.வேங்கடசாமி நாட்டார், பின்னத்தூர் நாராயணசாமி ஐயர், அருள் அம்பலனார், சதாசிவ பண்டாரத்தார், கி.வா.ஜெகந்நாதன், கைலாசபதி, கா,சிவத்தம்பி, ஐராவதம் மகாதேவன், ந.சி.கந்தையாபிள்ளை, பால்வண்ணதேவர், ஒளவை துரைசாமி, அ.சா.ஞானசம்பந்தன், வ.சுப.மாணிக்கம், புலவர் கோவிந்தன், மு.வரதராசன், ச.வே.சுப்ரமணியன், நா.பார்த்தசாரதி, சிலம்பொலி செல்லப்பன் ஆகியோரின் ஆய்வுகளும், கண்டடைதல்களும் கவனித்தக்கவை.

சமீப காலங்களில் சங்க இலக்கியங்களைத் தொடர்ந்து பேசியும், எழுதியும் வருகிற புலவர் பொ.வேல்சாமி, ஆர்.பாலகிருஷ்ணன், வைதேஹி ஹெர்பர்ட் உள்ளிட்டோரின் அன்பினை ஆரத் தழுவுகிறேன். அன்றுமுதல் இன்றுவரை சங்கப்பாடல்கள் நமக்கு அளித்துக்கொண்டிருக்கும் பெருமிதத்திற்கு அளவில்லை. தொல்குடி சமூகத்தின் தொடர்ச்சியைக் காட்டும் பத்துப்பாட்டும் எட்டுத்தொகையும் பதினென் ‘மேற்கணக்கு’ நூல்களாகத் தொகுக்கப்பட்டுள்ளன.

மேற்கணக்கை ஏன் ‘மேல் கணக்கு’ என்கிறேன் என்பதையும் நூலை வாசித்த பிறகு விளங்கிக் கொள்ளலாம். ‘மேலே உள்ள நூல் கணக்கு’ என்பதற்கும், ‘மேலான நூல்களின் கணக்கு’ என்பதற்கும் சிறிய வித்தியாசம் உண்டு. ‘கற்பன கற்றுக் கலைமன்னும் மெய்யோகம்’ என்று திருமந்திரத்தில் ஒரு வரியுண்டு. எதைப் படிக்கவேண்டும், ஏன் படிக்கவேண்டும்

என்பதற்கான தெளிவு அது. அதன்படி, நான் கற்று, உள்வாங்கிய சங்கப் பாடல்களின் சாரத்தை ஓரளவு சுவைகெடாமல் தந்திருக்கிறேன். இந்நூலை எழுதும்போது எனக்கே என்னைப் பல இடங்களில் பிடித்துப் போனது. சங்கப்பாடல்களின் சுருக்கப்பட்ட வடிவமே திருக்குறள் என்பதையும் ஆங்காங்கே எடுத்துக்காட்டுகளுடன் சொல்லியிருக்கிறேன். யாரோ எட்டி உதைத்து, இலக்கியக் கடலுக்குள் விழுந்தவன் கைநிறைய முத்துகளுடன் கரைசேர்ந்ததுபோல் இருக்கிறது. பூமிப்பந்தின் மேலே ஓர் இறகுபோலப் பறக்கும் பாக்கியத்தைச் சங்கப் பாடல்கள் வழங்குகின்றன. ஓரிரு சொற்களின் உட்பொருளைக் கண்டதுமே அவை கண்திறந்த காகிதச் சிலைகளாக எனக்குத் தோன்றின.

என்னைவிடவும் இந்நூல் ஆக்கத்தில் அதிக ஆர்வமும் அக்கறையும் காட்டிய புதுவை சீனு. தமிழ்மணி, சேலம் இளங்கோ கிருஷ்ணன், கமலாலயன், செல்லப்பா, செங்கை நன்மாறன், ரவிபேலெட், காளிராஜா ஆகியோருக்கு நன்றிக்கும் மேலான ஒன்றைக் காலம் நல்குமென்று எண்ணுகிறேன். கவிதை, பாடல் என்று மகிழ்ந்திருந்த என்னை, உரைநடைப் பக்கம் திருப்பி, ஓயாமல் எழுத வைத்த பெருமை, ஆனந்தவிகடனில் பணிபுரியும் பாலமுருகனுக்கே உரியது. அவர், உந்தித் தள்ளாமல் போயிருந்தால் இத்தனை நூல்களை அடுத்தடுத்து எழுதியிருக்க முடியாது.

அதேபோல ஒவ்வொரு நூலையும் அழகுற வடிவமைக்க, எப்போதும் எனக்கு உதவிபுரியும் இசாக்கைச் சொல்லவேண்டும். அவர், என் வாழ்வுடன் இணைந்த இலக்கியப் பயணி. நன்றியை எதிர்பார்ப்பதில்லை. ஆனாலும், நான் என் உள்ளத்தில் வைத்துள்ள அவருக்குரிய அன்பை அடுத்தவருக்குத் தரமாட்டேன். எழுதும்போது எழும் இடைஞ்சல்கள் எவையென்றாலும் அவற்றைத் தடுத்தாட்கொள்ளும் மனைவி அன்புச்செல்விக்கும், மகள் காவ்யாவிற்கும் பிரியங்களைத் தவிர வேறொன்றுமில்லை.

நிறைநெகிழ் அன்புடன்,

யுகபாரதி

9841157958

அறத்தின் ஆதார சுருதி

ஆர்.பாலகிருஷ்ணன்
பண்பாட்டு ஆய்வாளர்

இந்நூலுக்கான முன்னுரையில் கவிஞர் யுகபாரதி 'நடுங்கும் நள்ளிரவில் கையில் விளக்கில்லாமல் அடர்ந்த வனத்தினுள் பிரயாணம் மேற்கொள்பவனுக்கு அச்சமூட்டும் விலங்குகளின் கண்கள் எப்படியான ஒளியையும் உணர்வையும் கொடுக்குமோ அப்படியான மனநிலையே இந்நூலை எழுதும்போது எனக்கிருந்தது. ஒளியைக் கண்ட உற்சாகமும், உண்மையை நெருங்கிய உணர்வுகளும் உயரே பறக்க வைத்தன' என்று எழுதியுள்ள வாக்குமூலத்தைப் படிக்கும்போது மிகவும் உற்சாகமாக, மகிழ்ச்சியாக உணர்ந்தேன். ஏனெனில், அண்மைக் காலங்களில் சங்க இலக்கியச் சுரங்கத்தில் மீண்டும் மீண்டும் நுழையும் போதெல்லாம் கிட்டத்தட்ட இதே மாதிரியான ஓர் உணர்வு என்னை ஆட்கொள்வதை நானும் உணர்ந்திருக்கிறேன்.

யுகபாரதி தமிழ்ச் சமூகமும், வாசிப்புலகமும் நன்கறிந்த படைப்பாளர். எழுத்தாளர். தமிழ்த் திரைப்பட உலகின் முன்னணிப் பாடலாசிரியர் என்ற அடையாளம் தாண்டிப் பத்துக் கவிதைத் தொகுப்புகளும், பதினான்கு கட்டுரைத் தொகுப்புகளும், தன் வரலாற்று நூல் ஒன்றும் எழுதியுள்ளார். யுகபாரதியைக் கடந்த 30 ஆண்டுகளாக நான் அறிவேன். கணையாழி இதழ் ஆசிரியர் குழுவில் இருவரும்

இடம்பெற்றிருந்தோம். கணையாழிக்கான கட்டுரைகளை, சிலமுறை தலையங்கங்களைப் புனைபெயரில் எழுதி யுகபாரதிக்குத்தான் அனுப்பி வைப்பேன், ஒடிசாவிலிருந்து. தொல்தமிழ் இலக்கியப் பாடல்களின் தொன்மையை, அப்பாடல்கள் உருவாவதற்குப் பின்புலமான நீண்ட நெடிய இலக்கிய மரபுகளின் ஊடாகவே புரிந்துகொள்ள முடியும். இதற்கு, விதைநெல் போன்றவை வாய்மொழி பாணர் மரபுகளும், காலம் காலமாக நாம் நமது பொதுநினைவில் சுமந்து அலையும் மீள்நினைவுகளின் ஆவணப்பதிவுகளும். தோற்றத் தொன்மை, தொடரும் இளமை என்ற இரு பெருமிதங்களையும் ஒருங்கே கொண்ட தமிழின் இந்தச் சிறப்பியல்பை உணர்ந்து உள்வாங்கி யுகபாரதி செதுக்கியுள்ள சிறந்த படைப்பு ‘மேல் கணக்கு’.

பத்துப்பாட்டும் எட்டுத்தொகையுமான சங்க இலக்கியங்களில் தொடங்கி திருக்குறள், பக்தி இலக்கியங்கள், தற்காலக் கவிதைகள் என்று தொடர்ந்து இன்றைய திரைப்படப்பாடல்கள் வரை தமிழுக்குள் வேரும் விழுதுமாகத் தொடரும் அழகியலை, தனித்துவமான சில கருத்தியல்களை, சொல்லாட்சிகளின் பெருமிதத்தோடு மீள்வாசிக்கிறார் யுகபாரதி. அதன் பயனாகவே இந்நூல் தமிழுக்குக் கிடைத்துள்ளது.

தன் நெஞ்சில் உணர்ந்த பெருமிதத்திற்குப் பின்வருமாறு சொல்வடிவம் கொடுக்கிறார் யுகபாரதி, ‘யாரோ எட்டி உதைத்து, இலக்கியக் கடலுக்குள் விழுந்தவன் கைநிறைய முத்துகளுடன் கரைசேர்ந்ததுபோல் இருக்கிறது. பூமிப்பந்தின் மேலே ஓர் இறகுபோலப் பறக்கும் பாக்கியத்தைச் சங்கப் பாடல்கள் வழங்குகின்றன. ஓரிரு சொற்களின் உட்பொருளைக் கண்டதுமே அவை கண்திறந்த காகிதச் சிலைகளாக எனக்குத் தோன்றின’ என்கிறார்.

யுகபாரதியைப் போன்றவர்களால்தான் இப்படி எல்லாம் எழுதமுடிகிறது. நானெல்லாம் சங்க இலக்கியத்தில் விட்ட தலையை நாற்பது ஆண்டுகளுக்கும் மேலாக எடுக்காமல், எடுக்க முடியாமல் அலைந்து திரிகிறேன். சங்க இலக்கியங்களை, சிந்துவெளிப் பண்பாட்டின் தொடர்ச்சியை, மீள்நினைவுகளை உள்ளடக்கிய துணைக்கண்டப்

பேரிலக்கியமாக, ஒரு பண்பாட்டு அரசியல் ஆவணமாக முன்னிறுத்துவதிலேயே என் ஓய்வுநேரங்கள் முழுவதையும் செலவிட்டு வருகிறேன். அதனால் தமிழ் இலக்கியப் பரப்பில் சங்க இலக்கியம் செலுத்திவரும் தொடர் தாக்கத்தைச் சமகால இலக்கியம் மற்றும் திரைப்பாடல்களை உள்ளடக்கி யுகபாரதி போன்றவர்களே எழுதிக் கொண்டாட முடியும். இது என் மட்டில் ஒரு போதாமைதான். ஆனாலும், இதைப் போன்ற சிறந்த நூல்களில் என் பெயர் குறிப்பிடப்படுவதும், இந்நூலுக்கு அணிந்துரை எழுதுவதும் பெருமிதம் தானே?

அகநானூற்றில், புறநானூற்றில், முத்தொள்ளாயிரத்தில் யானையின் 'மனசும்' உடல்மொழியில் பேசப்படும் விதத்தை ஒப்பிடும்போதே கலித்தொகை, திருமூலர், அழுகுணிச் சித்தர் என்று எங்கெங்கோ பயணித்து, கடைசியில் 'எறும்புத் தோலை உரித்துப் பார்க்க யானை வந்ததடா' என்ற கண்ணதாசன் திரைப்பாடல் தரும் தத்துவத் தரிசனத்தில் கொண்டுவந்துவிடுகிறார்.

சங்க இலக்கியத்தில் தொடங்கினால் என்ன? 'யானை டாக்டர்' வி. கிருஷ்ணமூர்த்தியின் பெயரைக் குறிப்பிடாமல் யானை பற்றிய உரையாடல் நிறைவு பெறுமா? வைக்கம் பஷீரின் 'யானை முடி' கதை எல்லாம் எனக்குப் புதிய சாளரம். படிக்க வேண்டும்.

ஆனாலும், 'சொல்வலை வேட்டுவம்' என்ற முதல் கட்டுரையை முடிக்கும் விதத்தில்தான் யுகபாரதி தனித்து நிற்கிறார். 'ஆயிரம் யானைகளைக் கொன்றவனைப் புகழ்ந்த ஒரு புலவர், பொற்தேங்காயைப் பெற்றுச் சுகபோக வாழ்வை வாழ்ந்துவிட்டுப் போயிருக்கிறார். ஆனால், அதே மரபில் வந்த இன்னொரு புலவன், ஆயிரம் கவிதைகளை எழுதி, ஒரே ஒரு தேங்காயை அன்பின் நிமித்தம் கொடுத்த குற்றத்திற்காகத் திருவல்லிக்கேணி பார்த்தசாரதி கோயில் யானையால் அல்லோலகல்லோலப் பட்டுச் செத்திருக்கிறான். செத்தவனின் பெயர் பாரதி என்பது சின்னப் பிள்ளைக்குக்கூடத் தெரியும்' என்பதை வாசித்து உறைந்தேன். அடுத்த கட்டுரைக்குப் போகாமல் முதல் கட்டுரையை மீண்டும் வாசிக்கத் தொடங்கினேன். ஹைகூவின் வடிவம்தான் தமிழுக்குப் புதிதே தவிர, அது உள்ளடக்கிய தத்துவமோ

சொல்முறையோ புதிதில்லை என்ற கருத்தை 'அதிவிசேஷ வண்ணத்துப்பூச்சி' என்ற தலைப்பில் முன்மொழியும் யுகபாரதி 'உறங்குவது போலுஞ் சாக்காடு' என்ற வள்ளுவரின் சுண்டக் காய்ச்சிய பிரபஞ்ச சொல்லாடலுக்கு, புரிதலுக்குச் சற்றும் குறைவில்லாதவை 'ஆழ்ந்து உறங்குகிறது / ஆலயமணியின் மேல் / வண்ணத்துப் பூச்சி' என்ற பூஸனின் ஹைகூ என்று ஒப்பிட்டு அறிவிக்கிறார்.

சங்க இலக்கியப் புலவர் குறுங்குடி மருதனாரின் 'மணிநா ஆர்த்த மாண்வினைத் தேரன்' என்ற அகநானூற்று(4) வரியை, முத்துலிங்கம் எழுதிய திரைப் பாடலில் வரும் 'மணிவாசல்' என்ற சொல்லாட்சியுடன் ஒப்பிட்டு அழகு பார்ப்பதோடு, 'இரண்டு படிமங்களை இணைத்து ஓர் அற்புதத்தை உணர ஜென் உதவுவதைப் போல, இரண்டு தனித்தனிச் செயல்பாட்டை ஒன்றாக்கிப் பார்ப்பதில் ஒரு தவறும் இல்லை' என்ற நிலைப்பாட்டையும் தெளிவுபடுத்துகிறார் யுகபாரதி.

'மணி ஓசை கேட்டு எழுந்து / நெஞ்சில் ஆசை கோடி சுமந்து / திருத்தேரில் நானும் அமர்ந்து / ஒரு கோயில் சேர்ந்த பொழுது / அந்தக் கோயிலின் மணிவாசலை / இங்கு மூடுதல் முறையோ?' என்னும் பல்லவி, தமிழிலக்கியம் தொன்றுதொட்டுக் கட்டமைத்துள்ள நுண்ணுணர்வுகளின் நீட்சியே என்றும், எளிய சொற்களை வைத்துக்கொண்டு முந்தைய ஓர் உணர்வை முத்துலிங்கம் தொடர்ந்திருக்கிறார் என்றும் யுகபாரதி செய்யும் மதிப்பீடு என்னை வியப்பில் ஆழ்த்துகிறது. அதனால்தான் மூத்த தமிழ் இன்னும் இளமையாக இருக்கிறது.

மூன்று வரியோ முப்பது வரியோ ஒரு நல்ல கவிதை எனில், அது வார்த்தைகளின் கணக்கை வைத்து வரையறுக்கப்படுவதில்லை என்று சொல்லும் யுகபாரதி, வள்ளலாரின் அருட்பெருஞ்சோதி அகவலையும், கண்ணதாசனின் 'ஆலய மணியின் ஓசையை நான் கேட்டேன் / அருள்மொழி கூறும் பறவையின் ஒலி கேட்டேன்' என்ற திரைப்பாடல் வரியையும் ஒரே மூச்சில் நினைவுகூர்ந்து திறனாய்வு செய்கிறார். ஆழமான பரந்துவிரிந்த தமிழ் இலக்கியப் பரப்பில் நுட்பமான அதே நேரத்தில் விரிவான வாசிப்பு அனுபவமும், எழுத்தாற்றலும்

ஒருங்கே கொண்ட சிலரால்தான் இப்படி எல்லாம் எழுதுவது சாத்தியம். ‘மேல் கணக்கு’ என்ற இந்த நூலை வாசிக்கும்போது என்னை மீண்டும் மீண்டும் கவர்ந்திழுத்தது யுகபாரதியின் மொழிநடைதான். ‘இயற்கையையே அறிவாகக் கொண்ட பறவைகள், யுகயுகங்களாகத் தம்முடைய சிறகுகளால், வானையும் மண்ணையும் அளந்து அழகாக்கி வருகின்றன. ஒரு வான்குருவி கட்டுகிற கூட்டிற்கு இணை ஒன்றுமில்லை. மரத்தில் தொங்கியவாறு கூடமைக்கும் குருவி, இயற்கையிலிருந்தே தன்னை வடிவமைத்துக்கொள்கிறது. கீழே வாசல் வைத்து அது அமைக்கும் கூட்டில் வாழ்விற்கான புத்திசாலித்தனமும், பொறுப்புணர்வும் சேர்ந்துள்ளன. பறவையாக முடியாத மனிதர்களோ தமக்கேற்ப ஒரு பறவையைக் கற்பனையில் உருவாக்கி, கண், காது, மூக்கினை வைக்கிறார்கள்’ என்றதுடன், பல்வேறு படைப்பாளிகளை ஆங்காங்கே நினைவுகூர்ந்து எழுதியிருக்கிறார்.

என்னைப் போன்றவர்களுக்கு இது ஒரு புதியவகையான ஆற்றுப்படுத்தல்தான். ‘உனது அழுகை உனக்கே அந்நியமாகும்போது / கண்ணீரில் ஈரமிருக்காது / உலர்ந்த உப்பு கிளர்ந்து உதடுகளில் படியும் / அமைதியாக அழு / கடலைப் பார்த்து / மலையைப் பார்த்து / ஒற்றைக் கூழாங்கல்லைப் பார்த்து / கிணற்றுக்குள் அடைபட்ட நீரில் மிதக்கும் நிலாவைப் பார்த்து அழு / அழுகை உனது அழுக்கைக் கழுவும்’ என்ற ரமேஷ்பிரேதனின் வரிகளை யுகபாரதி கோடிட்டுக் காட்டுகிறார். எனக்கு ரமேஷ்பிரேதனை உடனே, இப்போதே வாசிக்க வேண்டும் என்று தோன்றுகிறது.

இதுவரையில் பல்வேறு ஆய்வாளர்கள் சங்க இலக்கியத்தைப் பெரும் உருவமாக நம்முன் கொடுத்துள்ளனர். அதனை ஓரம்கட்டிவிட்டு, இரசனையின் வழியே சங்க இலக்கியத்தை அணுகி அதைத் தம் வாசகர்களுக்கு ‘மேல் கணக்கு’ என்ற நூல் மூலம் கொடுத்துள்ளார்.

பண்டைய இலக்கியத்தைப் புரிந்து கொள்வதற்குக் காணப்படும் எட்டுவகையான பொருள்கோள் முறைகளில் ‘கொண்டுகூட்டுப் பொருள்கோள்’ முறையை இந்நூலில் கையாண்டுள்ளதாகத் தெரிவிக்கிறார் யுகபாரதி. பதிவுகளாக அமைந்துள்ள பதினொரு கட்டுரைகள் ஒவ்வொன்றும்

ஒரு குறிப்பிட்ட பொருளின் ஆழ அகலங்களைப் புலன் விசாரிக்கின்றன. யானை, வண்ணத்துப்பூச்சி, உப்பு, பசி, காதல், கனவு, நண்டுகள், சொற்கள், மரம், பறவை, நீர் ஆகியவை வெறும் பெயர்ச்சொற்கள் மட்டுமில்லை. ஒவ்வொன்றும் தமிழ்ச்சமூக வரலாற்றில் ஆழமாக வேரூன்றி இருப்பவை. சங்க இலக்கியம், இடைக்காலப் பக்தி இலக்கியம், மகாபாரத இராமாயணக் கதைகள், நாட்டார் மரபுகளில் காணப்படும் கதைகள், நவீன சிறுகதைகள், கவிதைகள், திரைப்படப் பாடல்கள் என அனைத்திலும் தென்படும் நீண்ட நெடும் தொடர்ச்சிகளைப் பிசிறு தட்டாமல் வெகு இயல்பாக விவரித்துச் செல்கிறார். இதற்கு ஜென் முதலிய மொழிபெயர்ப்புக் கவிதைகளும் துணைக்கு வருகின்றன.

வேதாரண்யம் உப்புப் போராட்டத்தின்போது, போராட்டத்திற்கு எதிராகக் கருத்துத் தெரிவித்த காவலரின் மீசையை மழிப்பதைப் பாதியில் நிறுத்திவிட்டு நடையைக் கட்டிய வைரப்பன் பற்றி நான் முதன்முதலாக 'மேல் கணக்கு' மூலமாகவே கேள்விப்படுகிறேன். தியாகி வைரப்பனின் நினைவுத்தூண் பற்றிக் குறிப்பிடும் யுகபாரதி, 'எளியவர்கள் எப்போது ஒரு போராட்டத்தில் பங்கெடுக்க வருகிறார்களோ அப்போதுதான் அது வெற்றிபெறும் என்பதற்கு உப்புச் சத்தியாகிரகம் முக்கியமான சான்று' என்று கூறுவது முற்றிலும் உண்மை. 'ஆதிக்கத்தார் போலீசுக்கே / பாதி முகம் மழித்தார் / மீதிமுகம் கலெக்டருக்கே பங்காக அளித்தார்' என்ற நாட்டுப்பாடலில் வைரப்பன் இன்றும் வாழ்கிறார் என்ற செய்தி உற்சாகமூட்டுகிறது.

யுகபாரதி, 'இராஜாக்களுக்கு அனைத்துமே தாமதமாகத்தான் விளங்கும். துதிபாடிகள் சூழ இருப்பவர்கள், தப்பு நேரும்போதுதான் உப்பளவேனும் உண்மையை உணர்வார்கள்' என்று போகிறபோக்கில் சொல்கிறார். இப்படிப்பட்ட 'உள்குத்து, வச்சுசெய்தல், வார்த்தைகளால் சம்பவம் செய்தல்' ஆகியவற்றை ஆங்காங்கே கவனித்து எனக்குள் சிரித்தேன், அருமை. வள்ளலார், 'அணையா அடுப்பிற்கான முதல் கங்கினைச் சங்க இலக்கியத்தில் இருந்தே எடுத்திருப்பார் என்பது என் புரிதல்' என்கிற யுகபாரதியின் பார்வையுடன்

நான் முற்றிலும் உடன்படுகிறேன். 'பசிப்பிணி மருத்துவன் இல்லம்' பற்றிப் பேசிய சங்க இலக்கியமே பகிர்தல் அறத்தின் ஆதார சுருதி. ஆரியப்படை கடந்த நெடுஞ்செழியனின் புறநானூற்றுப் பாடல்தான் கல்வி பரவலாக்கத்தின், அறிவுசார் சமூகத்தின் ஆணி வேரான முதல் கொள்கை முழக்கம் என்று தொடர்ந்து பொதுவெளியில் பேசிவரும் எனக்கு, 'மேல் கணக்கு' உவப்பளிக்கிறது. ஏனெனில், பத்துப்பாட்டும் எட்டுத்தொகையும் பற்றிய புத்தம் புதிய உரையாடல் இது.

மிகவும் மகிழ்ச்சியாக இருக்கிறது. விட்டால் இன்னும் எழுதிக்கொண்டே போவேன். இத்துடன் நிறுத்திக் கொள்கிறேன். வாழ்த்துகள் யுகபாரதி.

மேல் கணக்கு

பக்கமும் பதிவும்

019 ☐ சொல்வலை வேட்டுவம்
040 ☐ அதிவிசேஷ வண்ணத்துப்பூச்சி
055 ☐ உப்புக்குடுவைகளின் வரைபடம்
071 ☐ உறுபசியும் ஒருபிடிச் சோறும்
092 ☐ காதலும் பெருங்காதலும்
116 ☐ உலகமெல்லாம் ஒரு பெருங்கனவு
136 ☐ தேர்க்கால் நண்டுகள்
153 ☐ உள் ஒளிரும் வார்த்தைகள்
173 ☐ துளிர்க்கும் மரப்பாவை
195 ☐ பறவையே எங்கு இருக்கிறாய்?
215 ☐ நினைவின் நீராழி மண்டபம்

சொல்வலை வேட்டுவம்

எத்தனைமுறை பார்த்தாலும், யானைகள் அலுக்காதவை. எடுப்பான துதிக்கையும், எப்போதும் வான்நோக்கி வசீகரிக்கும் தந்தங்களும், கவரிபோல் அசைந்தசைந்து அழகூட்டும் அதன் காதுகளும் கம்பீரத்தின் அடையாளம். உவமைக் கவிஞர் சுரதா 'பிறைநிலவின் மொழிபெயர்ப்பே யானைத் தந்தம்' என்றொரு கவிதையில் எழுதியிருக்கிறார். அவ்வரியை வாசித்தவுடனே எனக்குச் சட்டென்று முத்தொள்ளாயிரத்தில் இடம்பெற்ற பாடல் ஒன்று நினைவிற்கு வந்தது.

நாள்முழுதும் போர்செய்த சேரனின் வீரர்கள், பாசறையில் ஓய்வெடுக்கிறார்கள். காயம் அடைந்தவர்களுக்கு மருத்துவச் சிகிச்சைகள் நடக்கின்றன. மரணித்தவர்களுக்கு வீரவணக்கமும் புகழஞ்சலியும் நடைபெறுகின்றன. இவை ஒருபுறம் நிகழ்ந்துகொண்டிருக்கையில் ஒரே ஒரு யானை மட்டும் வானைப் பார்த்துப் பிளிறிக்கொண்டிருக்கிறது. பொதுவாக, போர்க்களத்தில் காயம்பட்ட யானைகள் அவ்விதம் பிளிறுவது இயல்புதானெனினும் குறிப்பிட்ட யானை அதற்காகப் பிளிறவில்லை. மாறாக, அது வானத்தில் உள்ள வெண்ணிலவை எதிரி நாட்டின் வெண்கொற்றக் குடையாக

எண்ணி, அதைப் பிய்த்து எறியும் வெறியுடன் பிளிறுவதாக அப்பாடல் அமைந்திருக்கும். வெண்ணிலவை வெண்கொற்றக் குடையாக யோசித்த அக்கவிஞர், அந்த யானை அதைப் பிய்த்து எறிய எண்ணியதாக எழுதியிருக்கிறாரே அதுதான் கவித்துவம். அடங்காத யானைக்கு எது நிலவு, எது வெண்கொற்றக் குடையென்று தெரியாமல் போவதில்லை என்பதுதான் சங்கதி.

சேரனுக்கு விரோதியான யாரோ ஓர் அரசன் நிலவாகிய வெண்கொற்றக் குடையில் மறைந்துகொண்டு தாக்க முயல்வதாக நினைத்து அந்த யானை பிளிறுகிறதாம். அரசனுக்கு விசுவாசமாக இருத்தலென்பது அதுதான்போல. அரசனுக்கோ நாட்டிற்கோ ஆபத்து என்றால் அதைத் தடுக்க முயலும் யானைகள், எட்டாத வானத்தையும் முட்டித் துளைக்கும் என்பதே அப்பாடலின் பொருள். அரச விசுவாசிகளாக யானைகள் இருந்ததால்தான் மூவேந்தர்களும் அவற்றைக் கொண்டாடியிருக்கிறார்களோ என்னவோ?

அதே முத்தொள்ளாயிரத்தில் போர்க்கள வெற்றியுடன் ஊர் திரும்பிய யானை ஒன்று, வீட்டிற்குள் நுழையாமல் வாசலிலேயே நின்றுவிடுவதாக ஒரு பாட்டு உண்டு. வீட்டிற்குள் நுழையாமல் ஏன் வாசலிலேயே நிற்கிறதென்றால், கடும்போரில் எதிரி நாட்டின் கோட்டைச் சுவர்களையும், கொடிபறந்த மதில்களையும் அது விடாது முட்டிமுட்டி மோதிற்றாம். அப்படி அடாத வெறியுடன் ஆர்ப்பரித்து மோதிய காரணத்தால் அதன் தந்தங்களும், கால் நகங்களும் முறிந்துவிட்டனவாம். அதனால் அதன் அழகு சிதைந்துவிட்டதாகக் கருதுகிறதாம். வீட்டிற்குள் தன்னுடைய வரவிற்குக் காத்திருக்கும் பெண்யானை அந்தக் கோலத்தை அல்லது அலங்கோலத்தை எப்படி எடுத்துக்கொள்ளுமோ என வெட்கப்பட்டே வீட்டிற்குள் நுழையாமல் நிற்பதாக அப்பாடல் முடியும்.

அப்பாடல் 'கொடிமதில் பாய்ந்து இற்றக் கோடும் / அரசர் முடி இடறித் தேய்ந்த நகமும் / பிடிமுன்பு / பொல்லாமை நாணிப் புறங்கடை நின்றதே / கல்லார்தோள் கிள்ளி களிறு' என்பது. யானைகள் கம்பீரமானவை மட்டுமல்ல, அன்பிலும் ஆசையிலும் கூடுதல் அழகுடையவையாகவும்

தோன்றுகின்றன. சினத்துடன் மரத்தை மோதித் தந்தங்களைச் சிதைத்துக்கொண்ட யானையைப் பற்றி அகநானூற்றிலும் (335) வருகிறது. முத்தொள்ளாயிரத்தில் இடம்பெற்ற யானை கொம்புடைந்த காரணத்தால் வீட்டிற்குள் புக மறுக்கிறது. ஆனால், அகநானூற்று யானையோ தன் இணையின் நீர்த் தாகத்தைப் போக்குவதற்காக மரத்தை முட்டிக் கொம்புகளை உடைத்துக்கொள்கிறது. 'இருள்படு நெஞ்சத்து இடும்பைத் தீர்க்கும்' எனத் தொடங்கும் அப்பாடலை, மதுரைத் தத்தங் கண்ணனார் எழுதியிருக்கிறார்.

'யா' என்றொரு மரம் இருக்கிறது. அம்மரம் கோடையின் வெப்பத்தைப் போக்கிக்கொள்ளத் தம்முள் நீரைச் சேமித்து வைக்கும் தன்மையுடையது. யானை, அந்த மரத்தைச் சரியாகக் கண்டுபிடித்து, அதை முட்டிமுட்டி அதிலிருந்து வழியும் நீரைத் தன்னுடைய இணைக்குத் தருமென்று பாடல் சொல்கிறது. தன் பகையாளியான புலியைக் குத்திக் கொன்று கறையான தந்தத்தை அருவியிலோ மழைநீரிலோ கழுவிக்கொள்ளும் அதே யானை, இணையின் தாகத்திற்காக மரத்தை முட்டவும் துணியுமென்பதுதான் பாடலின் சுவை. யானைகள் தம்முடைய கொம்புகளை அல்லது தந்தங்களைப் பல்வேறு காரியங்களுக்குப் பயன்படுத்துகின்றன. அந்தப் பயன்பாட்டில் காதலையும் அவை சேர்த்திருப்பது, கவனத்திற்குரியது. 'யா' மரமே தற்போது ஆச்சா, காராச்சா எனவும் 'அஞ்சன்' என வணிக நடைமுறையில் குறிக்கப் பெறுவதாகத் தமிழறிஞர் ப.அருளி தன்னுடைய 'யா' நூலில் தெரிவித்திருக்கிறார்.

சங்க இலக்கியத்தில் பல இடங்களில் யானைகளைப் பற்றிய குறிப்புகள் விரவிக் கிடக்கின்றன. நானறிய களிறு, வேழம், கரி, புழைக்கை, கைம்மா, குஞ்சரம், பூட்கை, கறையடி, தூங்கல், மருண்மா என முப்பத்தெட்டு சொற்கள் பயன்படுத்தப்பட்டுள்ளன. மூவேந்தர்களின் படைத்திறமும் கொடைத்திறமும் யானைகளின் வாயிலாகவே சொல்லப்பட்டிருக்கின்றன. யானையைக் கொடையாக எதிர்பார்த்த பெருஞ்சித்திரனாரும் பெருந்தலைச் சாத்தனாரும் தம்முடைய பாடல்களின் வழியே ஓர் அரசனின் ஆகப்பெரும் அடையாளம் யானைகளென்றே எழுதியுள்ளனர். ஓரியின்

வீரத்தை எழுத வந்த வன்பரணர் 'வேழம் வீழ்த்த விழுத் தொடைப் பகழி' என்றே தம் பாடலைப் புறநானூற்றில் (152) தொடங்கியிருக்கிறார். ஒரு நல்ல வீரனின் அம்பானது அசாத்திய ஆற்றலுடையது என எழுத வந்த அவர், ஓர் அம்பு முதலில் பருத்திருந்த யானையை வீழ்த்தி, அடுத்து உறுமி நின்ற புலியைக் கொன்று, அதன் பிறகு கொம்புகளுள்ள புள்ளி மானை உருட்டித் தள்ளி, அதையும் கடந்து உரல் போன்ற தலையுடைய பன்றியை வீழ்த்தி, பிற்பாடு ஆழமான பள்ளத்தில் இருந்த உடும்பின் உடலைக் குத்தி நின்றது' என்கிறார். வலிய அவ்வில்லும் அம்பும் யாருடையதென அறிய விரும்பிய வன்பரணர், ஒருவேளை அவை ஓரியினுடையதாய் இருக்குமோ என ஊகிக்கிறார். புலவர்களின் ஊகங்கள் பெரும்பாலும் பொய்ப்பதில்லை. அவர் ஊகித்ததுபோலவே அவை ஓரிக்கு உரியதென்றே தெரிந்துகொள்கிறார்.

கொடையில் சிறந்து விளங்கிய ஓரிக்கு, 'வல்வில் ஓரி' எனும் புகழ்ப்பெயரும் உண்டு. வன்பரணர் அப்பாடலில் இரண்டு குறிப்புகளை வைத்திருக்கிறார். ஒன்று, அம்பின் பாய்ச்சல். மற்றொன்று, அதை எய்தவனின் தோற்றம். 'அதீத பாய்ச்சலுடன் அம்பு வெளிப்பட்டதே தவிர, அதை எய்தவனைப் பார்த்தால் கொலைத் தொழில் புரிகிற வேட்டுவனாகத் தெரியவில்லை' என்கிறார்.

பார்வைக்கு மன்னன்போலவும், தனவந்தன் போலவும் தோன்றும் அவனே ஓரி என உணரும் அவர், அந்த மகிழ்ச்சியில் திக்குமுக்காடிப் போகிறார். கொண்டாட்ட மனநிலை குடிகொண்டுவிட, அதன்பின் ஏராளமான வேறு இசைக் கருவிகளுடன் இருபத்தொரு பாடல்களைப் பாடியிருக்கிறார். அவர் அறிந்தோ அறியாமலோ பாடலின் முடிவு அனைத்தும் 'கோ' எனும் சொல்லில் முடிந்திருக்கிறது.

கோ என்றால் அரசன். ஆகவே, அது தன்னைப் பற்றியதே என எண்ணிய ஓரி, பாடலைக் கேட்டு வெட்கப்படுவதாகவும் எழுதியிருக்கிறார். தன்னைப் பற்றிப் பெரிதாகச் சொல்லிக்கொள்ள விரும்பாதவனும், அப்படிச் சொல்வதில் வெட்கப்படுபவனுமே தகுதியுடைய வீரன். தான் யார் தெரியுமா என எப்போது தம்பட்டம்

அடிக்கத் தொடங்குகிறானோ, அப்போதே அவன் வீரன் என்னும் வரிசையிலிருந்து விலக்கப்படுகிறான். குறிப்பிட்ட பாடலின் மூலம் ஓரியின் வரலாற்றுப் பின்னணியை ஓரளவு தெரிந்துகொள்ளலாம். காரியும் சேர மன்னனும் சேர்ந்து நடத்திய போரில் ஓரியும் ஒருகட்டத்தில் தோற்கும் நிலை ஏற்பட்டிருக்கிறது. வீரத்தைவிடவும் சூழ்ச்சிகளே சிலசமயம் களத்தைத் தீர்மானிக்கின்றன. களத்தில் தோற்றாலும், காலத்தால் ஓரியின் பெருமையும் கொடைத்திறனும் போற்றப்படாமல் போகவில்லை. பார்வையில் அவன் வேட்டுவனாகத் தெரியவில்லை என்கிற வன்பரணரின் தொடர், கவனிக்கத்தக்கது.

ஓர் அரக்கனைப் போல் ஒன்பதடி உயரமும், ஆஜானுபாகுவான உடற்கட்டையும் உடைய கோலியாத்தைச் சின்னஞ்சிறு பொடியனான தாவீது, ஒரு கவணையும் ஐந்து கூழாங்கற்களையும் வைத்தே வீழ்த்திவிடுகிறான் என்றொரு கதை விவிலியத்தில் உண்டு. அக்கதையின் முன்னும் பின்னும் பல விஷயங்கள் சொல்லப்பட்டிருக்கின்றன. என்றாலும், அக்கதை சொல்ல வருவது வீரமென்றால் அது, உடல் வலிமை மட்டுமே அன்று என்பதுதான்.

போர்க்களத்தில் நின்றவாறு தாவீதைப் பார்த்த கோலியாத், ‘என்னை மோதுவதற்குத் தகுதியான வீரனை அனுப்பச் சொன்னால், சின்னஞ்சிறுவனை அனுப்பியிருக்கிறார்களே, இவனை வீழ்த்துவதும், கொல்வதும் வெகு சுலபமாயிற்றே’ என்பதுபோலச் சிரிப்பான். ஆனால், அந்த அலட்சியமும் சிரிப்புமே கோலியாத்தைத் தோல்விக்குத் தள்ளும். களத்தில் தகுதிக்கோ தற்பெருமைக்கோ இடமில்லை.

சமயோஜிதமாக எதிரியை ஒருவன் எப்படி வீழ்த்துகிறான் என்பதே முக்கியம். நீதியைக் கோருபவர்கள் அல்லது சார்ந்தவர்கள் எத்தகைய எளியவராய் இருந்தாலும், வெல்லுவதற்குரிய சக்தியை அவர்கள் தன்னகத்தில் கொண்டிருப்பர் என்றே அக்கதை சொல்லுகிறது. உடனே, ஒரு கவணும் ஐந்து கூழாங்கற்களும் கிடைத்துவிட்டால் நாமுமே தாவீதாகலாம், கொடூரக் கோலியாத்துகளை வீழ்த்திவிடலாம் எனத் தட்டையாகப் பொருள் கொள்வதில் அர்த்தமில்லை.

தாவீதாவதை விடவும் களத்தில் பாதிக்கப்படுபவர்க்குப் பக்கத்தில் நிற்கிறோமா என்பதில் கவனம் தேவை. உருவத்தை வைத்து ஒரு வீரனை மதிப்பிடுவது இயலாத காரியம். பொடியனென்று பொருட்படுத்தத் தவறிய கோலியாத், தாவீதிடம் தோற்க நேர்ந்ததும் அப்படித்தான். ஆகச் சிறந்த வேட்டுவன் அரசனாக இருந்தாலும், அவனுடைய ஆற்றல்மிக்க அம்பு, அன்புடையோரைத் தாக்குவதில்லை. மாறாக, வாழ்விக்கும் மகிழ்ச்சியை வாரிவாரி வழங்குகிறது. வன்பரணரின் பாடலில் வந்த `வேட்டுவன்' என்னும் சொல், விரிந்த பொருளுடையது. சங்க இலக்கியத்தில் மட்டும் அச்சொல் பதின்மூன்று இடங்களில் வருகிறது.

அவற்றுள் என்னை அதிகமும் கவர்ந்த 'சொல்வலை வேட்டுவன்' என்னும் பதம், ஈர்ப்புடையது. வேட்டையைத் தொழிலாகக் கொண்டவனே 'வேட்டுவன்' எனத் தெரிந்திருந்தாலும், மாற்பித்தியார் என்கிற பெண்பாற் புலவர், அச்சொல்லை ஒருவனுடைய குணவிஷேசத்தைக் குறிக்கக் கையாண்டுள்ளார். புறநானூற்றில் அவர் எழுதியுள்ள இரண்டு பாடல்களிலும் ஓர் ஆண், துறவை மேற்கொள்வது பற்றிய காட்சியைக் காண்பிக்கிறார்.

முன்பு அவன் அப்படி இருந்தான், தற்போது முற்றிலும் மாறிவிட்டான் என்பவைதாம் அக்காட்சிகள் மூலம் தெரிய வருவன. ஆனால், அவற்றை அவர் வெறுமனே சொல்லவில்லை. கொஞ்சம் பொடிவைத்துச் சொல்கிறார். அது, பொடிவைத்துச் சொல்லப்பட்டதா, வெடிவைத்துச் சொல்லப்பட்டதா என்பதைப் பாடலைப் படிப்பவரின் வசதிக்கு விட்டுவிடுகிறேன். 'கறங்கு வெள் அருவி ஏற்றலின் நிறம் பெயர்ந்து / தில்லை அன்ன புல்லென் சடையோடு / அள்இலைத் தாளி கொய்யு மோனே / இல்வழங்கு மடமயில் பிணிக்கும் / சொல்வலை வேட்டுவன் ஆயினன், முன்னே' என்பதே அப்பாடல். புறநானூற்றில் (252) வருவது.

'ஒரு காலத்தில் மனையாளை மயக்குபவனாக இருந்தவன், தற்போது ஓசையுடன் வழிந்தோடும் அருவியில் குளித்து, பொலிவற்ற தில்லைத்தளிர் போன்ற சடையுடன், அடர்ந்த தாளி இலையைப் பறித்துக்கொண்டிருக்கிறான்' என்கிறார். அதாவது, இல்லறத்தில் இருந்து விடுபட்டுத் துறவறத்தை

மேற்கொண்டுள்ள இவன், கடந்த காலத்தில் எப்படியெல்லாம் இருந்தவன் தெரியுமா என்கிற எள்ளல், மாற்பித்தியாருடையது. மாரிக்காலத்தில் மலரும் 'பித்திகம்' எனும் பூவை அவர் சூடியிருந்ததால் அவருக்கு அப்பெயர் வந்திருக்கலாம் என்கின்றனர். மாற்பித்தியாரின் சொற்கள், இல்லறப் பொறுப்புகளிலிருந்து தப்பிக்கவே அவன் துறவறத்தைப் பற்றியிருப்பானோ என எண்ணத்தக்கவை. யானையையோ மானையோ வேட்டையாடுபவனுக்கே வேட்டுவன் எனும் பதம் பொருந்தும். ஆனால், மாற்பித்தியாரோ மனைவியைச் சொல்லால் மயக்கியவனைச் சொல்வலை வேட்டுவன் என்றிருக்கிறார். அதே சொல்லை உள்வாங்கிய வள்ளுவரோ 'தவம் மறைந்து அல்லவை செய்தல் புதல்மறைந்து / வேட்டுவன் புள்சிமிழ்த் தற்று' என்றிருக்கிறார்.

கூடா ஒழுக்கத்தைக் கண்டிக்க வந்தவர், 'தவக்கோலத்தில் மறைந்துகொண்டுத் தீயச் செயல்களைச் செய்வதென்பது, புதரில் ஒளிந்துகொண்டுப் பறவைகளை வேட்டையாடுவதற்குச் சமம்' என்கிறார். புள் சிமிழ் என்கிற பிரயோகம், வள்ளுவரின் சொல்வன்மை. சிமிழ் என்றால் பிடித்தல். குங்குமத்தைக் குவிந்த பகுதியில் பிடித்து வைத்திருப்பதால் 'குங்குமச் சிமிழ்' என்கிறோமே அதுபோலப் புள்சிமிழ் என்கிறார். அதாவது, பறவையைப் பிடித்தல் அல்லது பிடிக்க முயலுதல்.

கூடா ஒழுக்கத்தில் குலைந்துவிட்ட இராவணன், 'தோற்பித்தீர்; மதிக்கு மேனி சுடுவித்தீர்; தென்றல் தூற்ற / வேர்ப்பித்தீர்; வயிரத் / தோளை மெலிவித்தீர்; வேனில் வேளை / ஆர்ப்பித்தீர்; என்னை இன்னல் அறிவித்தீர்; / அமரர் அச்சம் / தீர்ப்பித்தீர்; இன்னும், என் என் / செய்வித்துத் தீர்த்தீர் அம்மா' எனச் சீதையிடம் கதறுவதுபோல ஒரு காட்சியைக் கம்பர் அமைத்திருக்கிறார்.

யுத்த காண்டத்தில் இடம்பெற்றுள்ள மாயா சனகப் படலத்தில் வரக்கூடிய அப்பாடல், காமவயப்பட்ட பெருவீரனை ஒரு பெண் படுத்தும் பாட்டைத் தெரிவிப்பது. மனம் திருந்திய இராவணன் 'அம்மா' என்று சீதையை விளிக்குமிடத்தில் நாமுமே உடைந்துவிடக் கூடும். இராமனின் வீரத்தைவிட, இராவணனின் தோல்வியும் மனமாற்றமுமே குறிப்பிடத்தக்கவை. ஏனெனில், வென்றவனின் சொற்களைக்

காட்டிலும் தோற்றவனின் தெளிவும் தீர்க்கமும் ஒருபடி மேலானவை. அவனுள் கனன்று கொண்டிருந்த காமமும் குரோதமும் அம்மா என்கிற ஒற்றைச் சொல்லால் ஒன்றுமில்லாமல் ஆகிவிடுகின்றன.

'தோல்வியெனும் சொல்லைக்கூடக் கேட்டறியாத என்னைத் தோற்கடித்தீர்கள், குளிரும் சந்திரரைக்கொண்டே சுட்டுவிட்டீர்கள், தென்றலை வைத்தே என்னை வேர்க்கச் செய்தீர்கள், வைரம்போன்ற தோளினை மெலிய வைத்தீர்கள், மன்மதனின் வெற்றிக்கு என்னைப் பலியிட்டீர்கள், துன்பம் என்றால் என்னவென்று தெரிவித்தீர்கள், தேவர்களின் அச்சத்தையும் தீர்த்துவிட்டீர்கள்' என்றெல்லாம் கதறும் இராவணன், முடிவில் இன்னும் 'என்னென்னவெல்லாம் செய்து என்னைத் தீர்க்கப் போகிறீர்கள் அம்மா' என்பான்.

எத்தகைய வலிமைமிக்கனவாக இருந்தாலும், சின்ன விஷயத்தில் சறுக்கியோ சாய்ந்தோ விடுவதுதான் இயற்கை. மதங்கொண்ட யானையின் மத்தகத்தில் சிறுவாழைக்குருத்தின் நுனி இலேசாகத் தீண்ட, அதன் மதம் மொத்தமும் அழிந்துவிடும் என்கிற குறிப்பைக் குறுந்தொகையில் (308) வாசித்திருக்கலாம். 'சோலை வாழைச் சுரி நுகும்பு இனைய' எனத் தொடங்கும் அப்பாடல், பெருந்தோட் குறுஞ் சாத்தனரால் எழுதப்பட்டது. வாழைக்குருத்துப் பட்டால் வலிமையான யானையின் மதம் அழியும் என்கிற செய்தி, சங்க இலக்கியத்தைத் தவிர வேறு எங்கேயும் தென்படுகின்றதா என ஆராயலாம். 'நுகும்பு' எனும் சொல், வாழையின் சுருண்ட குருத்தைக் குறிப்பது.

தலைவன் பொருள் தேடப் பிரிந்திருக்கிறான். அவன் எப்போது வருவானோ என ஏங்கிக்கொண்டிருக்கும் தலைவியைத் தேற்றுவதற்குத் தோழி உரைத்த வார்த்தைகளே அவை. இப்போதும் வாழைச் சாற்றினை யானையின் மத்தகத்தில் தடவினால் அதன் மதங் கெட்டு மயங்கிவிடும் எனச் சொல்கின்றனர். இன்றும் மதம்பிடித்து அங்குமிங்கும் திரியும் யானைகளை அடக்க, பாகர்கள் அவற்றுக்கு வாழைத் தண்டை உணவாக இடும் வழக்கம் இருக்கிறது. பெண் யானை ஆண் யானையைத் தடவிக்கொடுத்தால் வெறி நீங்கி

விரும்பும்படி கண்ணுறங்கும் என்பது, ஓர் ஆணும் பெண்ணும் இல்லற வாழ்வை எப்படி நடத்த வேண்டும் என்பதற்கான அறிவுரையே என அறிஞர்கள் எழுதியுள்ளனர். பெண் யானை ஆண் யானையை வருடிக் கொடுக்கும் காட்சியைக் காதலின் உச்சமாகவும், காமத்தின் மிச்சமாகவும் கருதலாம். வெங்கி என்கிற முதியவரும் அவருடைய மனைவியும் நரைத்த வயதில் ஒருவருக்கு ஒருவர் எத்தகைய அனுசரணையுடன் நடந்துகொள்கிறார்கள் என்பதை 'வெயில்' சிறுகதையில் தி. ஜானகிராமன் பிரமாதப்படுத்தியிருப்பார்.

அன்பென்பது வேறொன்றுமில்லை, சின்னத் தொடுதலும் சிலாகித்தலும்தாம். வீட்டிற்கு வரும் மகளின் குடும்பத்தினர், விடுமுறை முடிந்து ஊருக்குக் கிளம்பும் தருணத்தில் குட்டிக் குழந்தையின் சட்டையைக் கொடிக்கயிற்றில் விட்டுவிட்டுக் கிளம்பிவிடுவர். அதை எடுத்துக்கொண்டு இரயில்வே ஸ்டேஷனுக்கு ஓடும் பெரியவரும் மனைவியும் வெயிலில் களைத்துப் போவார்கள். பெரியவர் வழியிலுள்ள ஒரு கடையில் அமர்ந்துவிட, அந்தப் பாட்டியோ எப்படியோ தட்டுத் தடுமாறி ஓடிப்போய் அடாத வெயிலிலும் அச்சட்டையைக் கொடுத்துவிட்டுத் திரும்புவாள்.

குழந்தையின் ஞாபகத்துக்கு அந்தச் சட்டையை வைத்திருந்து அவ்வப்போது பார்த்திருக்கலாமே என மனைவி வரும் இடைவெளியில் பெரியவருக்குத் தோன்றும். அதை அவர் தன் மனைவியிடமும் பகிர்ந்துகொள்வார். அதற்கு அந்தப் பாட்டி, 'ஆமாம், எனக்கு அப்படித் தோனியதுதான். ஆனால், போவதற்குள் குழந்தைகளை மீண்டும் ஒருமுறை பார்க்கலாமே என்றுதான் ஓடினேன்' என்பாள். அன்பு எப்போதுமே சிமிழுக்குள் சிறைப்படாதது. காரணங்களைத் தாமாகவே தருவித்து, அவற்றுக்குள் சுகமாக உட்கார்ந்துகொள்வது. அது மட்டுமன்று, ஒரு பார்வைக்கும் ஒரு தொடுதலுக்கும் ஏங்குவது.

எதை வேட்டையாடும் வேட்டுவனாக இருந்தாலும், அன்பு அவனை இரண்டில் ஒன்று பார்த்துவிடும். வேண்டுமானால் இப்படியும் சொல்லலாம், இரண்டையும் ஒன்றாகப் பார்த்துவிடும். ஆயிரம்பேரைக் கொல்வதென்னும் சபதத்துடன் காட்டுவிலங்குபோல் சுற்றித் திரிந்த அங்குலிமாலாவை ஒரே

ஒரு பார்வையிலும், ஒருசில வார்த்தைகளிலும் புத்தரால் மனிதனாக்க முடிந்தது. காரணம், வெறுப்பைப் பிரித்தெடுத்து அதை அன்பாக்கும் ஆற்றல் அவரிடமிருந்தது. அங்குலிமாலா, அதுவரை தான் எத்தனை பேரைக் கொன்றிருக்கிறோம் என்னும் கணக்கு தெரிய, இறந்தவர்களின் கட்டைவிரல்களை நறுக்கி மாலையாகக் கோத்து, அதைத் தன் கழுத்தில் அணிந்துகொண்டு திரிந்தவன். மூர்க்கன், மூடன், கொடியவன், கொலைகாரன் என எந்தப் பெயரையும் அவனுக்குச் சூட்டலாம். தொள்ளாயிரத்துத் தொண்ணூற்று ஒன்பது பேரை வேட்டையாடிய அவன், இறுதி நபருக்காக வெறியுடன் காத்திருக்கிறான்.

ஒரு நபர் கிடைத்துவிட்டால் அவன் கொண்டிருந்த சபதம் நிறைவேறும். ஊர்மக்கள் ஒன்று திரண்டு அங்குலிமாலாவைக் கொல்லத் துணிகிறார்கள். விஷயமறிந்த அங்குலிமாலா இறுதி உயிரை எடுக்காமல், இறப்பதில்லை என்னும் முடிவுடன் காட்டிற்குள் பதுங்கிக்கொள்கிறான். அந்தச் சூழலில் சீடர்கள் மூலம் அங்குலிமாலாவைப் பற்றி அறிந்துகொள்ளும் புத்தர். 'அந்தக் கடைசி நபர் நானாக ஏன் இருக்கக் கூடாது' என்கிறார். சீடர்கள் எச்சரிக்கிறார்கள். ஆயிரமாவது நபராகக் கருணையே உருவான புத்தரா சிக்குவது என அஞ்சிய ஊர்மக்கள் அவரைத் தடுக்கிறார்கள். ஆனாலும், அவர் அங்குலிமாலாவைச் சந்திக்க அடர்ந்த வனாந்தரத்திற்குப் போகிறார்.

தீட்டிய வாளுடன் பாறையின் இடுக்கிலிருந்து வெளியே வந்த அங்குலிமாலா, புத்தரைப் பார்த்து, 'என்னைப் பற்றி எதுவும் தெரியாமல் வந்திருக்கிறாய். பேசாமல் திரும்பிப் போய்விடு' என்கிறான். புத்தரோ மேலும் சில அடிகளை புன்னகையுடன் எடுத்து வைக்கிறார். ஓங்கிய வாளுடன், 'பார்த்தாயா, இதனால் உன் தலையைச் சீவி, உன் உயிரை எடுத்துவிடுவேன்' என்கிறான்.

'என்னிடம் எடுக்க எதுவுமில்லை. கொடுக்க மட்டுமே ஒரு பொருள் இருக்கிறது. அதைக் கொடுக்கவே வந்திருக்கிறேன்' என்கிறார். அங்குலிமாலா குழம்பிப்போய், 'நீ கொடுத்து நான் வாங்குவதற்கு என்ன இருக்கிறது. வேண்டுமானால் உன் உயிரைக் கொடு. சொல்லும்போதே நெருங்கி வராதே' எனவும் மிரட்டுகிறான். புத்தரோ, 'நானெங்கே நெருங்குகிறேன்.

நீதான் என்னை நெருங்குகிறாய்' என்கிறார். அவருடைய ஞான வார்த்தைகளை உய்த்துணரும் பக்குவமில்லாத அங்குலிமாலா, எதை எதையோ பிதற்றுகிறான். ஆனால், புத்தரிடம் அவனுடைய தந்திரங்கள், வாய்ச் சவடால்கள் எதுவுமே செல்லுபடியாகவில்லை.

அத்துடன் அவர் திரும்பாமல் மேலும் மேலும் அவனை உற்றுப் பார்த்து உள்ளன்பையும் கருணையையும் கடத்துகிறார். 'அசையாதே' என்கிறான். 'நான் எங்கே அசைகிறேன். முப்பதாண்டுகளுக்கு முன்பே என்னுடைய அசைவுகள் நின்றுவிட்டன' என்கிறார். அவன், 'மீண்டும் மீண்டும் அதையே சொல்கிறாயே.. நில்., நில்லென்றால் நிற்க மாட்டாயா' எனப் பெருங்குரலெடுத்துக் கத்துகிறான். அதன்பிறகு நிதானத்துடன் புத்தர் அவனைப் பார்த்து, 'ஆசை, வெறி, பழிவாங்கல், தேவை என எதையாவது ஒன்றை அல்லது எல்லாவற்றையும் நோக்கி அலைந்து கொண்டிருப்பது நீதான்' என்கிறார்.

ஓங்கிய வாளை அவன் கீழே போடுகிறான். அவர் மேலும், 'என்னிடம் இருப்பதைப் பெற்றுக்கொண்டால் உன்னிடம் ஒளிந்திருக்கும் அத்தனை குரோதமும் வெளியேறிவிடும்' என்கிறார். அவருடைய அந்தச் சொற்கள் அவனை என்னவோ செய்துவிடுகின்றன. அமைதியாகிறான். கண்களில் நீர் வழிகிறது. அன்றுமுதல் அவன் அவருடைய சீடர்களில் ஒருவனாக ஆகிவிடுகிறான்.

பின்னும் அவனைக் கண்டு மக்கள் அஞ்சுகிறார்கள். அந்த அச்சத்திலிருந்து விடுபட அவன் அன்பின் காரியங்களைச் செய்யத் தொடங்குவான். கருணையின் விதைகளை நட்டு அவை கனிதரும் மரமாக வளர எண்ணுவான். ஆனாலும், ஏற்கெனவே அவன் செய்த பாவங்களுக்குத் தண்டனையாக மக்கள் அவனைக் கல்லால் அடித்துக் கொல்வார்கள். ஆயிரம்பேரைக் கொல்ல எண்ணியவன், கடைசியில் அந்த ஆயிரமாவது நபராக அவனே ஆகிப்போகிறான் என்பதுதான் கதை. அன்பினால் ஒருவனைத் திருத்த முடியும் என்பதைக் காட்டிலும், அவனே அன்பாக மாறிவிடுகிறான் என்றே புத்தர் அக்கதையில் போதிக்கிறார். அருகிருக்கும் சக உயிரை எவன் மதிக்கிறானோ அவனே அன்பையும் அறத்தையும்

பேணுபவன். பொருள் தேடப் பிரிய வேண்டிய சூழல் ஏற்படுகையில் ஒரு தலைவன், தன்னுடைய தலைவியை அன்பினால் எவ்விதம் ஆற்றுப்படுத்துகிறான் என்பதைக் கலித்தொகையில் *(11)* பாலை பாடிய பெருங்கடுங்கோ தெரிவித்திருக்கிறார். அவனுக்குமே அவளைப் பிரிய மனமில்லை. என்றாலும், செல்வமில்லாமல் அறமோ வீடோ இன்பமோ இல்லையென்பதை அவளுக்கு அவன் விளங்க வைப்பான். 'அரிதுஆய அறன் எய்தி அருளியோர்க்கு அளித்தலும்' எனத் தொடங்கும் அப்பாடலில் பல நுட்பமான செய்திகளும் காட்சிகளும் உண்டு.

எனக்கோ அதில் அவர் காட்டியுள்ள இயற்கையின் இயல்புகள் வெகுவாகப் பிடிக்கும். காலடிகள் தாங்கவியலாத வெம்மை மிகுந்த காட்டில் ஒரே ஒரு குட்டை இருக்கிறது. அந்தக் குட்டையிலும் சிறிதளவே நீர் இருக்கிறது. எனினும், தாகத்தைப் பொறுத்துக்கொள்ள முடியாத யானைக்கன்று அவசரத்தில் ஓடிப்போய் அக்குட்டையில் குதித்து, நீர் முழுவதையும் கலக்கிவிடுகிறது. கலங்கிய நீராயினும் தாகத்தைப் போக்கிக்கொள்ள அப்போதைக்கு அது ஒன்றே கதி.

கன்று நீரருந்திய காட்சியைக் குட்டையின் ஓரத்தில் நின்று களிறும் பிடியும் கவனிக்கின்றன. களிறு, ஆண்யானை. பிடி என்பது பெண்யானை. கன்று பசியாறக் கண்டிருந்த களிறும் பிடியும் அதே தாகத்துடன் இருந்தாலும், பெண் யானை அருந்தட்டுமென ஆண்யானை வழிவிடுவதாகப் பாலை பாடிய பெருங்கடுங்கோ எழுதியிருக்கிறார்.

அதே பாடலில், இளமையான பெண்புறா வெயிலில் காய்வதைக் கண்ட ஆண்புறா, தன்னுடைய சிறகுகளை விரித்து பெண்புறாவின் வெம்மையையும் களைப்பையும் நீக்குவதாகவும், நிழல் கிட்டாமல் வருந்திய பெண்மானுக்குத் தன்னுடைய உடலையே மறைப்பாகவும் கூரையாகவும் மாற்றி ஆண்மான் பாதுகாப்பதாகவும் காட்டியிருக்கிறார். சங்க இலக்கியத்தில் இப்படியான காட்சிகள் நிரம்பி உள்ளன. வாழ்வியலுடன் கலந்த காட்சிகள் என்பதால் எத்தனைமுறை படித்தாலும் சலிப்பதில்லை. பொருள் தேடப் பிரிய நேர்ந்தாலும், ஓர் ஆண் தன்னுடைய

அன்பையும் பரிவையும் தலைவிக்குத் தெரிவிக்காமல் கிளம்புவதில்லை. அன்பையும் அறத்தையும் ஏதோ ஒரு புள்ளியில் இணைத்துவிடுபவர்களாகவே சங்கப் புலவர்கள் இருந்திருக்கிறார்கள்.

காட்டுவழியே பயணம் மேற்கொள்ளும் தலைவன், அங்கே காணும் காட்சிகளை வெறும் செய்திகளாகவோ சம்பவமாகவோ சொல்வதில்லை. இணைந்துவாழும் விலங்குகளும் பறவைகளும் தத்தமது கடமைகளை அன்புடனும் அறத்துடனும் எவ்வாறு செய்கின்றன என்கிறான். இந்த இடத்தில் திருமூலரின் 'மரத்தை மறைத்தது மாமத யானை / மரத்தில் மறைந்தது மாமத யானை / பரத்தை மறைத்தன பார்முதல் பூதம் / பரத்தில் மறைந்தன பார்முதல் பூதமே' என்கிற மந்திரத்தையும் இணைத்துப் பார்க்க வேண்டும்.

மரத்தினால் ஒரு யானை செய்யப்பட்டதெனில் அப்போதோ அம்மரம் மறைந்துபோய் அது யானையாகிறது. பார்வைக்கு அது யானையாகத் தோன்றினாலும், உண்மையான யானையின் உணர்வுகளோ உயிரூக்கமோ அதற்கில்லை. மரத்தை யானையாகப் பார்த்துப் பயப்படாமல், யானையை மரமாக எண்ணி ஒதுக்காமல் அது அது எப்படி உள்ளதோ அப்படியே உணர்ந்துகொள்ள வேண்டுமெனச் சூஃபிகளும் சித்தர்களும் கற்பிக்கிறார்கள். எழுத்தாளர் செ.கணேசலிங்கனின் 'சித்தர் சித்தாந்தமும் சூஃபிகளும்' நூலில் மேலதிகத் தகவல்கள் இடம்பெற்றுள்ளன.

ஒன்றேபோல் இன்னொன்றைச் செய்யலாம். ஆனால், எந்த ஒன்றும் இன்னொன்றுக்கு ஈடில்லை. அழுகுணிச் சித்தரின் 'காட்டானை மேலேறிக் கடைத்தெருவே போகையிலே / நாட்டார் நமை மறித்து நகைபுரியப் பார்ப்பதென்றோ / நாட்டார் நமைமறித்து நகைபுரியப் பார்த்தாலும் / காட்டானை மேலேறி என் கண்ணம்மா / கண்குளிரக் காண்பேனோ' என்கிற பாடல் மேலதிகத் தத்துவ விசாரத்திற்கு இட்டுச் செல்வது. 'ஆலயமணி' திரைப்படத்தில் வெளிவந்த 'சட்டி சுட்டதடா / கை விட்டதடா' பாடலில் கண்ணதாசன் 'எறும்புத் தோலை உரித்துப் பார்க்க யானை வந்ததடா / நான் இதயத் தோலை உரித்துப் பார்க்க ஞானம் வந்ததடா' என்றிருப்பார்.

அவ்வரிகள் ஆழ்ந்த சோகத்திலும், அனுபவத்திலும் இருந்து அவருக்குக் கிடைத்தவை. ‘எறும்புத் தோலை உரித்துப் பார்க்க யானை வந்தது’ என்னும் உவமை, திரைப்பாடலைத் தத்துவ தரிசனத்திற்கு உயர்த்துவது. திரைப்பாடல்தானே என இப்படி நாம் கேட்காமல் விட்டால் எத்தனையோ இரத்தினங்கள் காற்றலைப் புழுதியில் காணாமல் கிடக்கின்றன. யானைகளைப் பற்றிய இப்பதிவில் நாம் நினைவுகூர வேண்டிய ஒருவர் உண்டெனில் அவர், மருத்துவர் வி. கிருஷ்ணமூர்த்தி. சில வருடங்களுக்கு முன்புவரை ‘யானை டாக்டர்’ என எல்லாராலும் அழைக்கவும் அறியவும் பட்ட அவர், தன் வாழ்நாள் முழுவதையும் யானைகளைப் பராமரிக்கவும் பாதுகாக்கவும் செலவழித்தவர்.

முதுமலை தெப்பக்காட்டு யானைகள் முகாமை வெகுகாலம் திறம்பட நிர்வகித்து, முன்மாதிரிக் கால்நடை மருத்துவராக விளங்கியவர். அவருடைய மிக முக்கியமான சிறப்பு, இன்று ஒவ்வொரு கோவிலின் வாசலிலும் நின்றிருக்கும் யானைகளுக்கு அரசு சார்பில் நடத்தப்படும் புத்துணர்ச்சி முகாமிற்கு வித்திட்ட பெரியவரே அவர்.

அவரைக் கண்டால் யானைகள் பாசத்துடன் நெருங்கிவந்து, அவர் என்ன சொன்னாலும் கேட்டு அதுபடி நடக்கும் என்கின்றனர். ‘கடவுள் அவருடைய மிகச் சிறந்த படைப்பு மனநிலையில் உருவாக்கியவையே யானைகள்’ எனும் கூற்று அவருடையது. ஒரு மருத்துவராக மட்டுமல்லாது அவற்றின் தோழனாகவும் இருந்து, அவர் மேற்கொண்ட முயற்சிகள் பாராட்டுக்குரியவை. யானைகளின் உருவத்தைப் பார்த்து வெவ்வேறு மாதிரிக் கற்பனை செய்துகொண்டிருக்கிறோம். உண்மையில், யானைகள் உள்ளன்புடன் பழகும் பண்புடையவை.

வைக்கம் முகம்மது பஷீரின் ‘யானை முடி’ கதையில், யானைகளைப் பற்றி எதுவும் தெரியாத ஒரு சிறுவனின் சின்னத்தனங்கள் வெளிப்படும். ஒரு முடிக்காக அவன் அலைந்து அரும்பாடுபடுவதும், அடிபட்டுத் தெருவில் அம்மணமாக ஓடுவதும் நகைச்சுவையாக எனக்குத் தோன்றவில்லை. யானையையும் வேட்டுவனையும் தொடர்புப்படுத்தி வீரை வெளியனார் எழுதிய ‘முன்றில்

முஞ்ஞையொடு முசுண்டை பம்பிப், / பந்தர் வேண்டாப் பலர் தூங்கு நீழல்' எனத் தொடங்கும் புறநானூற்றுப் (320) பாடலில் 'கைம்மான் வேட்டுவன் கனைதுயில் மடிந்தெனப் பார்வை' என்னும் ஓர் அழகிய வரியுண்டு. அப்பாடலில் விரவிவரும் உவமைகளும் சொல்முறையும் தமிழர்களின் அறவாழ்வை அப்படியே கண்முன் நிறுத்துபவை.

'பலர் தூங்கு நீழல்' என்பது சில பதிப்பில் 'பலா தூங்கு நீழல்' என்பதாக அச்சாகியுள்ளது. தஞ்சாவூர் தமிழ்ப் பல்கலைக் கழகப் பதிப்பின்படியே நான் குறித்திருக்கிறேன். பலா தூங்கு நீழல் என்று கருதியே பலரும் உரையெழுதியிருக்கின்றனர் வீட்டிற்கு முன்கூரையே தேவையில்லாத அளவிற்குப் பலா காய்த்துப் பந்தல்போல் தொங்குவதாகச் சொல்லப்படும் உரையும் சுவையுடையதுதாம்.

காட்டில் அங்கும் இங்கும் ஓடித்திரிந்த வேட்டுவன் களைத்துப்போய் வீட்டிற்கு வந்து முசுண்டை நிழல் படர்ந்த முற்றத்தில் உறங்கிக்கொண்டிருக்கிறான். வீட்டின் உள்ளே அடுக்களையில் அவனுடைய மனைவியான வேட்டுவச்சி சமையலில் ஈடுபட்டிருக்கிறாள். குடிசை வாயிலில் இடித்த தினையரிசி மான் தோலில் உலர்த்தப்பட்டிருக்கிறது. காட்டின் நடுவே அமைந்துள்ள குடிசை என்பதால் அதைச் சுற்றியுள்ள புல்வெளியில் ஓர் ஆண் மானும், ஒரு பெண் மானும் மேய்ந்துகொண்டிருந்தன. அந்த நேரத்தில் காட்டுக்கோழிகளும், இதல் பறவைகளும் அவள் காயவைத்திருந்த தினையரிசியைக் கொத்தித் தின்கின்றன. ஏதோ காரியமாக வாசலுக்கு வந்த வேட்டுவச்சி ஒருபுறம் கணவன் உறங்குவதையும், இன்னொருபுறம் பறவைகள் தினையரிசியைக் கொத்தித் தின்பதையும் பார்க்கிறாள். அவளுக்கு ஆத்திரம் பொங்கிப் பொங்கி வருகிறது.

கை தட்டியோ கூப்பாடு போட்டோ பறவைகளை விரட்டினால் கணவன் எழுந்துவிடுவானே என அஞ்சுகிறாள். களைத்துப்போய் வந்தவன் கண்ணயர்ந்து உறங்கும்போது அதைக் கெடுப்பதுபோல் கத்த வேண்டாமென எண்ணுகிறாள். கை தட்டினாலும், வேகமாகக் கையை ஓங்கினாலும் கூட ஓசை வருமே என்று யோசித்தவள் அப்படியே நிற்கிறாள். அவள் ஓங்கிய கையைக் கீழே போட்டதற்கு வேறு ஒரு

காரணம் இருக்கிறது. அது என்னவென்றால், அவளுக்கு வலப் பக்கம் மேய்ந்துகொண்டிருந்த மான்கள், அப்போது மீதெழுந்த கள்வெறி ஆசையோடு ஒன்றுடன் ஒன்று கலந்திருக்கிறது. அந்தக் காட்சியைக் கண்டுதான் அவள் ஓசையெழுப்பவும் முடியாதவளாக அமைதியாகிறாள். வீரை வெளியனார் அக்காட்சியை நாசூக்காக 'இன்புறு புணர்நிலை கண்ட மனையோள் / கணவன் எழுதலும் அஞ்சிக், கலையே / பிணைவயின் தீர்தலும் அஞ்சி' என்கிறார்.

கணவன் உறக்கத்திலிருந்து எழுந்துவிடுவதுகூட அவளுக்குச் சிக்கலில்லை. கூடியிருந்த மான்கள் பிரிய நேருமே என்பதுதான் அவளுடைய தயக்கம். அதனால் காலடியைக் கூடக் கவனமாக எடுத்து வைத்து, புறக்கடை வாசல் வழியே வீட்டிற்குள் நுழைகிறாள். கணவன் எழுந்துவிட்டால் மான்களின் உயிருக்குமே உத்தரவாதமில்லை என அவளுக்குத் தெரியும். யானை கிடைக்காமல் அலுத்துவந்த கணவன், மான்களை வேட்டையாடிவிட்டால் என்ன செய்வது? பலவாறாகச் சிந்தித்தவள், காய வைத்த தினையரிசி முழுவதையும் பறவைகள் தின்றால்கூடப் பரவாயில்லை என விட்டுவிடுகிறாள்.

அப்போது மான்களின் மனதும், பறவைகளின் வயிறும் நிறைந்துவிட அவள் ஆக்குவதற்கென வைத்திருந்த அரிசி மட்டும் குறைந்துகொண்டே இருக்கிறது. பிறகு கணவன் எழுகிறான். மான்கள் இயல்பு நிலைக்குத் திரும்புகின்றன. அரிசியோ பரப்பியிருந்த அடையாளமே இல்லாமல் முற்றிலும் பறவைகளின் வயிற்றுக்குள் போய்விடுகிறது. வீரை வெளியனார் ஒரே பாடலில் தமிழர்களின் மொத்த அறத்தையும் அன்பையும் வெளிப்படுத்தியிருக்கிறார்.

இது ஒரு வேட்டுவனின் வாழ்வில் நடந்த சம்பவமா, கற்பனையா என்றெல்லாம் தெரியவில்லை. காட்சிகளையும் கற்பனைகளையும் விரித்துக்கொண்டேபோய் இறுதியில் வைக்கக்கூடிய புள்ளியில் தமிழும் கவிதையும் தன்னிகரில்லா இடத்தைப் பெற்றுவிடுகின்றன. உயிரிரக்கமும் காதலும் கனிந்த ஒரு வேட்டுவச்சியின் கதை இப்படியென்றால், இரக்கமே இல்லாமல் இரு பசும்பாலகர்களைக் கொல்லத் துணிந்த ஓர் அரசனின் மூர்க்கத்தனம் துக்கத்தைத் தருகிறது.

அரசர்களின் போட்டியும் பகையும் இயல்பானதே என்றாலும், கிள்ளிவளவனின் செயல் மிகக் கொடியதாகத் தோன்றுகிறது. கிள்ளிவளவன் அரண்மனையின் வாசலருகே ஒரு பெரிய யானை துதிக்கையை ஆட்டிக்கொண்டே நிற்கிறது. யானையின் பக்கத்தில் அங்குசத்துடன் பாகன் நிற்கிறான். அமைச்சர்களும் முக்கியஸ்தர்களும் எதிரே மேடையிட்டு அமர்ந்திருக்கிறார்கள்.

கிள்ளிவளவன், பெருங்குரலெடுத்து, 'அந்தச் சிறுவர்களை இழுத்து வாருங்கள் என்று காவலர்களுக்குக் கட்டளையிடுகிறான். அதைக்கேட்ட சிறுவர்கள் அழுது கதறுகிறார்கள். எப்படியாவது தப்பிக்க எண்ணி இடப் புறமும் வலப் புறமும் ஓடுகிறார்கள். ஆனால், அவர்கள் எங்கேயும் நகர முடியாதவாறு காவலர்கள் சூழ்ந்து கொள்கின்றனர். முதலில் கதறி மிரண்டவர்கள், கொஞ்ச நேரத்தில் அமைதியாகி, யானையைப் பார்த்து விளையாடத் தொடங்குகிறார்கள். அந்த இரு சிறுவர்களும் யார் என்பதும், அவர்கள் ஏன் அங்கே அழைத்து வரப்பட்டிருக்கின்றனர் என்பதும்தான் சங்கடத்துக்குரியவை.

அந்தச் சிறுவர்கள் இருவரும் கிள்ளிவளவனின் எதிரியான அரசன் மலையமானின் புதல்வர்கள். மலையமானை வீழ்த்த நினைத்த கிள்ளிவளவன், போர்முடிவில் அவனுடைய புதல்வர்கள் இருவரையும் தூக்கி வந்திருக்கிறான். மலையமானின் வம்சத்தையே பூண்டோடு அழித்துவிடும் பழியுணர்ச்சி. ஊரையே கூட்டி வைத்து மலையமானின் இரு புதல்வர்களும் யானையின் காலில் மிதிபட்டுச் சாவதைக் கண்டு இரசிப்பதே அவன் திட்டம்.

மேடையில் அமர்ந்திருந்த அனைவருமே கிள்ளிவளவனின் செயலைக் கண்டு கொதிக்கிறார்கள். அடாது செய்கிறானே என்று அரற்றுகிறார்கள். ஆனாலும், அவனிடம் யார் சொல்வது? அரசனை எதிர்ப்பது அறிவுடையோர் செயலில்லையே எனத் தயங்குகிறார்கள். பலிபீடத்தைத் தயாரிக்கக் கிள்ளிவளவன் அவசரப்படுத்துகிறான். ஏதோ விபரீதம் நடக்கப் போகிறது என உறுதியாகத் தெரிந்தபின் கூட்டத்தை விலக்கிக்கொண்டு கோவூர் கிழார் வருகிறார். கிள்ளி வளவனை நோக்கி,

‘நீ புறாவின் துன்பத்தைப் போக்கிய சிபி மன்னனின் வழியில் வந்தவன். புறா மட்டுமன்று, துன்பப்படும் எல்லா உயிர்களுக்கும் துணையாயிருந்த சோழனின் வழித்தோன்றல். பெருமைமிக்க சோழனின் பேர்சொல்லி வாழவேண்டிய நீ மெல்லிய தலையையுடைய சிறுவர்களைக் கொல்லத் துடிக்கிறாயே, நியாயமா?’ என்கிறார்.

‘யானையைக் கண்டதுமே அழுகையை மறந்த சிறுவர்களை, அதன் காலில் இட்டுக் கொடூரக் கொலைபுரிய எண்ணுவது, தீராத வருத்தத்தை உனக்குத் தந்துவிடும். நான் சொல்ல வேண்டியதைச் சொல்லிவிட்டேன். இனி நீ விரும்பியதைச் செய்’ என்று சொல்லி நிறுத்திக் கொள்கிறார். அப்பாடலை வாசிக்கும்போது கோவூர் கிழார், பாம்பும் நோகாமல் பாம்படித்த தடியும் நோகாதவாறே பேசியிருக்கிறார் எனத் தோன்றும். உண்மையில், அதற்குமேல் அத்துமீறும் அரசனிடம் ஒரு புலவர் சொல்வதற்கு அங்கே இடமில்லை. பேராசிரியர் கோ. கேசவன், ‘சொல்வதைச் சொல்லியாயிற்று, விரும்பியதைச் செய் என்பதெல்லாம் ஒரு பொறுப்புமிக்க படைப்பாளனுக்குப் போதுமானதா’ என்னும் கேள்வியைத் தன்னுடைய ‘மண்ணும் மனித உறவுகளும்’ நூலில் கேட்டிருக்கிறார்.

ஆயிரம் யானைகளைப் போர்களில் கொன்ற அரசனையோ வீரனையோ பாடுவது, பரணி. சிற்றிலக்கிய வகைகளில் ஒன்றாகக் கருதப்படும் அவ்விலக்கியத்தில் செயங்கொண்டனாரின் ‘கலிங்கத்துப்பரணி’ குறிப்பிடத்தக்கது. அப்பாடல்கள் குலோத்துங்க சோழனையும் அவனுடைய தளபதி கருணாகரத் தொண்டைமானையும் வியந்து பாடியவை. இலக்கியங்களிலும் புராணங்களிலும் வரக்கூடிய எண்ணிக்கை சம்பந்தமான குறியீடுகள், எளிய புரிதலுக்குப் அப்பாற்பட்டவை. ஆயிரம், கோடி, இலட்சம் என்பவற்றுக்கு வேறு வகையான பொருள்களும் உண்டு.

குருதி வழிந்தோடும் போர்க்களத்தை ஆச்சரியமான உவமைகளுடன் எழுதுவதில் செயங்கொண்டாருக்கு இணையில்லை என்று சொல்லப்படுகிறது. அப்பாடல்களை அவர் தாழிசையில் பாடியிருக்கிறார். ஒரு பாடலுக்கு ஒரு பொற்தேங்காயைப் பரிசாகக் குலோத்துங்கன் அவருக்கு

அளித்ததாகவும் குறிப்பு இருக்கிறது. எனில், அவர் அப்பாடல்களுக்கு எத்தனை பொற்தேங்காய்களைப் பெற்றிருப்பார் எனக் கணக்கிட்டுக் கொள்ளலாம். போர்க்களமே ஆனாலும், ஆயிரம் யானைகளைக் கொன்றதை முன்னிட்டுப் பாடுவதெல்லாம் இலக்கியமா என்று நொந்துகொள்வதில் பயனில்லை. 'மதக்கரி மருப்பிற மதம் புலரு மாலே / மடப்பிடி மருப்பெழ மதம்பொழியு மாலே / கதிர்ச்சுடர் விளக்கொளி கறுத்தெரியு மாலே / காலமுகில் செங்குருதி காலவரு மாலே' எனும் பாடலில் காளி சொல்வதாகச் செயங்கொண்டார் கற்பனை செய்திருக்கிறார்.

காளியின் கண்களுக்கு வடகலிங்கத்திற்கு நெருங்கிவரும் தீமை நிமித்தங்களாகத் தெரிகின்றது. 'ஆண் யானைகள் மதம் வற்றியும், பெண் யானைகள் மதம் மிகுந்தும் காணப்படுகின்றன. விளக்கொளி கறுப்பைக் கடத்துகிறது. இரத்த மழையை மேகங்கள் பொழிகின்றன.

முரசங்கள் இசைக்க ஆளில்லாமலும், இந்திர வில்லாக இரவும் தோன்றுகின்றன. பூமாலையில் புலால் நாற்றமும், ஓவியங்களில் இருந்து வியர்வையும் வழிகின்றன. ஊற்று நீர் செந்நீராகக் கசிகிறது' இப்படி ஒரு கற்பனைச் சித்திரத்திற்கே குலோத்துங்கன் ஒரு பொற்தேங்காயைப் பரிசாகக் கொடுத்திருக்கிறான். கலிங்கத்துப்பரணியை ஓசைக்காகவும் அதில் இடம்பெற்றுள்ள உவமைகளை அறியவும் பலமுறை வாசித்திருக்கிறேன். எனினும், அப்பாடல்களில் தென்படும் உக்கிரம் எனக்கு உசிதமாகப் பட்டதில்லை.

காட்டுப் பேய்கள் சொல்வதுபோல் அதில் ஒரு பகுதி உண்டு. அந்தப் பகுதி, போர்க்களத்தில் பேய்கள் வெற்றிப் பெருக்கில் கூழ் குடித்துக் கொண்டாடுவதைச் சொல்வது. 'கூழை அடுவதற்கு முன் குருதி ஆற்றிலே குளித்தெழுங்கள், யானையின் தந்தத்தில் பல் துலக்குங்கள், கொழுப்புகளை ஆடையாக்கி அணிந்துகொள்ளுங்கள், யானையின் மதநீரில் தரை மெழுகுங்கள், யானையின் மத்தகத்தில் அடுப்பை மூட்டுங்கள், பகைவரின் பல்லரிசியைப் பறித்து முரச உரலில் இட்டு உலக்கையால் குத்தியெடுங்கள்' என்றெல்லாம் வரும். வெற்றியையோ வீரத்தையோ புகழ்வது தவறில்லை. அதற்காக இப்படியெல்லாமா வெறிமிகுந்த

வார்த்தைகளைப் பாடல்களாகக் கக்குவது எனத் தோன்றிற்று. போர்நெறியில்தான் இவ்வகையான குரூரங்களும் கூத்துகளும் வருகின்றனவா என்பதை விவரமறிந்தவர்கள் விளக்கலாம். கலிங்கத்துப்பரணியில் 'இரண்டு பக்கமும் யானைகள் கரைபோல் இறந்துகிடக்க நடுவே இரத்த நதி ஓடுகிறது' எனும் உவமை வரும். யோசிக்கவே நடுக்கம் ஏற்படக்கூடிய காட்சி அது.

திப்புத்தோளர் எழுதி, குறுந்தொகையின் முதல் பாடலான, 'செங்களம் படக் கொன்று அவுணர்த் தேய்த்த' என்பதிலும் யானைத் தந்தத்தின் முனையில் படிந்துள்ள இரத்தம் பற்றி வருகிறது. ஆனால், கலிங்கத்துப்பரணியைப் போலக் களேபரக் காட்சிகளோ அதிர்ச்சிகளோ அதிலில்லை. செயங்கொண்டாரின் பரணியில் 'கடை திறப்பு' பகுதியில் இடம்பெற்றுள்ள 'வாயின் சிவப்பை விழிவாங்க, செக்கச் சிவந்த கழுநீரும்' போன்ற வரிகளை இரசிக்கலாம்.

பெண்ணின் அவயங்களுக்கு அவர் எழுதியுள்ள மிகைக் கற்பனைகளில் கவரப்பட்ட கண்ணதாசன், அப்பகுதிக்கு மட்டும் உரையெழுதியிருக்கிறார். கணவன் உயிரைத் தரை தாங்குவதற்குள், தான் தாங்கிக்கொள்வதில் மனைவியாகிய அவளுக்கு வானுலகத்தில் பிரத்யேக இடம் கிடைக்குமென்று எழுதியிருப்பதை இன்றைய இலக்கிய வாசகர்கள் ஏற்பதற்கு வழியில்லை. கணவனுக்காக முன்னமே உயிரைவிட்டு, ஆகாயத்தில் அவனுக்காகக் காத்திருக்கிறாள் என்பவை பதிவிரதா தர்மத்தை வலியுறுத்துவது.

அதைவிட, தனக்கு முன்னே கணவன் வானுலகிற்குப் போனால் அங்கே உள்ளே தேவியர்கள் அவனைக் கவர்ந்து காதலிக்கத் தொடங்கிவிடும் ஆபத்திருப்பதால் அவனுக்கு முன்னே மரித்துப்போக எண்ணுகிறாள் என்றும் செயங்கொண்டார் எழுதி வைத்திருக்கிறார். 'மத்த யானையின் கரம் / சுருண்டு வீழ வன்சரம் / தைத்த போழ்தின் அக்கரங்கள் / சக்கரங்கள் ஒக்குமே' என்றும், 'வெங்க ளிற்றின் மத்த கத்தின் / வீழு முத்து வீரமா / மங்கை யர்க்கு மங்கலப் / பொரி சொரிந்த தொக்குமே' என்றும் வரக்கூடிய இடங்களில் ஒத்திசையும் ஓசை நயத்திற்காக உள்வாங்கலாம். ஆயிரம் யானைகளைக் கொன்றவனைப் புகழ்ந்த ஒரு

புலவர், பொற்தேங்காயைப் பெற்றுச் சுகபோக வாழ்வை வாழ்ந்துவிட்டுப் போயிருக்கிறார். ஆனால், அதே மரபில் வந்த இன்னொரு புலவன், ஆயிரம் கவிதைகளை எழுதி ஒரே ஒரு தேங்காயை அன்பின் நிமித்தம் கொடுத்த குற்றத்திற்காகத் திருவல்லிக்கேணி பார்த்தசாரதி கோவில் யானையால் அல்லோலகல்லோலப் பட்டுச் செத்திருக்கிறான். செத்தவனின் பெயர் பாரதி என்பது சின்னப் பிள்ளைக்குக்கூடத் தெரியும்.

அதிவிசேஷ வண்ணத்துப்பூச்சி

மூன்று வரியோ முப்பது வரியோ ஒரு நல்ல கவிதை எனில் அது, வரிகளின் கணக்கை வைத்து வரையறுக்கப்படுவதில்லை. வார்த்தைகள் அமைக்கப்பட்டுள்ள வரிசையோ, மடக்கியும் நீட்டியும் எழுதப்பட்டுள்ள வாக்கியங்களோகூட அதற்கு முக்கியமில்லை. ஒரு நல்ல கவிதை, தன்னளவில் சுயத்துடன் வெளிப்படுவது. சுண்டியிழுக்கும் சொற்செட்டுகளைத் தாண்டியும் சுதந்திர மனநிலையைப் பிரதிபலிப்பது. அத்துடன் அது, கண்ணுக்குப் புலப்படாத விஷயத்தையும் கடினமில்லாமல் காணத் தருவது.

அப்படி ஒரு கவிதையைப் பூஸன் எழுதியிருக்கிறார். ஜென் முன்னோடிகளில் அவரும் ஒருவர். அவருடைய 'ஆழ்ந்து உறங்குகிறது / ஆலயமணியின் மேல் / வண்ணத்துப்பூச்சி' என்கிற கவிதை, பதினெட்டாம் நூற்றாண்டைச் சேர்ந்தது. எண்பதுகளின் பிற்பகுதியில் வெளிவந்த தி.லீலாவதியின் 'ஜப்பானிய ஹைகூ' நூலின் மூலமே எனக்கு அது அறிமுகம். தொடக்கத்தில் ஹைகூக்களை ஏற்பதில் தமிழ்ச் சமூகத்திற்கு இருந்த தயக்கத்தைப் போக்கியதில் அந்நூலுக்கு அதிகப் பங்குண்டு. சம்பந்தமில்லாத இரண்டு படிமங்களை

உருவாக்கி, அந்த இரண்டிற்குமான அந்தரங்க உறவைப் புலப்படுத்துவதே ஹைகூக்களின் முயற்சி. சம்பந்தமில்லாத மூன்று வரிகளுக்கும் ஏதோ ஒரு தொடர்ச்சியிருப்பதை உணரும் தருணத்தில் உண்டாகும் பிரமிப்பும் பரவசமும் சொல்லில் அடங்காதவை. பூஸனின் கவிதையை முதலில் வாசிக்கையில் எனக்கேற்பட்ட எல்லையற்ற சந்தோசத்தைத் தற்போது நினைத்துக்கொள்கிறேன். இணைத்து, அதிலிருந்து ஓர் உள்ளத்தில் ஒளியேற்றிய ஒரு காட்சியை அல்லது நிகழ்வை அப்படியே அதை வாசிப்பவனுக்குக் கடத்தும் ஹைகூவை, ஜென் தத்துவக் கோட்பாட்டின் இலக்கிய வடிவம் எனலாம்.

ஹைகூவின் வடிவம்தான் தமிழுக்குப் புதிதே தவிர, அது உள்ளடக்கிய தத்துவமோ சொல்முறையோ புதிதில்லை. பருவநிலை மாற்றங்களையும், அந்த மாற்றங்கள் மனத்தில் ஏற்படுத்தும் பாதிப்புகளையும் சங்கப்பாடல்களும் தராமலில்லை. சிறிது, பெரிது என்கிற வித்தியாசத்தை விட்டொழித்து, பிரபஞ்சத்திலுள்ள அனைத்துப் பொருள்களுக்கும் உயிர்களுக்கும் ஒரே மதிப்பை வழங்கவே ஹைகூ எண்ணுகிறது. ஒவ்வொன்றும் ஒரே மூலத்திலிருந்து பிறந்தவை என்பதால் எல்லாப் படைப்புகளையும் சகோதர உறவுடன் அது தரிசிக்கிறது.

உயிருள்ள வண்ணத்துப்பூச்சி, உயிரற்ற கோயில்மணிமேல் உறங்கினாலும், அவை இரண்டிற்கும் இடையே ஓர் உறவிருக்கிறது. அந்த உறவுதான் கனவிற்கும் விழிப்பிற்குமான இடைவெளியை நிரப்புகிறது. ‘உறங்குவது போலுஞ் சாக்காடு’ என அறிவித்த வள்ளுவரின் வார்த்தைகளுக்குச் சற்றும் குறைவில்லாதவையே பூஸனின் சொற்கள். உறங்குவது போல மரணம், எழுவதுபோலப் பிறப்பு. இரண்டிற்கும் நடுவே நிகழ்வன அனைத்தும் கனவுகளைப் போன்றவை அல்லது கலைந்துவிடக் கூடியவை.

இந்த இரண்டே வரியில் வாழ்வின் சகலத்தையும் வள்ளுவர் சொல்லி முடிக்கிறார். அதேபோல, பூஸனுக்கும் வாழ்வையோ நிலையாமையையோ சொல்ல இரண்டு வரிகளுக்குமேல், இரண்டு படிமங்களுக்குமேல் தேவைப்படவில்லை. ஒரு கோயில் மணியின் அசைவில் வாழ்வின் அசைவற்றத் தன்மையைப் பூஸன் வேண்டுகிறார். ஓவியராகவும்

அறியப்பட்ட பூஸன், வார்த்தைகளில் தீட்டும் வண்ணங்களே கவிதைகளாகப் பிறந்துள்ளன. மோரிடாகே என்கிற இன்னொரு ஜென் கவிஞர் ‘வீழ்ந்த மலர் / கிளைக்குத் திரும்புகிறதா? / வண்ணத்துப்பூச்சி’ என்றிருக்கிறார். உதிர்ந்துவிட்ட பூவின் காம்புகளில் ஒரு வண்ணத்துப்பூச்சி அமர்ந்துள்ளதாக அமைந்த கற்பனையில் நம்பிக்கை துளிர்விடுகிறது.

ஹைகூக் கவிதைகளின் தந்தை என மதிக்கப்படும் பாஷோ தன் பங்கிற்கு ‘மணியோசைக்குப் பின் அமைதி / மலர்களின் ஓசை / சுகந்த ஓசை’ என்று சிந்தித்திருக்கிறார். கோயில்மணியும் வண்ணத்துப்பூச்சியும் அழகழகான படிமங்களாக என்னுள் இறங்க, அவற்றின் சகோதர உறவுடைய தமிழ்க் கவிதைகள் நினைவுக்கு வந்தன. உண்மையில் ஒரு கவிதை பிடிப்பதற்கும், பிடிக்காமல் போவதற்கும் எத்தனையோ காரணங்கள் இருக்கின்றன.

கோயில்மணிமேல் உறங்கும் வண்ணத்துப்பூச்சி எனும் சித்திரம், பார்க்க இயல்பானதுபோல் தோன்றினாலும், அது தரும் பதற்றம் இதயத்தைக் குடைகிறது. எப்போது வேண்டுமானாலும் அக்கோயில் மணி அடிக்கப்படலாமென்னும் எதிர்பார்ப்பே அக்கவிதையின் மையம். அந்த மையத்தைச் சுற்றிச் சுழலும் எண்ணங்கள், வாழ்வின் சந்தேகங்களைத் தீர்க்கின்றன. ஒரு கவிதை ஆழமாக நம்மைப் பாதிக்க எத்தனையோ காரணங்கள் உண்டு. அவற்றில் மிக முக்கியமானது அது, நம்முடைய நிலப்பரப்புக்கும் நித்திய உணர்வுகளுக்கும் நெருக்கமாக அமைவது.

பூஸனின் கவிதையிலும் பாஷோவின் கவிதையிலும் இடம்பெற்றுள்ள கோயில்மணியும் வண்ணத்துப்பூச்சியும் நம்முடைய தமிழிலக்கிய நெடும்பரப்பிலும் பல இடங்களில் தென்படுகின்றன. ‘சிகண்டி பூரணம்’ எனச் சித்தர்களால் அழைக்கப்பட்ட சிதம்பரம் கோயில் மணி, தெய்வீக ஒலியெழுப்பித் தியானத்தின் ஆழ்நிலையைத் தொட உதவுகிறது என்கிறார்கள். இரண்டு மணிகளிலும் இருந்து எழும் ஓசைகள், ஒன்றாகக் கேட்கத் தொடங்கினால் அதுவே உச்சம் எனவும் நம்புகிறார்கள். சிதம்பர சிகண்டி பூரணமணியே வள்ளலாரின் ஆன்மிக வாழ்விற்கான அருளை நல்கியதாகவும் எங்கேயோ படித்திருக்கிறேன். அவருடைய ‘வாடுத நீக்கிய

மணிமன்றிடையே / ஆடுதல் வல்ல அருட்பெருஞ்சோதி' என்ற அகவல் குறித்துப் பின்னர் பார்க்கலாம். வெறுமனே ஒரு கவிதையோ ஒரு சொற்றொடரோ நம்மை ஆட்கொள்வதில்லை. ஒன்றுக்கும் மேற்பட்ட சித்திரங்களும் சிந்தனைகளும் உள்ளே இருந்து ஊக்குவதால் மட்டுமே பிடிக்கிறது. சூசுகி, பாஷோ, ராய்ஸான், பூஸன், ஸாய்காகு, இஸ்ஸா போன்றோரின் ஜென் மனநிலையை உள்வாங்குவது அத்தனை எளிதன்று.

பாழடைந்த கோயில்மணியையும் படுத்துறங்கும் வண்ணத்துப்பூச்சியையும் நாமும் கண்டிருக்கிறோம். என்றாலும், அவை இரண்டையும் இணைத்துப் பார்க்க நாம் எண்ணியதில்லை. ஓர் இணைப்பில் ஓராயிரம் சிந்தனைகளை, சிறகுகளைத் தோற்றுவிக்க முயன்றதில்லை. அங்கேதான் பூஸனின், பாஷோவின் தனித்துவங்கள் மிளிர்கின்றன. மூன்றே வரிகளில் முழுமையான தியானத்தை அவர்களால் நிகழ்த்த முடிகிறது.

ஜென் என்பது தியானத்தின் மாற்றுச் சொல். முன்பின் யோசனைகளைத் தவிர்த்து, அந்தந்த விநாடிக்குரிய அனுபவங்களை அப்படியே பகிர்வதுதான் அதன் அடிப்படை. மேலதிக விளக்கங்களைத் தரலாமென்றாலும், விளக்கங்களிலிருந்து வெளியேற்றுவதே ஜென்னின் நோக்கமென்பதால் விட்டுவிடுகிறேன். ஒரு காட்சியைச் சொல்லி, அக்காட்சியின் வழியே நம்மை ஒருமுகப்படுத்தவே ஜென் முயல்கிறது.

கத்தோரியும், கோனும் ஜென்னின் சாராம்சமாக இருப்பவை. 'கத்தோரி' என்றால் புதிய கோணத்திலிருந்து பார்ப்பது. 'கோன்' என்பது மனத்தின் எல்லா இரகசியங்களும் புலனாகிய நிலை. தான் அறிந்த ஒரு காட்சியைப் பூஸன் காண்பிக்க, அக்காட்சி நம்முள் வெவ்வேறு தோற்றங்களையும் கோணங்களையும் உண்டாக்குகிறது. பூஸனின் கோணத்திலிருந்து பார்ப்பது ஒருவகை. அதற்கு எதிரிலிருந்து பார்ப்பது இன்னொரு வகை. கோயில் மணி என்றவுடனே நம்முள் தாமாக ஓர் ஓசை எழுகிறது. அந்த ஓசை, இரு கை ஓசையல்ல. ஒரு கை ஓசை. ஒருகையால் ஓசையை உண்டாக்க முடியாதென்று எண்ணுகிறோம். ஜென்னோ திரும்பத் திரும்ப ஒரு கை ஓசையை, உணர்விலிருந்து கிளர்த்த நிர்ப்பந்திக்கிறது.

முக்காரி எனும் பெயருடைய ஜென்குரு புத்தக் கோயிலில் அமர்ந்திருக்கிறார். அப்போது அவரைச் சந்திக்க தோயோ என்கிற சிறுவன் வருகிறான். சிறுவன் கோயிலுக்கு வந்த சமயத்தில், அவர் தன்னுடைய சீடர்களுக்குக் கோன் பயிற்சியை வழங்கிக் கொண்டிருக்கிறார். வாசலில் நின்றிருந்த சிறுவன், பொறுக்க முடியாமல் ஆலயமணியை அடித்துத் தன்னுடைய வருகையைத் தெரிவிக்கிறான். வெளியே வந்த முக்காரி, 'என்ன வேண்டும்' என்கிறார்.

அதற்கு அந்தச் சிறுவன் நானும் பயிற்சி எடுத்துக்கொள்ள விரும்புகிறேன் என்கிறான். 'அப்படியா' எனக் கேட்ட குரு, 'எப்போது உன்னால் ஒரு கையால் ஓசையெழுப்ப முடிகிறதோ அப்போது வந்து என்னைப் பார்' என்று சொல்லிவிட்டுப் போய்விடுகிறார். முக்காரி என்ற ஜப்பானிய சொல்லுக்கு 'நிசப்த இடி' என்பதே பொருள். தோயோவுக்கு எப்படியாவது ஒரு கை ஓசையைக் கற்றுத் தேர்ந்து பயிற்சியில் சேர வேண்டும் என்பதே குறி. குறியே ஒரு கட்டத்தில் வெறியாக மாறியது. கேட்கும் ஓசைகளை எல்லாம் ஒருகை ஓசையாகக் கற்பனை செய்கிறான்.

நடனக்காரிகளின் இசையை, துளிநீர்ச் சொட்டுகளின் ஓசையை, ஓர் ஆந்தை அலறுவதை, காற்று ஊளையிடுவதை என ஒவ்வொன்றாக ஆராய்ந்து இறுதியில் ஆழ்நிலைக்குப் போய்விடுகிறான். தியானத்தின் ஆழ்நிலையில் அவனுக்கு ஓர் ஓசை கேட்கிறது. அதன்பிறகு அவனுக்குக் குருவோ கோன் பயிற்சியோ அவசியமில்லை எனப் பட்டுவிட்டது. சரியான ஓசையைக் கண்டடைய வேண்டுமானால், ஓசையற்ற பிரதேசத்திற்குள் புகுவது தக்கதல்ல. மாறாக, ஓசைகள் நிறைந்த பகுதியிலிருந்து நம்மை நாமே தனியாக விடுவிக்கப் பயில வேண்டும். விசித்திரமாகவும் விநோதமாகவும் தோன்றலாம். ஆனால், பெரும்பாலும் உண்மையும் கவித்துவமும் அப்படித்தானே?

ஒன்றின் மதிப்பை இன்னொன்றின் மதிப்பை வைத்துக் கணக்கிடுவதில் இருந்து எப்போது விடுபடுகிறோமோ அப்போதுதான் நாம் நம்முடைய மதிப்பை உணர முடியும். எதார்த்தத்தில் எல்லாருக்கும் அது சாத்தியமா எனக் கேட்கலாம். சாத்தியப்படுத்துபவர்க்கே ஜென் வாய்க்கும்.

ஓஷோ, 'புல் தானாகவே வளர்கிறது' நூலில் ஜென் குறித்து விரிவாகப் பேசியிருக்கிறார். ஜென் மனநிலையைக் கதைகளின் வழியே அவர் கற்பிக்கவில்லை. கற்பித்தலின் மூல வடிவான உணர்தலை மேற்கொண்டிருக்கிறார். அதில் ஒரு கதை, உயிர்களுக்கும் பொருள்களுக்கும் உண்டாகும் மதிப்பைப் பற்றியது. அங்கீகாரமும் புறக்கணிப்பும் எங்கிருந்து தொடங்குகின்றன என்பதும்கூட. ஒரு சீடன் ஒரு ஜென் குருவைச் சதா தொந்தரவு செய்கிறான். காத்திருந்து ஞானத்தைப் பெறவேண்டிய அவன், அதற்கான பொறுமையில்லாமல் அவசரப்படுவதை அவர் கவனிக்கிறார்.

அதுமட்டுமன்று, ஞானத்தைப் பெறுவதைவிட அவனுடைய ஆர்வம் முழுவதும் அதன் இரகசியங்களையும் வழிகளையும் தெரிந்துகொள்வதில் மையமிட்டுள்ளதை ஊகிக்கிறார். எத்தனையோ விதங்களில் அவர் எடுத்துக்கூறியும் அவன் கேட்பதாக இல்லை. ஒரு கட்டத்தில் குருவுக்குச் சீடனால் ஏற்படும் நெருக்கடிகளைத் தாங்க முடியாமல் போகிறது. எப்படியாவது அவனுக்கு ஓர் உண்மையை உணர்த்த விரும்பிய அவர், ஓர் அழகான பெரிய கல்லைக் கொடுத்து அதைச் 'சந்தையில் போய் விற்றுவிட்டு வா' என்கிறார். அவனும் அக்கல்லை வாங்கிக்கொண்டு கிளம்புகிறான்.

அப்போது 'கல்லை உண்மையிலேயே விற்றுவிடாதே. விற்பதுபோல நடி. பலபேரைச் சந்தித்து அவர்களைக் கவனித்துவிட்டு வா' என்கிறார். அவனும் கல்லை எடுத்துக்கொண்டு முதலில் காய்கறிச் சந்தைக்குப் போகிறான். அங்கே அக்கல்லை வாங்க முனைந்தவர்கள், வெறும் எடைக்கல்லாக நினைத்து, மிகமிகக் குறைந்த விலைக்குக் கேட்கிறார்கள். சீடன் உடனே குருவிடம் திரும்பிவந்து 'இந்தக் கல் பத்துப்பைசாவுக்குமேல் போகாதுபோல் தெரிகிறது' என்கிறான். மெல்லிய சிரிப்புடன் சீடனைப் பார்த்த குரு 'ஓ, அப்படியா.. அப்படியானால் இந்தக் கல்லை ஒரு தங்கம் விற்கும் இடத்திற்குக் கொண்டுபோய் விற்க முயல்' என்கிறார்.

அவனும் எடுத்துக்கொண்டு போகிறான். போனால் அங்கே அந்தக் கல்லை இராசிக்கல்லாக மதித்து, ஆயிரம் ரூபாய்க்குக் கேட்கிறார்கள். பத்துப் பைசாவிலிருந்த கல்லின் மதிப்பு, ஆயிரம் ரூபாயாக மாறிவிடுகிறது. மகிழ்ச்சி பொங்கத்

திரும்பி வந்த சீடன் அதை அவரிடம் ஆச்சரியத்துடன் சொல்கிறான். அவரோ அப்போதும் அதே மாதிரியான சிரிப்பை உதிர்த்துவிட்டு, 'இதே கல்லை வைரம் விற்கும் இடத்திற்குக் கொண்டுபோனால் இலட்சத்திற்குமேல் விலை வைப்பார்கள். விற்கச் சம்மதமில்லை என்று சொன்னால் அதையே கோடி ரூபாய்க்குத் தருகிறாயா என்பார்கள். இதுதான் இயல்பு. இந்த இயல்புடன்தான் நீயுமிருக்கிறாய். ஞானத்தின் இரகசியங்களையும் வழிகளையும்விட அதன் மதிப்பு உயர்ந்தது. எனவே, நீ உனக்கான காலமும் ஞானமும் வரும்வரை காத்திரு' என்கிறார்.

நூலின் பிற்பகுதியில் ஜென் முன்னோடிகளான 'இக்குயு'வும் 'நினாகாவா'வும் சந்தித்துக்கொண்டதை விவரித்திருக்கிறார். ஒரு குருவும் ஒரு சீடனும் உள்ளார்ந்து இணைந்தே உள்ளனர் என்பதை ஓஷோவின் வார்த்தைகளில் வாசிக்க வேண்டும். இக்குயுவிடம் சீடனாக விரும்பிய நினாகாவா, தன்னிடமிருந்து வெளிப்பட்ட உண்மைகளை மட்டுமே பேசுகிறார். குருவை ஈர்க்க வேண்டும் என்றெண்ணிக் கூடுதலாக எதையுமே பேசுவதில்லை. பூஸனும் பாஷோவும் தம் கவிதைகளிலும் அதைத்தான் செய்திருக்கின்றனர். கண்டதை அப்படியே தருகிறார்கள். அது விளைவிக்கப்போகும் அதிர்வுகளை, அசைவுகளைப் பற்றி அவர்களுக்கு அக்கறையில்லை.

வார்த்தைகளின் வரிசையைக் கவனித்தாலும், கவனிக்காவிட்டாலும் அக்காட்சியை நம்மால் உணர முடிகிறது. உண்மையில், ஒரு வண்ணத்துப்பூச்சி, ஆழ்ந்து உறங்குகிறதா, அரைகுறையாக உறங்குகிறதா என்பதைப் பூஸனின் கண்களில் பார்க்காமல் புரியாது. அறிந்த கோணத்திலிருந்து அறியாத கோணத்திற்கு அழைத்துப்போவதே ஜென்னின் உள்ளீடு. ஒரு காட்சியில் ஒன்றுக்கும் மேலான கோணத்தைப் பார்ப்பதில் உண்டாகும் ஆனந்தம் இருக்கிறதே அதைச் சொற்களால் விவரிக்க முடியாது.

இதே கவிதையைக் 'கூழாங்கற்கள் பாடுகின்றன' நூலில் எழுத்தாளர் எஸ்.ராமகிருஷ்ணனும் பார்த்திருக்கிறார். ஆனால், அவருடைய கோணம் முற்றிலும் வேறானது. அவர், உறக்கத்தை உலகியல் பற்றாகவும், மணியோசையை விழிப்பின் அடையாளமாகவும் கண்டிருக்கிறார். அவரவரின்

விருப்பத்திற்கும் தேவைக்கும் ஏற்பப் புரிந்துகொள்ள வழிவகுக்கும் படைப்பே ஆகச்சிறந்தது. எதுவுமே புரியவில்லை என்பதும்கூட ஜென்னிற்குள் வருவதுதான். தத்துவ நூல்களில் தோய்ந்த கி.அ.சச்சிதானந்தம் ஒரு கட்டுரையில் சொல்வதுபோல 'வாழ்க்கை ஊற்றில் சுரக்கும் நீரை அங்கேயே நாம் குடிக்கும்படி செய்வதுதான் ஜென்' என்பது. அது, ஒருவன் தன் இயல்பைத் தானே பார்க்கும் கலை.

எங்கோ ஜப்பானின் ஓர் உள்ளடங்கிய கிராமத்தில் 1716இல் பிறந்த பூஸனுக்கு, அதற்கும் பல நூற்றாண்டுகளுக்கு முன்னே பிறந்த நம்முடைய குறுங்குடி மருதனாரைத் தெரிந்திருக்க வாய்ப்பில்லை. ஆனால், இருவருமே மணியின் ஓசையைக் கேட்டிருக்கிறார்கள். ஓசைகளின் உட்பொருளை உணர்ந்திருக்கிறார்கள்.

எனக்கோ தேரின் மணியோசையை நிறுத்திய குறுங்குடியாரும், கோயில் மணிமேல் வண்ணத்துப்பூச்சியைத் தூங்க வைத்த பூஸனும் ஒன்றாகவே தெரிகிறார்கள். அகநானூற்றின் நான்காவது பாடல் குறுங்குடி மருதனாருடையது. 'முல்லை வைந்நுனை தோன்ற இல்லமொடு' எனத் தொடங்கும் அப்பாடலில் 'மணிநா ஆர்த்த மாண்வினைத் தேரன்' என்னும் வரி முதன்மையானது. பொருள்தேட இல்லம் நீங்கிய தலைவன், கார்காலத்தில் வீடு திரும்ப எண்ணுகிறான். நீரும் நிலமும் கூடி மகிழும் மழைக்காலத்தைக் கண்டதும், அவனுக்குத் தலைவியின் நினைவு வந்துவிடுகிறது. தேர்ப்பாகனை அழைத்துக் கிளம்புவதற்கான ஏற்பாடுகளைச் செய்யச் சொல்கிறான்.

பாகனும் தேரை அலங்கரித்துக் குதிரைகளைக் குளிப்பாட்டிப் பயணத்திற்குத் தயாராகிறான். தேர் தயாரானதும் ஏற வந்த தலைவன் பாகனைப் பார்த்து 'வேகமாகச் செல்ல வேண்டும் என்பதற்காகக் குதிரைகளின் கடிவாளக் கயிறுகளை இறுக்காதே. யாழ் நரம்பை மீட்டுவதுபோல மிக மென்மையாகப் பிடித்துவிட்டால் போதும்' என்கிறான். கயிற்றை நரம்பாக மீட்டுதல் என்கிற பதத்திற்காகவே மருதனார் மீது மதிப்பு கூடுகிறது. கடிவாளக் கயிறை இறுக்கும்போது குதிரைகளின் கழுத்து படும்பாட்டை, உயிர்வாதையை அவர் எங்கோ

கவனித்திருக்கிறார். தலைவன் அத்துடன் விட்டிருந்தால் பரவாயில்லை. மேலும் அவன், 'தேரின் அசைவில் ஒலியெழுப்பும் மணியின் நாவையும் கட்டிவிடு' என்கிறான். தலைவியின் அகத்தையும் முகத்தையும் பார்க்க ஆசைப்படும் ஒருவன், குதிரைகளை விரைந்து ஓட்டச் சொல்வானென்றே பாகன் எதிர்பார்த்தான். ஆனால் தலைவனோ இழுத்துப்பிடிக்க வேண்டிய கயிற்றை நெகிழவிடவும், நெகிழ்ந்தாடும் மணியின் நாவை இழுத்துக் கட்டவும் சொல்கிறான்.

வெகுகாலம் தலைவனுடன் இருந்த பாகனுக்கு விஷயம் புரியவில்லை. காதல் மயக்கத்தில் சொல்லும் செயலும் மாறிவிட்டனவோ என யோசித்தபடி அதைத் தலைவனிடமே கேட்டுவிடுகிறான். அதற்குத் தலைவன் 'கார்காலத்தை எல்லா உயிரினங்களும் கொண்டாடுகின்றன. வண்டுகள் தம் மலர்ப்படுக்கையில் காதலியைக் கூடிக் களிக்கின்றன. அப்படி அன்பையும் அழகையும் பகிர்ந்து, மகிழ்ச்சியில் தள்ளாடும் வண்டுகள், நம்முடைய தேரின் மணி ஓசையில் துணுக்குற்றுப் பிரிந்துவிடுமே என்பதால்தான் மணியின் நாவைக் கட்டச் சொன்னேன்' என்கிறான்.

பதிலைப் பெற்ற பாகனுக்கு இன்னொரு கேள்வி தொக்கியிருக்கிறது. அது, 'எத்தனை நெகிழ்வாகக் குதிரைகளின் கடிவாளக் கயிற்றை விட்டாலும், அதன் குளம்படி ஓசைகள், இணைந்திருக்கும் வண்டுகளுக்கு இடையூறு செய்யாதா' என்பது. அதற்கும் தலைவனிடம் பதிலுண்டு. பாகனின் கேள்வியை இரசித்த தலைவன் 'குதிரைகளின் ஓசை காட்டிற்கும் வண்டுகளுக்கும் பழக்கமானது. எனவே, பழக்கப்பட்ட ஓசை பயத்தையும் பிரிவையும் தருவதில்லை' என்கிறான்.

வண்டுகளின் காதலையும் மதிக்கத் தெரிந்தவனே தலைவன் என்பதும், அப்படியான சமூகமே நம்முடையதென்பதையும் குறுங்குடி மருதனார் சிந்தித்திருக்கிறார். வண்ணத்துப்பூச்சி உறங்கிய கோயில் மணியைப் பூஸன் காட்டினாரென்றால், வண்ணத்துப்பூச்சி உள்ளிட்ட வண்டுகள் நிமித்தம் மணியின் நாவை நிறுத்திய தலைவனை மருதனார் காட்டியிருக்கிறார். ஒருசிலர் அடிக்கடி உளறுவதைப்போலத் தமிழர்கள் தாழ்வுணர்ச்சி கொண்டவர்களல்லர். உயிரிரக்கத்தின் உன்னதம்

புரிந்தவர்கள். பண்பாட்டின் வழியே படைப்புகளைச் சமைத்து உயிர்கள் பசியாற ஒப்படைப்பவர்கள். தன்முனைப்பை எவன் அறுக்கிறானோ அவனே எழுத்தாளன். உலகப் புகழ்பெற்ற கவிஞர் கோலரிட்ஜ் இறந்தபோது நாற்பதினாயிரம் கவிதைகள் முடிக்கப்படாமல் இருந்தனவாம். பாதிப்பாதியாக நாற்பதினாயிரம் கவிதைகள். எனில், அவர் முடித்த கவிதைகள் எத்தனை ஆயிரத்தைத் தொடும்? கோலரிட்ஜிடம் அவர் மரணத்திற்குமுன் அதுபற்றிக் கேட்டிருக்கிறார்கள்.

அதற்கு அவர் 'என்னால் எப்படி முடிக்க முடியும்?. நான் அவற்றை எழுதவே இல்லை. அவை தாமாக வந்தவை. அவை நின்றால் நின்றுவிடும். வந்தால் வந்துவிடும். ஒன்றுமற்ற நீலவானத்திலிருந்து அவை வந்தன. எனவே, மறுபடியும் அவற்றின் தொடர்ச்சி வந்தால்தான் என்னால் முடிக்க முடியும்' என்றிருக்கிறார்.

அவரே ஒருமுறை 'சாதாரணத்திற்கு மேலான உணர்ச்சியும், சாதாரணத்திற்கு மேலான ஒழுங்கும் கலந்து வெளிப்படுவதே கவிதை' எனத் தெரிவித்திருக்கிறார். ஒழுங்கும் உணர்ச்சியும் கலந்த மருதனாரும் பூஸனும்கூடத் தம் கவிதைகளை எங்கிருந்தோ பெற்றதுபோல்தான் எனக்குத் தோன்றும். ஒரே வேர் இரண்டு மாபெரும் பிரதேசத்தில் காலங்கள் முன்பின்னாக மாறி முளைவிட்டிருக்கிறது. ஒரு கற்பனையை எந்த அளவுக்குப் பண்பாட்டுடன் இணைத்துச் சொல்ல முடியுமோ அந்த அளவுக்கு இணைத்து யோசிக்கக் குறுங்குடி மருதனார் முயன்றிருக்கிறார்.

நடிகர் மோகனும் பூர்ணிமாவும் நடித்த 'பயணங்கள் முடிவதில்லை' திரைப்படத்தில் இடம்பெற்ற 'மணி ஓசை கேட்டு எழுந்து' பாடலை, குறுங்குடி மருதனாரின் மணிநா ஆர்த்த மாண்வினைத் தேரனுடன் ஒருமுறை பொருத்திப் பார்த்தேன். கவிதைவேறு, திரைப்பாடல் வேறு என்று எண்ணுபவர்கள் இந்தப் பொருத்தப்பாட்டைத் தள்ளலாம். எனக்கு இரண்டிலும் தென்படும் நல்ல அம்சங்களைச் சொல்வதில் தடையோ தயக்கமோ கொஞ்சமுமில்லை. இரண்டு படிமங்களை இணைத்து ஓர் அற்புதத்தை உணர ஜென் உதவுவதைப் போல, இரண்டு தனித்தனிச் செயல்பாட்டை ஒன்றாக்கிப் பார்ப்பதில் ஒரு தவறும் இல்லை. காட்சிக்கும்

சூழலுக்கும் தக்கபடி அப்பாடலை எழுதியுள்ள முத்துலிங்கம், என் ஆசான்களில் ஒருவர். திரைப்பாடல் சந்தங்களில் சங்கத் தமிழையும் கலந்து தர அவரால் முடியும். மணி ஓசை கேட்டு எழுந்து பாடலில், அவருக்கே உரியவிதத்தில் ‘மணிவாசல்’ என்றோர் அழகிய சொல்லை அளித்திருக்கிறார். வண்ணத்துப்பூச்சிகளாகக் காதலில் சுற்றித் திரிந்த இருவர், கால ஓட்டத்தில் பிரிகிறார்கள்.

உயிரைக் கொல்லும் நோய் தனக்கு வந்துவிட்டதால் அதைக் காதலிக்குத் தெரியாமல் மறைக்கும் காதலன், கண்ணீர் மல்கப் பாடுகிறான். ‘மணி ஓசை கேட்டு எழுந்து / நெஞ்சில் ஆசை கோடி சுமந்து / திருத்தேரில் நானும் அமர்ந்து / ஒரு கோயில் சேர்ந்த பொழுது / அந்தக் கோயிலின் மணி வாசலை / இங்கு மூடுதல் முறையோ?’ என்னும் பல்லவி, முத்துலிங்கத்தின் பல்லாண்டுக் காலப் பாட்டு அனுபவத்தில் விளைந்தது. தமிழிலக்கியம் தொன்று தொட்டுக் கட்டமைத்துள்ள நுண்ணுணர்வுகளின் நீட்சியே அப்பாடல். எளிய சொற்களை வைத்துக்கொண்டு முந்தைக்கும் முந்தைய ஓர் உணர்வை முத்துலிங்கம் தொடர்ந்திருக்கிறார்.

அதே கோயில் மணியைச் சிவவாக்கியர் 34ஆம் பாடல் ‘மாறுபட்ட மணி துலக்கி / வண்டின் எச்சில் கொண்டுபோய் / ஊறுபட்ட கல்லின்மீதே / ஊற்றுகின்ற மூடரே’ என்கிறார். அதாவது, ‘பல்வேறு உலோகங்களின் கலப்பில் செய்யப்பட்ட மணியை இசைப்பதாலோ உளிகளின் உதவியால் செதுக்கப்பட்ட கல்மீது வண்டின் எச்சிலான தேனை ஊற்றுவதாலோ ஒரு பயனும் இல்லை’ என்பதுதான் அப்பாடலின் உட்பொருள்.

பூசைகளிலும் சடங்குகளிலும் கவனத்தைச் செலுத்தாமல் உள்ளே இருக்கும் ஈசனைத் தியானித்துக் கண்டடையுங்கள் என்றே அவர் சொல்ல வருகிறார். இடைக்காலப் பக்தியிலக்கியத்தின் ஆன்மிக அரசியல், இன்றும் விவாதங்களுடன் தொடர்வதைக் காணலாம். நாத்திகவாதத்தை முன்வைக்கும் பலர், சித்தர்களின் குரலைச் சனாதன எதிர்ப்பாக வைப்பதுண்டு. என்றாலும், சித்தர் மரபில் ஊறித் திளைத்த மீ.ப.சோமு போன்றவர்கள் அதை ஏற்பதில்லை. எனக்குச் சித்தர்களின் சொல்லாட்சிகளை அப்படிப் பிடிக்கும். ஓசை ஒழுங்குகள் கெடாமல் அவர்கள்

வார்த்துத்தரும் உவமைகள், வழக்கத்திற்கு மாறான வசீகரத் தோற்றமுடையவை. 'கண்ணம்மா கண்ணம்மா / அழகுப் பூஞ்சிலை' என்கிற என்னுடைய 'றெக்க' திரைப்பாடல், அழுகுணிச் சித்தரால் அருளப்பட்டதென்று சொன்னால் ஆச்சர்யம் அளிக்கலாம். ஆச்சர்யங்கள் உண்மையானவை என்பது பெரிதல்ல. உண்மைகள் ஆச்சர்யமளிக்கின்றனவே அதுதான் செய்தி.

சிவவாக்கியர், 'தேனை வண்டுகளின் எச்சில்' என்றிருக்கிறார். காதலனோ காதலியோ தம் இணையின் எச்சிலைத் தேனாகக் கருதுவது ஒருபுறமிருக்க, தேனே வண்டுகளின் எச்சிலாக அவருக்குத் தெரிகிறது. 'கன்னத்தில் முத்தமிட்டால் கள்வெறி கொள்ளுதடி' என்பான் பாரதி. கண்ணன் பாட்டில் இன்னும் ஒருபடி மேலே போய் 'தின்னப் பழங்கொண்டு தருவான் / பாதி / தின்கின்ற போதிலே தட்டிப் பறிப்பான் / என்னப்பன் என் ஐயன் என்றால் / அதனை / எச்சிற்படுத்திக் கடித்துக் கொடுப்பான்' என்று மகிழ்ந்திருப்பார்.

உலோக மணிகளை ஒலிப்பதால் இறைவனின் அருள் கிடைக்குமா, கிடைக்காதா என்கிற ஆராய்ச்சிக்குள் நான் போகவில்லை. பூஸனின் மணியோ சித்தரின் மணியோ எதுவானாலும் அது, அசைந்தும் அசையாமலும் அதிர்வுகளை ஏற்படுத்தத் தவறுவதில்லை. கூர்ந்து கவனித்தால் மணி என்னும் சொல், வெவ்வேறு பொருளில் வெவ்வேறு இடங்களில் பயன்படுத்தப்பட்டிருப்பதை அறியலாம். 'மணிநீரும் மண்ணும்' என்று வள்ளுவர் எழுதுவார். அரண் அதிகாரத்தில் வரக்கூடிய அந்த மணி, அகழி என்னும் பொருளைத் தருவது.

ஒரு நாட்டிற்கு அகழி, பரந்த நிலப்பரப்பு, உயர்ந்த மலை, அடர்ந்த காடு ஆகிய நான்குமே அரண் என்கிறார். அதேபோல, 'வாடுதனீக்கிய' மணி மன்றிடையே' என வள்ளலார் குறிப்பிடுவார். அருட்பெருஞ்சோதி அகவலில் வரக்கூடிய வரி அது. 'வாடுதனீக்கிய மணி மன்றிடையே / ஆடுதல் வல்ல அருட்பெருஞ்சோதி' என்பதில் இன்னமும் அவர் வாழ்கிறார். முதலில் அவ்வரிகளில் பொதிந்துள்ள செய்தியோ அர்த்தமோ எனக்குப் பிடிபடவில்லை. ஒருமுறைக்குப் பலமுறை வாசித்த பிறகுதான் 'மணி மன்றிடையே' என்பது, மநுநீதிச் சோழனைப்

பற்றியது எனத் தெரியவந்தது. கன்றைத் தேர்க்காலில் இட்டுக் கொன்றுவிட்ட மகனை, அதே முறையில் பலியிட்டு நீதியை ஓர் அரசன் நிலைநாட்டியதாகச் சொல்லப்படுகிறது. நீதி வழுவாத மன்னர்களும், மாண்புமிக்கவர்களும் இம்மண்ணில் வாழ்ந்தார்கள் என்பதை அக்கதையை வைத்தே காட்டுகிறார்கள். அப்படி ஒரு சம்பவம் நடந்ததா, இல்லையா எனத் தெரியவில்லை. அறத்தை வலியுறுத்தும் எது ஒன்றுக்கும் கல்வெட்டோ ஆதாரங்களோ தேவையில்லை.

சேக்கிழாரின் பெரிய புராணத்திலும் வரக்கூடிய இத்தகவல், வாய்மொழி மரபிலிருந்து பெறப்பட்டிருக்கலாம். எனக்கு ‘மணி மன்றம்’ என்கிற பதமும், ‘ஆடுதல் வல்ல’ என்கிற பிரயோகமும் வள்ளலாரின் உள்ளொளியைக் காட்டியது. ஒளியை வணங்கி, அதன் உட்பொருளைக் காண ஒவ்வொரு நொடியும் ஏங்கிய அவர், மணியின் ஒலியைக் கொண்டுவந்து ஜோதியுடன் இணைத்திருந்தது ஆச்சரியப்படுத்தியது. ஒரே இரவில் எழுதப்பட்டதாகச் சொல்லப்படும் அருட்பெருஞ் சோதி அகவல், தமிழிலக்கியத்தின் மிக நீண்ட பாடல் எனும் பெருமையுடையது.

குறைந்தது மூன்று வரிகளில் அமையப்பெறும் ஆசிரியப் பாவகையில், ஆயிரத்திற்கும் மேற்பட்ட வரிகளை எழுதியவர் வள்ளலார் மட்டுமே. அவருடைய ‘மநுமுறை கண்ட வாசகம்’ உரைநூலில், இறந்துபட்ட கன்றுக்காகத் தேர்க்காலில் மகனை இட்டுக் கொல்லும் மனுநீதிச் சோழன், அந்நிலை தனக்கு நேர என்ன காரணமென யோசிப்பதுபோல ஒரு பகுதி வரும். இப்படிப்பட்ட கொலைப் பாதகத்தைத் தன் மகன் செய்ததற்கு, நான் போன பிறவியில் என்ன பாவம் செய்தேனோ என மன்னன் புலம்புவது போன்ற பகுதி அது.

அதில், ‘நல்லோர் மனத்தை நடுங்கச் செய்தேனோ’ எனத் தொடங்கிப் பலவற்றைப் பட்டியலிட்டிருப்பார். ‘மனமொத்த நட்புக்கு வஞ்சகஞ் செய்தேனோ / குடிவரி யுயர்த்திக் கொள்ளை கொண்டேனோ / ஏழைகள் வயிறு எரியச் செய்தேனோ / தருமம் பாராது தண்டஞ் செய்தேனோ’ எனக் கேள்விமேல் கேள்வியாக அடுக்கியிருப்பார். இன்றைய ஆட்சியாளர்கள் அந்த ஒரு பகுதியை மட்டுமாவது வாசித்துத் தம்மைத் திருத்திக் கொள்ளலாம். சனாதனத்தை வேரறுக்க

எழுந்த வள்ளலாரை, அதைத் தாங்கிப்பிடிப்பவராகக் காட்ட முனைபவர்கள் படிப்பிற்கே எதிரானவர்கள் என்பதைச் சொல்ல வேண்டியதில்லை. அவருக்குமுன் நீண்ட பாடலை எழுதிய மாங்குடி மருதனாரின் மதுரைக்காஞ்சி 782 வரிகளைக் கொண்டிருக்கிறது. வரிகளின் நீளத்தைவிடவும், வள்ளலாரின் ஆற்றலும் ஆன்மிகச் சிந்தனைகளும் அளப்பரியவை. எனக்கு எப்போதெல்லாம் உள்ளத்தில் சோர்வும் சுணக்கமும் ஏற்படுகின்றனவோ அப்போதெல்லாம் வள்ளலாரின் வார்த்தைகள் தேவைப்படும். மெல்லத் தலைவருடி, மேலான ஆறுதலை நல்கும் அவ்வரிகள், ஜோதியின் ரூபங்களை உணர்த்துபவை. தாகித்துத் தளும்பும் இதயத்திற்குத் தனிப்பெருங் கருணையை வழங்குபவை.

சஞ்சலங்களை விலக்கி, சாந்தத்தை உண்டாக்கும் அவ்வரிகளில் கசிந்துருகினால் அதற்குமேல் எதுவுமே தேவையில்லை என்றாகிவிடும். 1596 வரிகளைக் கொண்ட அருட்பெருஞ்சோதி அகவலை, வாயாற உச்சரிக்கையில் வசப்படாதவையெல்லாம் வசப்பட்டன போலிருக்கும். வள்ளலாரின் வாக்கியங்களில் பலகாலம் உழன்று என்னையே நான் இலகுப்படுத்த முயன்ற சந்தர்ப்பத்தில்தான் ‘பாலும் பழமும்’ திரைப்படத்தில் இடம்பெற்ற ‘ஆலயமணியின் ஓசையை நான் கேட்டேன்’ பாடலைக் கேட்க நேர்ந்தது. கேட்ட மாத்திரத்தில் பிடித்துவிடக்கூடிய கண்ணதாசனின் அதி அற்புதமான பாடல்களில் அதுவும் ஒன்று. விஸ்வநாதனும் இராமமூர்த்தியும் இணைந்து படைத்த இசை நிகழ்வு.

பி.சுசீலாவின் குரலில் தென்படும் குழைவைச் சரோஜாதேவியும் தன் பங்கிற்கு இழைத்துக் கொடுத்திருப்பார். ‘ஆலயமணியின் ஓசை’ என்று முதல்வரியை எழுதிய கண்ணதாசன், அடுத்தவரியை `அருள்மொழி கூறும் பறவையின் ஒலி கேட்டேன்’ என்றிருக்கிறார். ஆலயமென்றதுமே அருள் என்று அடுத்தவரி அவருக்குத் தோன்றியிருக்கிறது. அதைவிட, மணியின் ஓசையும், பறவையின் ஒலியும் தலைவன் யாரென்று காட்டுவதாகச் செய்திருக்கும் கற்பனைக்கு விலையே இல்லை.

ஓசையும் ஒலியும் ஒன்றுதான். என்றாலும், இடத்திற்கேற்ப வார்த்தைகளை இட்டு நிரப்பியுள்ள கண்ணதாசனின் தனித்துவம் வேறு எவருக்கும் வாய்க்காதது. ஒரு

திரைப்பாடலில் அதிகபட்ச சாத்தியங்களைக் கண்டடைந்து, அதைக் கதைக்கும் காதலுக்கும் ஏற்றவாறு அமைத்துவிடும் சூட்சமம் அவருடையது. ஆலயத்தில் என்னென்ன உண்டோ அனைத்தையும் அப்பாடலில் பட்டியலிட்டிருக்கிறார். இறைவன், தலைவன், கருணை, அருள், தேவன், அடைக்கலம் ஆகிய சொற்கள் அப்பாடலுக்கென்றே அமைந்துள்ளன. ஒவ்வொரு திரைப்பாடலிலும் எங்கேனும் ஓர் இடத்தில் அதை எழுதிய பாடலாசிரியன் கொஞ்சமேனும் வெளிப்பட்டிருப்பான். அப்படியான இடமே 'காதல் கோயில் நடுவினிலே / கருணைத் தேவன் மடியினிலே / யாரும் அறியாப் பொழுதினிலே / அடைக்கலம் ஆனேன் முடிவினிலே' என்பது.

மீண்டும் தொடங்கிய இடத்திற்கே போவதுதான் வாழ்க்கை. எங்கிருந்து துளிர்த்தோமோ அங்கேபோய்ச் சரணடைவதே சாமர்த்தியம். மூன்று வரியோ முப்பது வரியோ ஒரு நல்ல கவிதை எனில், அது வார்த்தைகளின் கணக்கை வைத்து வரையறுக்கப்படுவதில்லை. சோசெகி எனும் இன்னொரு ஜென் கவிஞர் 'வண்ணத்துப்பூச்சியே / என் தூரிகையின் சொற்கள் மலர்களல்ல / அவற்றின் நிழல்கள்' என்றிருக்கிறார். சொற்களின் நிழல்களே வண்ணத்துப்பூச்சிகள். என் சொற்கள், அதிவிசேஷ வண்ணத்துப்பூச்சிகளின் நிழலில் இறக்கைகளை விரிப்பவை. ஆலயமணிமேல் ஆழ்ந்துறங்கும் வண்ணத்துப்பூச்சியாக வாழ யாருக்குத்தான் ஆசையில்லை?

உப்புக்குடுவைகளின் வரைபடம்

சமநிலையற்ற தருணத்தில் ஒரு கவிதையை வாசிப்பதற்கும், அதையே சந்தோசமான சூழ்நிலையில் வாசிப்பதற்கும் வித்தியாசமுண்டு. இருதினங்களுக்குமுன் எதேச்சையாகக் கண்ணில்பட்ட வண்ணதாசனின் கவிதை ஒன்று என்னைக் கலவரப்படுத்தியது. இத்தனைக்கும் மிகுந்த மகிழ்ச்சியில்தான் அந்தக் கவிதையை வாசித்தேன். ஆனபோதும் வாசித்த உடனேயே அக்கவிதை என்னை என்னென்னவோ செய்துவிட்டது. 'கடலில் சரியாக இருக்கிறது / கண்ணீரில்தான் / கரிக்கிறது உப்பு' என்கிற அக்கவிதை, உள்ளங்கைப் பாதரசம்போல் மூன்றாவது நாளிலும் மூளையில் உருண்டுகொண்டே இருக்கிறது.

அக்கவிதையில் இடம்பெற்றுள்ள கடல், கண்ணீர், உப்பு, கரிப்பு எல்லாமே தெரிந்த சொற்கள்தாம். என்றாலும், ஒன்றுடன் ஒன்று கலந்தும் இணைந்தும் ஒருவிதமான உணர்வினைக் கடத்தின. எந்தச் சூழலில் எதற்காக அக்கவிதையை அவர் எழுதினாரென்று தெரியவில்லை. ஆனால், அக்கவிதையில் அமைந்திருந்த வார்த்தைகளின் வரிசை மிகக் கச்சிதமாகத் தோன்றியது. உற்றுணர்ந்த எதையும் எழுதிவிடலாம்.

என்றாலும், எழுதியதற்கு மேலேயும் ஒரு கவிதை இயங்குகிறபோதுதான் பூரணமடைகிறது. வண்ணதாசனின் கவிதை குறித்து யோசித்துக்கொண்டிருக்கையில் ‘ஊடிப் பெருகுவம் கொல்லோ நுதல் வெயர்ப்பக்’ என்ற குறள் நினைவிற்கு வந்தது. கண்ணீர், வியர்வை இரண்டிலும் உப்பு இருக்கிறது. ஆனால், இரண்டினது உணர்வுகளும் தன்மைகளும் ஒன்றல்ல. ஆனந்தக் கண்ணீரென்று சொன்னாலும் அதிலுள்ள உப்பும் கரிக்கத்தானே செய்கிறது? காதலியின் நெற்றி வியர்க்கும் அளவிற்கு முயங்கக்கூடிய ஒருவன், அதே சுவையை ஊடலில் தேட நினைத்தால் கிடைக்காது என்றுதான் வள்ளுவர் சொல்கிறார்.

கூடல் வியர்வை இனிப்புச் சுவையைக் கூட்டுவதாகக் கற்பனை செய்ய அவரால் மட்டுமே முடியும். இன்னொரு குறளில் கலவிக்கு முன்னான புலவியைக் குறித்திருக்கிறார். அதாவது, சண்டையின் இயல்பு உப்பின் அளவே இருக்க வேண்டும். உப்பு மிகுதியானால் உணவின் சுவை கெடுவதுபோல ஊடல் மிகுந்தாலும் பிரச்சினையே என்கிறார். நம்முடைய சமூகத்தில் உப்பென்பது நன்றிக்கும் நம்பிக்கையும் உரியதாக ஆக்கப்பட்டிருக்கிறது. உப்பிட்டவரை உள்ளளவும் நினை, உப்பில்லாப் பண்டம் குப்பையிலே என்பன போன்ற பழமொழிகள் இப்போதும் புழக்கத்தில் உள்ளன.

சாரமற்ற பேச்சை ‘உப்புச் சப்பில்லாத உரை’ என்றும், ஒருவர் சொரணையற்று நடந்துகொண்டால் ‘உப்பு போட்டுத்தான் உண்கிறாயா’ என்றெல்லாம் சொல்வதைக் கேட்டிருக்கிறோம். விவிலியத்தில் ‘பூமிக்கு நீங்கள் உப்பாக இருக்கிறீர்கள். தன் சுவையை உப்பு இழந்தால் மீண்டும் அதை உப்பாக மாற்றவோ, வேறு எதற்கும் பயன்படுத்தவோ முடியாது. அது தெருவில் எறியப்பட்டு மக்களால் மிதிக்கப்படும்’ என்கிற வரிகளை இத்துடன் இணைத்துக்கொள்ளலாம். உயிரின் சாரமாக உப்பே இருக்கிறது. உலகத்தின் சாரமும் அதுவே.

எதைத் தொட்டாலும் துக்கம், என்ன செய்தாலும் தோல்வி என்னும் நிலையில் உழன்ற ஓர் இளைஞன், ஒரு ஜென் குருவைச் சந்திக்கிறான். அவரிடம் தன்னுடைய கடந்தகாலக் கனவுகளையும் கசப்புகளையும் பகிர்ந்துகொள்கிறான். அவரும் எல்லாவற்றையும் அமைதியாகக் கேட்டுவிட்டு, ‘உனக்கு

என்னிடத்திலிருந்து என்ன வேண்டும்' என்கிறார். அவனோ 'குருவான உங்களுக்குத் தெரியாததில்லை. முடியுமானால் என்னை என்னுடைய எல்லா வலிகளிலிருந்தும் விடுவியுங்கள்' என்கிறான். அதற்குப் பதிலளித்த அவர், 'ஆறுதலான வார்த்தைகளை மட்டுமே ஒரு குருவால் தரமுடியும்' என்கிறார். 'ஆறுதலைப் பலர் தந்துவிட்டார்கள். அதனால் ஒரு பிரயோசனமும் இல்லை என்று புரிகிறது. ஆகவே, எனக்குத் தேவைப்படுவது விடுதலைதான்' என்கிறான்.

உரையாடல் நீண்டுகொண்டே போகிறது. ஒரு கட்டத்தில், 'விடுதலையென்பது அவரவர் உள்ளம் சம்பந்தப்பட்டது. அதை இன்னொருவர் தரமுடியாதே' எனவும் சொல்லிப்பார்க்கிறார். அவன் விடுவதாகயில்லை. 'நான் மன்றாடிக் கேட்கிறேன். எப்படியாவது உதவுங்கள்' என்கிறான். அவனுடைய கண்களை உற்றுப்பார்த்த குரு, 'அப்படினால் ஒரு கைப்பிடி உப்பை எடுத்துவா' என்கிறார். அவனும் எடுத்துவந்து தருகிறான். அவனையே அதை ஒரு நீர் நிறைந்த கோப்பையில் போடச் சொல்கிறார். அவனும் செய்கிறான்.

சில நொடிகளுக்குப் பின், 'அந்த நீரை எடுத்துக் குடி என்கிறார். அதுபோலவே அவன் குடிக்கிறான். குரு, அவன் கைகளைப் பற்றிக்கொண்டு, 'தண்ணீரின் ருசி எப்படியிருந்தது' என்கிறார். அவனோ, 'தண்ணீர் எங்கே இருந்தது. அது முழுக்க உப்பாக அல்லவா கரித்தது' என்கிறான். சரிதான் என்று தலையசைத்த குரு, 'இன்னொரு கைப்பிடி உப்பை எடுத்துக்கொண்டு என்னைப் பின் தொடர்' என்கிறார்.

அதுபடி அவன் செல்ல, அவர் அந்த ஊரிலேயே இருந்த மிகப்பெரிய ஏரிக்குப் போகிறார். அவனைப் பார்த்து, 'இப்போது உன் கையில் உள்ள உப்பை இந்த ஏரியில் வீசிவிடு' என்கிறார். அவனும் மறுப்போ கேள்வியோ இல்லாமல் செய்கிறான். அரைமணி நேரம் எதை எதையோ பேசுகிறார். பிறகு, 'தற்போது போய் அந்த ஏரியில் இறங்கி முடிந்தமட்டும் தண்ணீரைக் குடி' என்கிறார். அவன் நீரை அருந்திவிட்டுக் கரையேறியதும் 'இப்போது தண்ணீரின் சுவை எப்படியிருந்தது' என்கிறார். அதற்கு அவன், 'தண்ணீர் தண்ணீராகவே இருந்தது. நான் வீசிய உப்பு துளிகூட அதில் இல்லை' என்கிறான். 'வாழ்வில் நேரக்கூடிய வலிகளும்

உப்பைப் போன்றவைதாம். நாம் எப்படி எடுத்துக்கொள்கிறோம் என்பதைப் பொருத்தே நல்லதாகவும் கெட்டதாகவும் படுகின்றன. உன்னைப் பெரிதாக்கிக்கொள்ளும்போது உன்னுடைய வலிகள் சின்னதாகிவிடும்' என்கிறார். அதன்பின் அந்த இளைஞன் முகத்தை மலர்த்திக்கொண்டு தன் வழியே கிளம்பினான் என்று சொல்லத் தேவையில்லை.

உப்பிற்குப் பதில் அந்தக் குரு சர்க்கரையை வைத்தும் அந்தப் பாடத்தை நடத்தியிருக்கலாம். ஆனால், அவர் அப்படிச் செய்யாதற்குக் காரணம், இனிப்பைவிட உப்பே உணர்வின் மூலத்தைத் தொடுகிறது என்பதால்தான். உணவின் ருசியைக் கூட்டவோ குறைக்கவோ உப்பினால் முடியும். அழிவையும் சிதைவையும் எதிர்க்கும் ஆற்றல் உப்பிற்குண்டு. கல்விக்கும் ஞானத்திற்கும் உரிய சின்னமாக உப்பே விளங்குகிறது. உலகத்திள்ள பல தத்துவங்கள் உப்பைப் பிரதானமாக வைத்தே பல விஷயங்களைப் பேசியிருக்கின்றன.

மம்மிகளை உருவாக்க எகிப்தியர்கள் உப்பைப் பயன்படுத்தியது அன்றைய ஆச்சரியத்தின் உச்சம். அதுமட்டுமன்று, யூதர்களின் வாழ்விலும் உப்பிற்கு முக்கியமான இடம் வழங்கப்பட்டுள்ளது. வெள்ளிக்கிழமைகளில் யூதர்கள் ரொட்டிகளை உப்பில் முக்குவார்களாம். யூத மதத்தில் ரொட்டியென்பது கடவுளால் வழங்கப்பட்ட உணவின் குறியீடு. எனவே, ரொட்டியை உப்பில் முக்குவது கடவுளுக்கும் மனிதனுக்கும் இடையே ஏற்பட்ட உடன்படிக்கையைப் போலாம். நம்பிக்கையும் நட்புறவும் உப்பின் மூலமே பிரகடனப்படுத்தப்பட்டிருக்கிறது. பிரிட்டிஷ் ஆட்சியின் போது இராணுவத்தில் பணியாற்றிய இந்திய வீரர்கள் தம்முடைய நம்பகத் தன்மையை நிரூபிக்க உப்பின் மீது சத்தியம் செய்ததாகத் தகவல் இருக்கிறது.

தமிழரின் பண்பாட்டில் உப்பில்லாமல் ஒரு சடங்கும் இல்லை. கல்யாணம் தொடங்கி ஈமக்காரியம்வரை உப்பை முன்வைத்து நடத்தப்படும் சடங்குகள், ஏனைய சடங்குகளைப்போலப் புறந்தள்ள முடியாதவை. `நெல்லின் நேரே வெண்கல்' என்று உப்பை உயர்த்திய சமூகம் நம்முடையது. சொல்லப்போனால், செய்த வேலைக்குச் சம்பா நெல்லையும், உப்பையும் மாற்றாகப் பெற்றதால்தான்

'சம்பளம்' எனும் சொல்லே நமக்குக் கிடைத்தது. உப்பு விளையும் இடத்திற்கு அளமென்று பெயர். சம்பாவும் அளமும் இணைந்தே சம்பளமாயிற்று. பெரிய உப்பளங்களுக்கு அரசர்கள் இட்ட பெயர்களே பின்னர் கோவளம், கேரளம், பேரளம் என்பதாக மாறின. ஓர் உப்புக்கல் அகத்திலும் புறத்திலும் ஏற்படுத்தும் மாற்றங்கள்தாம் வாழ்க்கையா என்றுகூடப் பல சமயங்களில் நினைக்கத் தோன்றும். உடலின் உப்பை வெளியேற்றுவது வியர்வை என்றால், உயிரின் உப்பை வெளியேற்றுவதே கண்ணீர் எனக் கருத இடமுண்டு. எழுத்தாளர் ரமேஷ்பிரேதன் முன்னெப்போதோ ஒரு சில வசன கவிதைகளை எழுதினார்.

அதில் அவர் எழுதியிருந்த 'உனது அழுகை உனக்கே அந்நியமாகும்போது கண்ணீரில் ஈரமிருக்காது. உலர்ந்த உப்பு கிளர்ந்து உதடுகளில் படியும். அமைதியாக அழு. கடலைப் பார்த்து, மலையைப் பார்த்து, ஒற்றைக் கூழாங்கல்லைப் பார்த்து, கிணற்றுக்குள் அடைபட்ட நீரில் மிதக்கும் நிலாவைப் பார்த்து அழு. அழுகை உனது அழுக்கைக் கழுவும்' என்ற வரிகள் இன்றுவரை மறக்கவில்லை. அகத்தின் உப்பைக் கண்ணீராகவும், புறத்தின் உப்பை வியர்வையாகவும் விளங்கிக்கொள்ளலாம்.

பொதுவாக, ஒரு பொருளோ பண்டமோ கெடாதிருக்க உப்பைப் பயன்படுத்துகிறோம். ஆனால். அதற்கு நேர்மாறான விஷயத்தைக் கபிலரின் சங்கப்பாடல் ஒன்று தெரிவிக்கிறது. உப்பினால்தான் எல்லாமே கெட்டுவிட்டது என்பதுபோல. கடற்புரத்தில் விளையும் உப்பைக் 'கடல்விளை அமுதம்' என்றும், 'வெண்கல் அமிழ்தம்' என்றும் சங்கப்புலவர்கள் பலர் குறித்திருந்தாலும், கபிலரின் குரல் அதிலிருந்து வேறுபட்டிருப்பது கவனத்துக்குரியது.

'தீம்நீர்ப் பெருங்குண்டு சுனைப் பூத்த குவளைக்' எனத் தொடங்கும் அப்பாடல், புறநானூற்றில் (116) வருகிறது. வழக்கமான பாடல்களில் ஒன்றாக அதைக் கருத முடியாது. உப்பு வண்டிகளை முன்வைத்து எழுதப்பட்ட அப்பாடல், ஓர் அரசனின் வீழ்ச்சிக்குப் பின்னான காட்சிகளைக் காட்டுவது. கபிலருக்கும் பாரிக்கும் இடையே இருந்த உறவையும் நட்பையும் பற்றிப் புதிதாகச் சொல்வதற்கு ஒன்றுமில்லை.

அரசனை நம்பியே புலவன் என்பதைப் பொய்யாக்கி, புலவனை நம்பிய அரசனாகப் பாரி இருந்திருக்கிறான். போரின் பாதகங்களை உத்தேசித்த அவன், தன்னுடைய இரு மகள்களையும் கபிலரின் கைகளில் ஒப்படைத்துவிட்டே கண்மூடியிருக்கிறான். பொறுப்புள்ள தகப்பனாகவும் தலைவனாகவும் எத்தனை அரசர்கள் வாழ்ந்தார்கள் என்பதற்கு நம்மிடம் போதிய தரவுகளில்லை. மகனின் தேர்க்காலில் அடிபட்ட கன்றுக்காக வருந்திய அரசர்களும் உண்டு. மகனுக்குப் பட்டாபிஷேகம் செய்வதற்காக ஆயிரமாயிரம் பசுக்களைப் பலியிட்ட அரசர்களும் உண்டு.

கபிலரின் அப்பாடலைப் புரிந்துகொள்ள ஓர் எளிய வழி இருக்கிறது. அவருடைய பாடல் என்றில்லை. எல்லாச் சங்கப்பாடல்களையும் நினைவில் வைத்துக்கொள்ள நான் ஓர் உத்தியை வைத்திருக்கிறேன். எந்தப் பாடலாக இருந்தாலும் அதில் எது முக்கியமான வரியோ அதை என் கையேட்டில் எழுதி வைத்துக்கொள்வேன். பின்னர் எப்போது படித்தாலும் அந்தப் பாடலும் அதன் பின்னணியும் கவித்துவமும் நினைவிற்கு வந்துவிடும்.

கபிலரின் அந்தப் பாடலுக்கு நான் எழுதி வைத்துள்ள முதன்மை வரி 'நோகோ யானே; தேய்கமா, காலை' என்பது. 'இந்தக் காட்சியைப் பார்ப்பதற்கா இத்தனைநாள் உயிர்வாழ்ந்தேன்' என்னும் அர்த்தமுடையதே அந்த வரி. அதுயென்ன காட்சி, அதையேன் கபிலர் வருத்தத்துடன் விவரிக்கிறார் என்பதுதான் பாடலின் மையம். பாடலின் முன்னும் பின்னும் பறம்பு மலையின் சிறப்புகளைத் தெரிவித்த அவர், தற்போதைய சூழலையும் துயரத்தையும் அத்துடன் இணைத்தே பாடலைப் படைத்திருக்கிறார்.

ஒருகாலத்தில் பறம்பு மலையில் பாரிமகளிருக்குச் சொந்தமான பூஞ்சோலைகளில் மயில்கள் ஆடின. பீர்க்கங்காய்களும் சுரைக்காய்களும் கொடிகளில் முளைத்திருந்தன. செல்வமும் செழிப்புமாக இருந்த அம்மலை இன்று அவ்வாறில்லை. ஈச்சமரத்தின் இலைகள் நிறைந்த குப்பை மேடாக மாறிவிட்டது. அவர்கள் வசித்துவரும் சிறிய வீடு, பல தெருக்களின் கூடுமிடமாக ஆகிவிட்டது. புல் முளைத்த பாதைகளாலும், முள் செறிந்த வேலிகளாலும் அடைபட்டுப் பார்க்கச் சகியாத

கோலத்தில் காட்சி தருகிறது. ஆனால், அத்தகைய இடர்மிக்கச் சூழலிலும் வீட்டின் அருகே உள்ள குப்பைமேட்டில் ஏறி நின்று, பாரி மகளிர் அங்கே சென்றுகொண்டிருக்கும் உப்பு வண்டிகளை எண்ணிக்கொண்டிருக்கின்றனர். இந்தக் காட்சியைப் பார்க்கவா நான் இத்தனைநாள் வாழ்ந்தேன் என்பதுதான் கபிலரின் கவலை.

உப்பு வண்டிகளைப் பாரிமகளிர் எண்ணுவதற்கும் கபிலர் வருத்தப்படுவதற்கும் ஏதாவது தொடர்பிருக்கிறதா என யோசித்தால் அவரே அப்பாடலில் அதற்கான சாவியை வைத்திருக்கிறார். முன்பு பறம்பு மலையை நோக்கி வந்த குதிரைகளை எண்ணியவர்கள், இப்போது உப்பு வண்டிகளை எண்ணுகிறார்கள். அதாவது, பாரியின் அருமையை அறியாதவர்கள், அவனை எதிர்த்துப் போர் புரிய முற்காலத்தில் குதிரைகளில் வந்திருக்கிறார்கள். படை திரட்டி வந்த மூவேந்தர்கள், ஒரு குறுநில மன்னனைக் கொல்லவும் ஒழிக்கவும் எப்படியெல்லாம் கூட்டுச் சேர்ந்தனர் என்பது பெரிய வரலாறு. அப்போது ஏதுமறியாத குழந்தைகளாக இருந்த பாரிமகளிர், 'குதிரைகளை எண்ணிக் குதூகலித்தனர். இன்றோ, எல்லாம் அழிந்துவிட்ட பறம்பை நோக்கி வரும் உப்பு வண்டிகளை எண்ணுகிறார்கள்' என்கிறார்.

இரண்டு காட்சிகளை முன்வைத்து அவர் விவரிக்கும் சூழல் அடிமைப்பட்டுவிட்ட தேசத்தின் அடையாளமாகத் தோன்றுகிறது. வல்லாதிக்க அரசுகளிடம் வாழ்வையும் வாய்ப்பையும் இழந்த ஓர் எளிய தேசத்தின் சித்திரத்தை இதைவிடவும் நுட்பமாகத் தீட்ட முடியாது. வீரம்செறிந்த பாரியின் வீழ்ச்சிக்குப் பின், உப்பு வண்டிகள் உலவும் மலையாகப் பறம்பு மாறிவிட்டதே என்கிற வருத்தமே கபிலருடையது. மலை மக்களுக்கு உப்பின் தேவையும் பயனும் மிகக் குறைவு.

தேன், தினை, கிழங்கு, பழம் ஆகியவற்றை மட்டுமே உணவாக உட்கொள்ளும் அவர்கள், உப்பிற்கு எப்போது பழகினார்கள் என்கிற கேள்வி சிக்கலானது. உணவென்பது பண்பாட்டில் ஓர் அங்கம். தட்பவெட்பத்தைக் கணக்கிட்டே உணவுமுறைகள் உருவாயின. எனில், இன்று பறம்பை நோக்கிச் செல்லும் உப்புவண்டிகள், படுபயங்கரமான வீழ்ச்சியின் குறியீடு

என்று கபிலர் கருதுகிறார். ஓர் அரசன் என்பவன் மக்களின் பண்பாட்டைக் காப்பாற்றுபவன். வழிவழியாக வரக்கூடிய பழக்கங்களை வழக்கமாகவும் வரலாறாகவும் ஆக்கக்கூடியவன். உணவு, உடை, உரிமை, பக்தி எல்லாவற்றிலும் சுயசார்பைப் பேணுபவன். வணிகத்திற்காகவோ வாய்ப்பிற்காகவோ சொற்ப வெற்றிகளுக்காகவோ அவற்றைக் கைவிடுபவனில்லை. அப்படித்தான் பாரியும் தன்னுடைய பறம்புமலையைப் பராமரித்து வந்தான். ஆனால், அவனில்லாத பறம்புமலையில் இன்று என்னவெல்லாமோ நிகழ்ந்துகொண்டிருக்கின்றன.

கேட்பாரற்றதால் மக்கள் சந்தைப்படுத்தப்பட்டுள்ளனர். சொந்த மக்களைச் சந்தைக்கானவர்களாகப் பாரி ஒருபோதும் எண்ணியதில்லை. அவர்களில் ஒருவராகவே அவன் தன்னைக் கருதினான்; கலந்திருந்தான். ஆனால், ஆட்சிகளும் காட்சிகளும் மாறிவிட்டதைக் கூட அறியாத பாரிமகளிரோ உப்பு வண்டிகளை எண்ணிக்கொண்டு நிற்கிறார்கள். தந்தைக்குத் தோழனாக இருந்தவர், தானும் தந்தையாகிவிட்ட தருணத்தை அப்பாடலே ஆகச்சரியாக உணர்த்துகிறது. இரண்டே காட்சியில் மொத்த அரசியலையும் எழுதிய கபிலர், 'அற்றைத் திங்கள் அவ்வெண்ணிலவில்' என்கிற பாரிமகளிரின் பாடலை இன்னொருவிதமாகத் தீட்டியிருக்கிறார் என்றே தோன்றுகிறது.

சங்கப்பாடல்களின் தனித்துவமாக எனக்குப்படுவது, காட்சிகளின் வழியே சொல்லவரும் செய்திகளைச் சொல்லிவிடுவதுதான். அளவிற்கு அதிகமான சொற்களைப் பிரயோகிக்காமல் போதுமென்கிற இடத்தில் புள்ளி வைப்பது. நாடே நாசமாகிவிட்டது. நல்லதெல்லாம் கெட்டுவிட்டன. இதயமுடையவர்கள் எழுந்து வாருங்கள் என்றெல்லாம் கூக்குரலிடாமல் நிலை இதுதான் என்று நெற்றிப்பொட்டில் அறைந்ததுபோல அப்பாடல் அமைந்துள்ளது. அதே கபிலர் முந்தைய பாடலில் 'இன்னான் ஆகிய இனியோன் குன்றே' என்றிருப்பார்.

ஒருபக்கம் ஒலியெப்பும் அருவியும், இன்னொருபக்கம் இரப்போரின் பாத்திரத்தில் வழிந்தோடும் கள்ளும் உடைய குன்றே பாரியினுடையது' என்பார். இன்னான் எனும் சொல்லுக்கு இப்படியானவன் என்று பொருள். தேவைக்குமேல்

கொடுப்பவனே வள்ளல். தேவைகள் என்னவென்றே அறியாதவனுக்கு வள்ளல்தன்மை வாய்ப்பதில்லை. பாரி, இயற்கையை நேசித்தவன். முல்லைகளின் மலர்ச்சிக்காகத் தேரைவிடுத்துத் தெருவில் இறங்கியவன். 'காதலென்பது / மலைக்குறவனின் / வேட்டை இறைச்சியில் / உமணன் மகள் பூசிய உப்பு' என்கிற வெயிலின் கவிதை, கபிலரின் சொற்களிலிருந்து வேறுபட்டது. வேட்டைச் சமூகம் வேளாண் சமூகமாக மாறிய பிறகே உப்பின் பயன்பாடு மிகுந்ததென்று ஆய்வுகள் சொல்கின்றன.

ஒருபக்கம் கபிலர், உப்புவண்டிகளைப் பார்த்துக் கதறினாரென்றால் இன்னொரு பக்கம் ராய்மாக்ஸம், இந்தியாவின் குறுக்கும் நெடுக்குமாக இருந்த உப்புவேலியைக் காண்பிக்கிறார். ராய்மாக்ஸம் சொல்லும்வரை இந்தியாவை இரண்டாகப் பிரித்த இரண்டாயிரத்து ஐந்நூறுமைல் உப்புவேலியைப் பற்றி நம்மில் ஒருவருக்கும் தெரியாது. ஆங்கிலேய ஆட்சியாளர்கள் ஒட்டுமொத்த இந்திய நிலப்பரப்பையும் மூன்றாகப் பிரித்து, உப்பின் விற்பனையைக் கட்டுப்படுத்தியுள்ளனர்.

மூன்று மாகாணங்களாக வங்காளம், மதராஸ், பாம்பே ஆகியவை இருந்துள்ளன. இந்த மூன்று மாகாணங்களைத் தவிர்த்து வேறு எங்கும் உப்பு உற்பத்தியாகவில்லை என்பதால் கடத்தலும் கண்காணிப்பும் கூடியிருக்கின்றன. ஒரு குடும்பத்தின் ஒருவருட உப்பின் தேவைக்கு ஆறுமாதச் சம்பளத்தைச் செலவிடும் சூழல் இருந்திருக்கிறது. கடுமையான வரியை விதித்து, உப்பின் விலையை உயர்த்திய ஆங்கிலேய அரசு, சுங்கச் சாவடிகளை அமைத்திருக்கிறது. அந்தச் சாவடிகள் கண்ணுக்குத் தெரியாத வேலியாக நாட்டை இணைத்ததாகச் சொல்லப்படுகிறது.

பழைய புத்தகக் கடையில் வாங்கிய ஒரு நூலில் தென்பட்ட அடிக்குறிப்பை வைத்து இந்த மாபெரும் ஆய்வினை மேற்கொண்ட ராய்மாக்ஸம், அதை ஒரு நூலாகத் தந்திருக்கிறார். 'தி கிரேட் ஹெட்ஜ் ஆஃப் இண்டியா' என்கிற நூல், தமிழில் 'உப்புவேலி' என்னும் தலைப்பில் வந்திருக்கிறது. அந்நூலைச் சிறில் அலெக்ஸ் மொழிபெயர்த்துள்ளார். தன்னறம் வெளியீடு. 'வெள்ளை மனிதன் வேர்வையும்

/ கறுப்பு மனிதன் கண்ணீரும் / உப்புநீரின் / வடிவிலே ஒன்றுசேரும் கடலிலே' என்ற கண்ணதாசனின் வரிகளை, ராய்மாக்ஸத்திற்குச் சமர்ப்பிக்கலாம். கறுப்பு மனிதர்களின் கண்ணீரை வெள்ளை மனிதனே வெளியே கொண்டுவந்தான் என்பதால் அவர்மீதான பிரியம் மிகுகிறது.உப்புவேலியின் தொடர்ச்சியாக வந்ததுதான் காந்தியின் உப்புச் சத்தியாகிரகம். ஆங்கிலேய அரசின் அத்துமீறிய வரி விதிப்பை எதிர்த்தே அப்போராட்டம் முன்னெடுக்கப்பட்டது.

உப்புப்பெறாத விஷயமென்று அப்போராட்டத்தை அப்போது விமர்சித்தவர்கள் உண்டு. ஆனால், இந்திய விடுதலை என்னும் கருத்தியலுக்கு அப்போராட்டமே வலு சேர்த்தது. தண்டியில் காந்தி தொடங்கிய உப்பு அறப்போர் இந்தியாவெங்கும் கொழுந்துவிட்டு எரியத் தொடங்கிய பின்னர்தான், ஆங்கிலேய அரசிற்கே அச்சம் வந்தது. சாமானியர்கள் அதிகமும் பங்கெடுத்த அப்போராட்டத்தில் பல சுவாரசியமான சம்பவங்கள் நடந்துள்ளன.

வேதாரண்யத்தில் அறப்போர் நடக்கவிருந்த நிலையில் ஒரு காவலர் மீசையை மழித்துக்கொள்ள, வைரப்பன் என்பவரிடம் போயிருக்கிறார். வந்திருப்பவர் யாரென்று தெரியாத வைரப்பன், பேச்சுக்கொடுத்தபடியே காவலரின் முடியை மழிக்கத் தொடங்கியிருக்கிறார். கொஞ்சநேரத்தில் வந்திருப்பவர் யாரென்று அவருக்குப் புரிந்துவிடுகிறது. அதுமட்டுமன்று, காவலரின் பேச்சு போராட்டத்திற்கு எதிராக இருந்திருக்கிறது. உடனே வைரப்பன் என்ன செய்தாரென்றால் மீசை மழிப்பைப் பாதியிலேயே நிறுத்திவிட்டுச் சென்றிருக்கிறார். வைரப்பனை மிரட்டியும் உருட்டியும் பார்த்த காவலர், பாதி மீசையுடனே அலைந்த கதையை 'உப்பிட்டவரை' நூலில் பேராசிரியர் ஆ. சிவசுப்ரமணியன் குறித்திருக்கிறார்.

தியாகி வைரப்பனின் நினைவுத் தூண் இன்றும் திருமறைக் காடு என்னும் வேதாரண்யத்தில் போராட்டத்தின் சாட்சியாக நின்றுகொண்டிருக்கிறது. எளியவர்கள் எப்போது ஒரு போராட்டத்தில் பங்கெடுக்க வருகிறார்களோ அப்போதுதான் அது வெற்றி பெறும் என்பதற்கு உப்புச் சத்தியாகிரகம் முக்கியமான சான்று. வரலாற்றில் வைரப்பன் போன்றோருக்கு என்ன இடமோ தெரியவில்லை. ஆனால், மக்கள் மத்தியில்

அவர் நாட்டுப் பாடலாக இன்னும் வாழ்ந்துகொண்டிருக்கிறார். 'ஆதிக்கத்தார் போலீசுக்கே /பாதிமுகம் மழித்தார் / மீதிமுகம் கலெக்டருக்கே / பங்காக அளித்தார்' என்னும் அப்பாடலைச் சிரிக்காமல் கேட்பது சிரமம். ஆய்வாளர் சின்னப்பன் கண்டெடுத்த அப்பாடல், கால உப்பினால் மேலும் சில நூற்றாண்டுகளுக்குத் கரையாமல் தாக்குப்பிடிக்கும்.

உப்பே சமூகப் படிநிலைகளில் உயர்வையும் தாழ்வையும் காட்டுவதாகத் தொ.பரமசிவன் எழுதுவார். உணவை ஆக்கும்போதே உலையில் உப்பிட்டு உண்பவர் ஒடுக்கப்பட்டோராகவும், ஆக்கிய உணவை இலையில் வைத்தபின் உப்பிட்டு உண்பவர் மேட்டிமைக்குரியவராகவும் கருதப்பட்டுள்ளனர். இன்றைய உணவகங்கள் எல்லாவற்றிலும் உணவருந்தும் மேசையிலேயே உப்புக் குடுவை வைக்கப்பட்டிருக்கிறது. ஒருவகையில் சமத்துவத்தின் குறியீடுகளே அவை. ஒருசில ஆண்டுகளுக்குமுன் திடீரென்று ஒரு புகழ்பெற்ற பற்பசை நிறுவனம், 'உங்கள் டூத் பேஸ்டில் உப்பிருக்கிறதா' என்ற விளம்பரத்தை வெளியிட்டது. அதுவரை நம்மில் பலருக்கு நாம் பயன்படுத்தும் பற்பசையில் என்னென்ன இருக்கின்றன என்றே தெரிந்திருக்கவில்லை.

சாம்பலையும் உப்பையும் வைத்துப் பல்துலக்கிய நம்மை, பற்பசைக்கும் பல்தூரிகைக்கும் திருப்பிய பெருவணிக நிறுவனங்கள், நம்மிடமே உங்கள் டூத் பேஸ்டில் உப்பிருக்கிறதா? என்றது அதிர்ச்சியல்லாமல் வேறென்ன? வணிகத்தின் மதிப்பீடுகளும் தந்திரங்களும் விநோதமானவை. கல்லா நிறைய வேண்டுமென்றால் கற்காலமே சிறப்பென்று கதையளக்கும். இந்தக் கட்டுரையில் பல இடங்களில் உப்பு என்கிற சொல்லைப் பயன்படுத்தியிருக்கிறேன். ஆனால், உப்பை உப்பென்று சொன்னதற்காக மலபாரில் ஓர் இளைஞன் அடித்தே கொல்லப்பட்டிருக்கிறான்.

பொதுவாகக் கேரளத்தில் தாழ்த்தப்பட்ட சாதியைச் சேர்ந்தவர்கள் உப்பைப் புளிச்சாட்டன் என்றுதான் சொல்ல வேண்டுமாம். அப்படிச் சொல்லாத குற்றத்திற்காகச் சிவராமன் என்கிற இளைஞன் கொல்லப்பட்ட கொடூரத்தை அம்பேத்கர் தம் கட்டுரை ஒன்றில் குறிப்பிட்டிருக்கிறார். பாவங்களைப் போக்க உப்பில்லாத உணவை உண்ண வேண்டுமெனச்

சட்டமியற்றிய மநுவையும் அவர் தர்மத்தையும் பேசவே கூடாதென்பதுதான் பிற்போக்கு. உப்பின் தேவையை வெளிப்படுத்தும் செக்கோஸ்லோவிய நாட்டார் கதை ஒன்றிருக்கிறது. ஓர் அரசன். அவனுக்கு மூன்று மகள்கள். தனக்குப் பிறகு அந்த மூவரில் யாரோ ஒருத்திதான் இராணியாக வரமுடியும். எனவே, மூவரில் யார் தன்னை அதிகம் நேசிக்கிறார்கள் என அறிய விரும்புகிறான். அதன்படி, முதலாமவளை அழைத்து என்னை உனக்கு எந்த அளவு பிடிக்கும் என்கிறான்.

அவளோ தங்கத்தைவிடக் கூடுதலாக உங்களை நேசிக்கிறேன் என்கிறாள். அடுத்தவள், இந்த உலகத்தில் யாரைவிடவும் உங்களையே உச்சபட்சமாக நேசிக்கிறேன் என்கிறாள். மூன்றாமவளோ உப்பைப் போல உங்களை நேசிக்கிறேன் என்கிறாள். 'என்னது உப்பளவிற்குத்தான் அப்பாவை அதுவும் ஒரு மாபெரிய நாட்டின் அரசனை நேசிக்கிறாயா' எனச் சகோதரிகள் சண்டைக்கு வருகிறார்கள். அப்போதும் அவள், நான் என் தந்தையை உப்பின் அளவே நேசிக்கிறேன் என்கிறாள். வாக்குவாதம் முற்றுகிறது. அரசருக்கு என்ன சொல்வதென்றே தெரியவில்லை. உப்பை மதிப்பிட வழியில்லை என்பதால் முதலாமவளுக்கோ இரண்டாமவளுக்கோ இராஜ்ஜியத்தைத் தந்துவிடலாம் என முடிவெடுக்கிறார்.

முடிவெடுத்தவர் அத்துடன் நில்லாமல், 'உப்பானது எப்பொழுது தங்கத்தைவிட உயர்வாக மதிக்கப்படுகிறதோ அப்போது இராணியாகலாம். அதுவரை நீ எங்கேயாவது போய்விடு' என்கிறார். அவளும் வேறுவழியின்றி அரசனின் ஆணைக்கிணங்கி அரண்மனையைவிட்டு வெளியேறுகிறாள். அரண்மனையைவிட்டு வெளியேறிய மூன்றாமவள், காட்டில் வசித்த ஒரு கிழவியிடம் அடைக்கலமாகிறாள். காலம் செல்கிறது.

முதலாமவளை இராணியாக்கத் திட்டமிடுகிறார். ஆனால், அவளோ அரசரையும் நாட்டையும்விடத் தங்கத்தையே அதிகம் நேசிப்பவளாகத் தெரிய வருகிறாள். சரி, இரண்டாமவளுக்கு ஆட்சியைக் கொடுக்கலாமென்றால் அவள் யாரையேனும் நேசிப்பதிலேயே குறியாயிருக்கிறாள். நேசிப்பிற்காக, நேசித்தவனுக்காக நாட்டையே கைமாற்றிவிட்டாளென்றால்

என்ன செய்வது, அரசனுக்கு ஒன்றுமே புரியவில்லை. கன்னத்தில் கைவைத்து அமர்ந்துவிடுகிறார். அந்தச் சூழலில் பக்கத்து நாட்டிலிருந்து முக்கியஸ்தர்கள் சிலர் அரண்மனைக்கு வருகிறார்கள். விருந்து தடபுடலாக ஏற்பாடாகிறது. அப்போது பார்த்து அரசவைக்கு வந்த அரண்மனைச் சமையல்காரர், 'நாட்டில் எங்கேயும் தம்பிடி உப்புகூட இல்லை' என்கிறார்.

அரசனுக்குக் கோபம் வந்துவிடுகிறது. இல்லை என்று சொன்னால் எல்லா அரசனுக்கும் கோபம்தான் வரும்போல. புருவத்தை நெளித்துச் சமையல்காரரை உக்கிரமாகப் பார்த்த அரசன், 'உப்பில்லை என்றால் என்ன, உப்பிற்குப் பதிலாக வேறு எதையேனும் வைத்துச் சமாளி' என்கிறார். அவனும் எதை எதையோ வைத்துச் சமாளிக்கிறான். ஆனால், அது அத்தனை சிறப்பாக அமையவில்லை. விருந்திற்கு வந்த அத்தனைபேரும் அரசரைக் கேவலமாகப் பேசிவிட்டுக் கிளம்பிவிடுகிறார்கள்.

கவளம் சோற்றைக்கூடக் கவனித்து ருசியாகக் கொடுக்க முடியாதவர், நாட்டையும் மக்களையும் எப்படி நிர்வகிக்கிறாரோ என்றும் கிண்டலடிக்கிறார்கள். ஒரு சிட்டிகை உப்பில்லாமல் போனதால் தனக்கு நேர்ந்த அவமானம் அவரைப் படுத்திவிடுகிறது. செய்தியறிந்த காட்டுக்கிழவி, தன்னிடம் அடைக்கலமாயிருந்த அரசனின் மூன்றாவது மகளிடம் கொஞ்சம்போல உப்பைக் கொடுத்து அரண்மனைக்கு அனுப்புகிறாள். தங்கம் கிடைத்தாலும் உப்பின் மதிப்பிற்கு இன்னொன்று நிகர் இல்லை என்று அரசனுக்குப் புரிகிறது.

உப்பின் அளவே உங்களைப் பிடிக்கும் என்று மூன்றாமவள் ஏன் சொன்னாளென்று அப்போதுதான் அவருக்கு விளங்குகிறது. இராஜாக்களுக்கு அனைத்துமே தாமதமாகத்தான் விளங்கும். துதிபாடிகள் சூழ இருப்பவர்கள், தப்பு நேரும்போதுதான் உப்பளவேனும் உண்மையை உணர்வார்கள். இல்லாத போதுதான் எது ஒன்றின் மதிப்பும் நமக்குப் புரிகிறது. இதைப் 'படகோட்டி' திரைப்படத்தில் `கடல்நீர் நடுவே / பயணம் போனால் குடிநீர் தருபவர் யாரோ' என்று வாலி எழுதியிருப்பார். உப்புநீரிலேயே இருந்த மீன், கருவாடான பின்னும் உப்பில்லாமல் இருப்பதில்லை. முல்லாவும் அவர்

நண்பரும் நடந்து போய்க்கொண்டிருக்கையில் இருவருக்கும் தாகம் எடுக்கிறது. ஒரு குவளை பால் வாங்குவதற்கு மட்டுமே காசு இருந்தது, வாங்கினர். முல்லாவிடம் அவர் நண்பர், முல்லா, 'முதலில் நீ பாலைக் குடித்துவிடு. அதன் பிறகு நான் என்னிடமுள்ள சர்க்கரையைக் கலந்து குடித்துக்கொள்கிறேன்' என்கிறார். முல்லாவோ, 'இப்போதே கொடு கலந்துவிடலாம்' என்கிறார். அதற்கு அவருடைய நண்பர், 'இல்லை என்னிடம் பாலில் கலப்பதற்குப் பாதியளவே சர்க்கரை இருக்கிறது' எனக் கொடுக்க மறுக்கிறார்.

அப்படியா என்று சொல்லிவிட்டுக் கடையின் பின்கட்டிலுள்ள சமையலறைக்கு முல்லா செல்கிறார். கொஞ்ச நேரங்கழித்துச் சிரித்த முகத்துடன் திரும்பிய முல்லா, கையில் ஓர் உப்புக் கிண்ணத்தை எடுத்து வருகிறார். வந்தவர் தன்னுடைய நண்பரிடம், 'என்னிடம் இருவருக்கும் போதுமான அளவு உப்பு இருக்கிறது' என்கிறார். சொன்னதுடன் நில்லாமல் பாலில் உப்பைக் கலந்துவிடுகிறார். இதை ஏதோ நகைச்சுவைக் கதை என்பதாகப் புரிந்துகொண்டிருக்கிறோம். உண்மையில் அது சூஃபிகளின் தத்துவத்தில் மிக முக்கியமான செய்தி. சூஃபித்துவத்தில் பகுதி என்பதோ இல்லை என்பதோ அறவே கிடையாது. முழுமை மட்டுமே உண்டு. சாதாரண வாழ்வில் பிரித்துப் பார்ப்பது மாதிரி அங்கே எதுவும் கிடையாது. பகுதியாக எது ஒன்றையும் செய்யவும் வழியில்லை.

அரபி இலக்கியங்களைத் தொடர்ந்து தமிழுக்குத் தந்துவரும் பேராசிரியர் அ.ஜாகிர் உசேன், 'உப்பு' எனும் தலைப்பில் கவிஞர் ஷிஹாப் கானம் எழுதிய கவிதை நூலை மொழிபெயர்த்திருக்கிறார். அதில், 'கொஞ்சம் வெறுப்பும் சண்டையும் / உணவில் உப்பைப் போன்றவை. / ஆனால், ஒவ்வொரு நாளும் / இரவிலும் பகலிலும் உப்பைத் தவிர / எதையும் சுவைக்காமல் / மனிதனால் எப்படி வாழமுடியும்' என்று கேட்டிருக்கிறார்.

அந்நூலில் இடம்பெற்றுள்ள அனைத்துக் கவிதைகளுமே வாழ்வின் நெருக்குதலைப் பிரதிபலிக்கின்றன. சங்கப்பாடல்களின் வழியே இன்றைய நவீன கவிதைகளை உள்வாங்கினால் அவற்றின் வீச்சும் வெளிப்பாடும் வேறோர் உணர்வைத் தருகின்றன. 'சுறாமீன் கடித்து உண்டான

புண் ஆறியதும், என் தந்தை கடலுக்குக் கிளம்பிவிட்டார். அம்மாவும் உப்பைப் பண்டமாற்றி, வெண்நெல் வாங்கிவர உப்பளத்திற்குச் சென்றுவிட்டாள். எனவே, இந்த நேரத்தில் தலைவனை வரச்சொல், சந்திக்கலாம்' என்று தோழியிடம் தலைவி கூறுவதாக ஒரு பாடல் குறுந்தொகையில்(269) உண்டு. நெய்தல் நிலத்திற்கே உரிய ஒழுக்கங்கள் அப்பாடலில் தென்பட்டாலும் கடலும் உப்புமே அவர்களின் காதலுக்குக் கைகொடுக்கிறது. ஜோ.டி.குரூஸின் 'ஆழிசூழ் உலகு' நாவலில் வரக்கூடிய காட்சிகளும், சமஸின் 'நீர் நிலம் வனம் கடல்' நூலில் பொதிந்துள்ள செய்திகளும் வியக்க வைப்பவை.

உயிர்கள் அனைத்திற்குமே உப்பின் தேவை இருக்கிறது. தமிழகத்தில் ஒருசில சமூகங்களில் கணவன் இறந்துவிட்டால் குறிப்பிட்ட நாள்களுக்கு மனைவி, தம் உணவில் உப்பைச் சேர்க்கக் கூடாதென்னும் கட்டுப்பாடுண்டு. அதேபோல அம்மைநோய் கண்டவர்கள், அம்மனுக்கு நேர்ச்சையாக உப்பை வழங்கும் வழக்கமும் தொடர்கிறது. வேண்டுதல் பலித்தவுடன் வேளாங்கண்ணி மாதாவிற்கு உப்புக் காணிக்கை செலுத்த உலகத்தின் பல பகுதிகளில் இருந்தும் வருபவர்களை இப்போதும் பார்க்கலாம்.

இதெல்லாம் ஒருபுறமிருக்க, எனக்கு உப்பு என்றதும் சட்டென்று நினைவிற்கு வருவது ஔவையார் விரதம்தான். ஏனெனில், அந்த விரதம் ஒரு வித்தியாசமான தன்மையைக் கொண்டது. ஆண்களை முற்றாக விலக்கிவிட்டுப் பெண்கள் மட்டுமே பங்கெடுப்பது அவ்விழாவின் தனித்துவம். அவ்விழாவின் மற்றொரு விசேஷம், உப்பில்லாத கொழுக்கட்டைகளைச் சுட்டுப் பிள்ளையாருக்குப் படைப்பது. ஔவையார் விரதமே 'செவ்வாய் பிள்ளையார் வழிபாடு' என்றும் அழைக்கப்படுகிறது. ஆண்கள் அவ்விழாவைப் பார்த்தால் கண்பறிபோய்விடும் என்றதைக் கேட்டிருக்கிறேன்.

நள்ளிரவில் பெண்கள் மட்டுமே கூடி வழிபடும் அவ்விழாவைப் பற்றிய புரளிகளுக்குக் கணக்கில்லை. கிராமங்களில் அவ்விழாவை இன்றும் பெண்கள் விமரிசையாகக் கொண்டாடி வருகிறார்கள். எழுத்தாளர்களைச் சமூகம் எந்த அளவிற்கு மதித்து வருகிறது என்பதை உப்பில்லாத கொழுக்கட்டைகள் உணர்த்துகின்றன. யாருக்கும் தெரியாமல்

அக்கொழுக்கட்டைகளை எனக்கு என் அக்கா கொண்டுவந்து கொடுத்திருக்கிறாள். ஜன்னல் வழியே அவ்விழாவை எட்டிப்பார்க்க நான் எடுத்த முயற்சியின் விளைவாக முதுகுத்தண்டு எசகுபிசகானதெல்லாம் வேறு கதை. வயதும் குறுகுறுப்பும் ஒன்றைத் தெரிந்துகொள்ளப் படும்பாடுதான் இலக்கிய வேட்கை. இளவயதில் இருந்தே ஔவையார் விரதம் பற்றி இரண்டு கேள்விகள் இருக்கின்றன.

ஒன்று, ஔவையார் முருகனுக்கு நெருக்கமானவராகத்தானே புராணக் கதைகள் சொல்கின்றன. இருந்தும், ஏன் பிள்ளையாருக்குக் கொழுக்கட்டைகள் பிடிக்கப்படுகின்றன. மற்றொன்று, தனிப்பாடலில் ஔவையே தன்னைக் 'கூழுக்கும் உப்பிற்கும் பாட்டெழுதும் கவி' என்று அறிமுகப்படுத்திக்கொள்கிறார். ஆனால், உப்பில்லாத கொழுக்கட்டைகள் படைக்கப்படுகின்றன. இப்படியான கேள்விகள் எழும் என்றுதான் ஆண்கள் தவிர்க்கப்படுகிறார்களோ என்னவோ? கடலில் சரியாக இருந்தாலும் கண்ணீரில் உப்பு கரிப்பதற்குக் காரணம், தேவையில்லாமல் யோசிப்பது. தேவைக்கு மேலேயும் வாசிப்பது.

உறுபசியும் ஒருபிடிச் சோறும்

பசித்தவர்கள் எங்கே அதிகமாகக் குடியேறுகிறார்களோ அந்தப் பகுதிகளே நாளடைவில் நகரங்களாக மாறுகின்றன என்பதில் உண்மை இருக்கிறது. அதற்காகப் பசித்தவர்களைப் பசித்தவர்களாகவே வைத்திருக்க ஓர் அரசோ சமூகமோ கருதுவது கவலைக்குரியது; கண்டிக்கத்தக்கது. மனித குலத்தின் வேகமான வளர்ச்சிக்குப் பின்னே பசி இருக்கிறது. பசியில்லாமல் ஓர் உயிர்கூட ஜனிப்பதில்லை.

சொல்லப்போனால், ஒரு குழந்தை பிறந்த உடனே தன் தாயைப் பசியின் நிமித்தமே கண்டடைகிறது. பசி குறித்து எத்தனையோ பேர் எத்தனையோ விதங்களில் எழுதிவிட்டனர். என்றாலும், ‘நூத்துக்கு நூறு’ என்னும் தலைப்பில் சுயம்புலிங்கம் எழுதிய ஒரு கவிதை, உயிரை ஓங்கி அறைவது. ‘கால் இல்லாமல் / கை இல்லாமல் / உறுப்புகள் கோரப்பட்டு / மனுசங்க இருக்காங்க / வயிறு இல்லாத மனிதன் / இல்லவே இல்லை’ என்கிற அந்தக் கவிதை, அவருடைய ‘நிறம் இழந்த வண்ணத்துப்பூச்சிகள்’ நூலில் இடம்பெற்றிருக்கிறது. பசியை உணராத ஒருவர் அப்படி ஒரு கவிதையை எழுதுவது சாத்தியமில்லை. சங்க இலக்கியங்களில்

பல இடங்களில் பசியின் கொடூரங்கள் பாடப்பட்டிருக்கின்றன. பிறர் பசியைப் போக்குவதே அறமென்னும் ஆழ்ந்த புரிதல், நம்முடைய மரபில் கலந்திருக்கிறது. ‘பெருஞ்சோற்று உதியன் சேரலாதன்’ எனும் சேரமன்னன், குருஷேத்திரப் போரில் பங்குகொண்ட வீரர்களுக்கு அன்னமும் நீரும் வழங்கினானென்னும் குறிப்பு புறநானூற்றில் இருக்கிறது. முடிஞ்சியூர் முடிநாகனார் எழுதிய அப்பாடலில் ‘பெருஞ் சோற்று மிகுபதம் வரையாது கொடுத்தோய்’ என்னும் வரியை முன்வைத்தே உரையாசிரியர்கள் அப்படி ஒரு விளக்கத்தை அளித்துள்ளனர்.

இதிகாசத்தை உண்மை என நம்புகிறவர்களுக்கு அவ்விளக்கம் மகிழ்ச்சியளிக்கலாம். எனக்கோ முடிநாகராயரின் கற்பனை பிடித்திருக்கிறது. ஒரு மன்னன், போரில் பங்குகொண்ட இருதரப்பாரையும் சமமாகக் கருதி அன்னமும் நீரும் வழங்கினான் என்பது காலத்தை மீறிய காட்சிப் படிமம். உதயன் சேரலாதனுக்கு ‘வான வரம்பன்’ என்னும் பெயரும் உண்டு. ஆகச் சிறந்த அன்னதானத்தால் வானவர்களின் அன்பினையும் அவன் பெற்றதாகச் சொல்லப்படுகிறது. ‘பசியைத் தாங்கிக்கொள்வது பெரிய ஆற்றல். என்றாலும், அதைவிடப் பெரிய ஆற்றல் மற்றவரின் பசியை ஆற்றுவதே’ என்கிறார் வள்ளுவர்.

ஒட்டுமொத்த உலக இலக்கியங்களும் பசியை அடிப்படையாக வைத்தே எழுந்துள்ளன. அகத்திலும் புறத்திலும் பசி ஏற்படுத்தும் ஆசையும் அவஸ்தையுமே வரலாற்றை வடிவமைக்கிறது. கடலுள் மாய்ந்த இளம்பெருவழுதி என்கிற மன்னன், இந்த உலகம் கெடாமல் இருப்பதற்குப் பகிர்ந்துண்ணும் பண்பே காரணம் என்றிருக்கிறான். ‘உண்டாலம்ம இவ்வுலகம்’ எனத் தொடங்கும் அப்பாடல் புறநானூற்றில்(182) வருவது. ‘உண்டால் அம்ம இவ்வுலகம் இந்திரர் / அமிழ்தம் இயைவ தாயினும், இனிதுஎனத் / தமியர் உண்டலும் இலரே’ எனும் வரிகள், கவனத்துக்குரியவை.

‘நெடுநாள் வாழும் அமிழ்தத்தை இந்திரர்கள் வழங்கினாலுமேகூட அதைத் தனித்து உண்ணாதவர்களால்தாம் இந்த உலகம் வாழ்கிறது’ என்கிறார். அப்பாடலின் பின்னுள்ள வரிகளிலும் பிறர்நலம் பேணுதல் பற்றியே வருகின்றது. ஒரு

கவிதை, வெறுமனே வந்துவிடுவதில்லை. மாண்புகளை உள்ளடக்கிய மரபின் ஊற்றிலிருந்தே உருவாகிறது. உலகம் எதனால் இருக்கிறது அல்லது இயங்குகிறது என்கிற கேள்வியை, தொல்குடிச் சமூகங்களின் இலக்கியங்களில் மட்டுமே காண முடியும். 'பசித்தன்று அம்ம பெருந்தகை ஊரே' என்னும் வரி, பெருங்குன்றூர்க் கிழார் எழுதிய புறநானூற்றுப் பாடலில் வருவது. 'கொய்யடகு வாடத், தருவிறகு உணங்க' எனத் தொடங்கும் அப்பாடல், 'மன்னனுக்கு ஒரு துன்பம் எனில் உயிர்கள் அனைத்துமே உண்ணாமல் பசித்திருக்கும்' என்கிறது.

அன்பை வெளிப்படுத்தும் கருவிகளில் பசியும் ஒன்று. 'கொணர்ந்த விறகும், கொய்த இலைகளும் சமையலுக்குப் பயன்படாமல் கிடக்கின்றன. மயில் சாயலும், மாமை நிறமும் உடைய மனைவி பசியில் வாடிக்கொண்டிருக்கிறாள். சிங்கத்தின் பிடரி மயிர்ப்போலப் பாணர்களின் யாழ் நரம்பையும் சேர்த்துக் கட்டிய கூட்டில் பறவைகள் பசித்திருக்கின்றன என அப்பாடல் விவரிக்கும் காட்சிகளில் ஐந்திணைகளையும் அறியலாம். துன்பத்தால் பசித்திருக்கும் சூழலையே பெருங்குன்றூர்க் கிழார் சொல்லியிருக்கிறார். ஆனால், பசியைத் துன்பமாகவும் பிணியாகவும் கருதிய பண்பாடு நம்முடையது.

ஒருமுறை கலைஞர் கருணாநிதியிடம், 'இலக்கியத்தில் உங்களுக்குப் பிடித்த பாத்திரம் எது?' என்று கேட்கப்பட்டது. அதற்கு அவர், 'மணிமேகலை கையில் வைத்திருந்ததாகக் கூறப்படும் அட்சயப் பாத்திரம்' என்றிருக்கிறார். கதாபாத்திரத்தைப் பற்றிய கேள்விக்கு அவர், கையில் இருந்த பாத்திரத்தைப் பதிலாக அளித்த சமயோசிதம் இரசிப்புக்குரியது. அதைவிட, அவர் அப்பதிலைப் பகுத்தறிந்து சொல்லியிருக்கிறார்.

அட்சயப் பாத்திரமென்பது அள்ள அள்ளக் குறையாமல் அன்னத்தை வழங்குவது. நிஜத்தில் ஒன்று அப்படி இல்லவே இல்லை. ஆகவே, கற்பனையில் மட்டுமே சாத்தியமுடையதைக் 'கூறப்படும்' என்னும் சொல்லில் குறித்திருக்கிறார். பசி என்னென்ன கேடுகளை உண்டாக்கும் என்பதை 'மணிமேகலை'யில் காணலாம். பசி முதலில்

உடம்பையும் பிறகு, மானம், வெட்கம், நல்ல பண்பு, நம்பிக்கை ஆகியவற்றையும் அழித்துவிடும் என்கிறது. சொந்த வயிற்றுக்குத் திருடத் தொடங்குபவன், அதன்பின் சொந்தங்களின் வயிற்றுக்காகவும் திருடுவதைத் தொழிலாக ஆக்கிக்கொள்கிறான் என்றே மணிமேகலை சொல்கிறது. 'குடிப்பிறப்பு அழிக்கும் விழுப்பம் கொல்லும் / பிடித்த கல்விப் பெரும்புணை விடூஉம் / நாணணி களையும் மாணெழில் சிதைக்கும் / பூண்முலை மாதரொடு புறங்கடை நிறுத்தும் / பசிப்பிணி என்னும் பாவி' போன்ற வரிகள், மணிமேகலையில் இடம்பெற்றிருப்பவை.

'பசிப் பிணிப் பாவி' எனும் பிரயோகம், புறநானூற்றில் வரும் 'யான்வாழும் நாளும் பண்ணன் வாழிய' பாடலை நினைவூட்டியது. சோழன் குளமுற்றத்துத் துஞ்சிய கிள்ளிவளவன் எழுதிய அப்பாடலில் 'பசிப் பிணி மருத்துவன்' என்னும் பதத்தை முன்வைத்து, சங்கச் சுரங்கத்தில் ஆர். பாலகிருஷ்ணன் தனி உரையே நிகழ்த்தியிருக்கிறார். அள்ள அள்ளக் குறையாத அன்னமென்றதும் பாரதக் கதையில் வரக்கூடிய ஒரு சம்பவம் நினைவிற்கு வருகிறது. பாஞ்சால தேசத்திற்கு வந்துசேர்ந்த பாண்டவர்கள் வேத்திரகீய நகரில் ஓர் அந்தணக் குடும்பத்தின் ஆதரவில் வசித்து வருவார்கள்.

ஒருநாள் அதிகாலையில் அடைக்கலம் அளித்த அந்தணரின் மனைவி அழுது அரற்றும் சத்தம் கேட்டுக் குந்தி எழுவாள். யாரோ கதவு தட்டும் ஓசை கேட்டுத் திறந்து பார்த்தால், அவள் எண்ணியதுபோலவே அந்தணரின் மனைவி அழுது முடியாத கோலத்துடன் வாசலில் வந்து நிற்பாள். குந்தி அக்கறையுடன் விசாரிப்பாள். அப்போது அந்த அந்தணரின் மனைவி, தனக்கு நேர்ந்துள்ள அபாயத்தை விளக்குவாள்.

அதுயென்னவென்றால், வேத்திரகீய நகரத்தில் ஓர் அரக்கன் இருக்கிறான். அவன் அந்த நகரையே கொன்று தின்னும் ஆவேசத்துடன் அலைந்துகொண்டிருக்கிறான். யாரையும் விட்டுவைப்பதில்லை என்கிற முடிவுடன் அட்டூழியம் செய்துவருகிறான். அவனை ஒருவராலும் தடுக்கவோ தண்டிக்கவோ முடியவில்லை. ஊர் மக்களெல்லாரும் கதி கலங்கிப் போகிறார்கள். இறுதியில் ஊர் மக்கள் அனைவரும் கூடி அவனிடம் ஓர் ஒப்பந்தம் போட்டுக்கொண்டார்கள். அது

ஒரு விபரீதமான ஒப்பந்தம். ஒரு வண்டிச் சோறும், தினசரி ஒரு மனிதனும் உணவாக ஊர் மக்கள் கொடுத்துவிடுவது. அதை, வயிறார உண்டு குகைக்குள்ளே அரக்கன் இருந்துவிட வேண்டும். தேவையில்லாமல் பொது இடத்தில் மக்களை அச்சுறுத்தவோ அடித்துக் கொன்றுத் தின்னவோ கூடாது. அரக்கனும் அதற்குச் சம்மதித்துக் காட்டுக் குகைக்குள் பதுங்கிக்கொள்வான். ஒப்பந்தத்தின்படி ஒரு வண்டிச் சோறும், ஓர் ஆளும் தினப்படி வழங்கப்பட்டுவரும். குடும்பத்தில் ஒவ்வொருவராக அவனுடைய பசிக்கு இரையாகி வருவார்கள்.

இம்முறை அந்தணரின் குடும்பத்தில் இருந்து ஒருவண்டிச் சோறும், ஓர் ஆளும் அனுப்பப்பட வேண்டும். அந்தணருக்கு இருப்பதோ ஒரே ஒரு மகன். அவனையும் அரக்கனுக்குப் பலி கொடுத்துவிட்டால் என்ன செய்வது என்பதுதான் சிக்கல். விஷயம் முழுவதையும் கேட்ட குந்தி, அந்தணரின் மனைவியை ஆற்றுப்படுத்துவாள். ‘நீங்கள் எதற்கும் கவலைப்படாதீர்கள். எனக்கு ஐந்து புதல்வர்கள் இருக்கிறார்கள். அவர்களில் ஒருவனை நான் தருகிறேன்’ என்பாள். எத்தனை மகனிருந்தாலும் ஒரு தாய் இப்படி ஒரு வார்த்தையை வாக்காக அளிக்க முடியுமா என்பது வேறு விஷயம். ஆனால், குந்தி அப்படி ஒரு வாக்குறுதியைத் தெம்பாக அந்த அந்தணரின் மனைவிக்கு அளிப்பாள்.

ஐவரில் வீமனை அனுப்புவதே அவள் திட்டம். எந்தப் போரையும் அசாத்தியத் துணிச்சலுடன் கையாளும் திறன் அவனுக்குண்டு. அத்துடன், திடகாத்திரமான வீமன் அந்த அரக்கனை வென்றுவிடுவான் எனவும் அவள் நம்பினாள். குந்தியின் வார்த்தைகளைக் கேட்ட அந்தணரின் மனைவி அமைதியுடன் திரும்புவாள். அரக்கனுக்கு ஒரு வண்டிச் சோறு ஏற்பாடு செய்யப்படுகிறது. கூடவே வீமனையும் அனுப்புவார்கள். வீமன், அரக்கனின் குகைக்கு வெளியே உள்ள ஒரு மரத்தடியில் அமர்வான்.

வண்டி நிறைய ஆக்கப்பட்டிருந்த சோற்றை அவனே உண்ணத் தொடங்குவான். அரக்கனோ குறிப்பிட்ட நேரத்தில் வண்டி வரவில்லையே எனப் பசியுடனும் வெறியுடனும் வெளியே வருவான். வந்தால் மொத்தச் சோற்றையும் வீமன் உண்டுகொண்டிருப்பதைப் பார்த்த

அவனுக்கு ஆவேசமாகிவிடும். அவன் நெருங்குவதற்குள் முழுவதையும் தின்று முடித்த வீமன், அவனை எதிர்கொள்ளத் தயாராவான். பிறகு, இருவருக்கும் கடுமையான சண்டை நடக்கும். சண்டையில் வீமனே வெல்வான். சோற்றை ஏற்றிக் கொண்டுபோன வண்டியிலேயே அரக்கனைப் பிணமாக்கிக் கொண்டு வருவான். ஊர் மக்கள், அன்றுமுதல் நிம்மதியைப் பெறுவார்கள் என்பதாகக் கதை முடியும். வண்டி நிறைய சோற்றை உண்ணுபவன் அரக்கன் எனில், வீமன் அங்கே என்னவாகச் சித்திரிக்கப்படுகிறான் என்பதுதான் சிந்தனைக்குரியது.

எனக்கு அக்கதையில் குந்தியின் வாக்கும் நம்பிக்கையும் பிரதானமாகப்பட்டது. பெற்ற மகனை இழக்கும் நிலையில் இருந்த தாய்க்கு, தன் மகனைத் தருவதாகக் கூறிய பெருந்தன்மை. குந்தி, மகனை இழக்கும் வலியுணராதவள் இல்லை. ஆனாலும், பசித்து நின்ற தருணத்தில் அடைக்கலம் அளித்த ஒரு குடும்பத்திற்குப் பதில் மரியாதையாக அதை அவள் செய்ய முனைகிறாள். தன்னுடைய மகனின் வீரத்தின்மீதும், பலத்தின்மீதும் அவள் வைத்திருந்த அபரிமிதமான நம்பிக்கையாகவும் அதை எடுத்துக் கொள்ளலாம்.

புலி பசித்தாலும் புல்லைத் தின்னாது என்பர். அதை உள்வைத்தே சோழன் நல்லுருத்திரன் ஒரு பாடலை எழுதியிருக்கிறார். புறநானூற்றில் (190) வரக்கூடிய அப்பாடல், 'விளை பதச் சீறிடம் நோக்கி, வளை கதிர்' எனத் தொடங்குவது. அதில் ஒருவரி, 'புலி பசித் தன்ன மெலிவில் உள்ளத்து' என்று வரும். 'விளைந்த வயலைப் பார்க்கும் எலி, நெல்மணிகளைக் கடித்தும் குதறியும் திருடிக்கொண்டுபோய்த் தன்னுடைய வளையில் சேமித்துக்கொள்ளுகிறது. ஆனால், புலியோ பசியில் வேட்டையாடினாலும் அது, வேட்டையில் வீழ்த்திய காட்டுப்பன்றி இடப் பக்கம் விழுந்துவிட்டால் உண்ணுவதில்லை.

எவ்வளவு பசியிருந்தாலும், மீண்டும் ஒரு பெரிய யானையை வலப் பக்கம் விழுமாறு வேட்டையாடியே உண்ணும்' என்கிறது அப்பாடல். நல்லவர்களின் நட்பு எத்தகையது என்பதைச் சொல்வதே அப்பாடல். எனினும், அதை அவர் புலியின் பசியுடன் பொருத்திச் சொல்லியிருக்கிறார். இடப்

பக்கம், வலப் பக்கம் என்கிற குறிப்பு வித்தியாசமானது. வேட்டையில் வீழ்த்தப்பட்ட விலங்கு இடப் பக்கத்தில் விழுந்தால் புலி புசிக்காது என்கிற தகவல், அகநானூற்றிலும் (29) இடம்பெற்றிருக்கிறது. சங்க இலக்கிய வாசிப்பை இப்படியான தகவல்களே சுவாரசியப்படுத்துகின்றன. அது, தலைவனுக்கும் தலைவிக்கும் இடையேயான உரையாடல். 'தொடங்குவினை தவிரா அசைவு இல் நோன்தாள்' எனும் முதலடியை உடைய அப்பாடல், பொருள் தேடித் திரும்பிய தலைவனிடம் தலைவி தன்னைப் பற்றிய நினைவுகள் பிரிந்திருந்த தருணத்தில் இருந்தனவா எனக் கேட்கிறாள்.

அதற்குத் தலைவன், 'தான் வீழ்த்திய யானை இடப் பக்கம் வீழின் உண்ணாத புலியின் ஊக்கத்துடன் பொருள் தேடப் புறப்படுகையில், உன்னை நினையாமல் கழியும் நாள்கள் நான் வாழாத நாள்களே என்று கூறிப் பிரிந்தேனே அது அப்படியே உண்மையாயிற்று. என் உடல்தான் பிரிந்திருந்ததே தவிர உள்ளம் உன்னைப் பற்றியும், உன்னைச் சுற்றியுமே அலைந்துகொண்டிருந்தது' என்கிறான். வெள்ளாடியனார் எழுதிய அப்பாடல், ஒரு கணவனுக்கும் மனைவிக்கும் இடையே நடக்கும் உரையாடலில்கூட, இரைக்கு வேட்டையாடும் புலியின் இயல்புகள் இயைந்து வருவதைக் கவனிக்கலாம்.

பசித்தாலும் புலி, தான் உண்ணுவதற்குச் சில வரையறைகளை வைத்திருக்கிறது. ஆனால், இயக்குநர் சத்யஜித்ரே எந்த வரையறையும் இல்லாமல் ஒருமரம் மனித மாமிசத்தை உண்ணும் செய்தியைத் தன்னுடைய 'பசித்த மரம்' கதையில் தந்திருக்கிறார். வல்லிக்கண்ணன் மொழிபெயர்ப்பில் வந்துள்ள அக்கதை, வாசிக்கும்போது வயிற்றில் புளியைக் கரைத்தது. அப்படி ஒரு மரம் இருந்ததா இருக்கிறதா என்பது பற்றி இணையத்தில் தேடித் தெரிந்துகொள்ளலாம்.

தாவரவியலில் நிபுணராகவும் ஆய்வாளராகவும் உள்ள காந்திபாபு, எழுத்தாளர் பரிமளைச் சந்திக்க வருகிறார். வெகு ஆண்டுகளுக்குப் பிறகான சந்திப்பு அது. வழக்கமான உரையாடல். அவ்வுரையாடலில் பூச்சிகளை உண்ணும் 'நெப்பென்தஸ்' செடி பற்றியும் இன்னபிற தாவரங்களைப் பற்றியும் பேசிக்கொள்வர். காடுகளையும் நாடுகளையும்

கடந்து அவ்வுரையாடல் விரியும். தாவரங்களின் அதிசயத் தன்மைகளைப் பரிமளுக்குக் காந்திபாபு விளக்குவார். நடுவே மரக்கறி உணவும், மாமிச உணவும் மக்கள் மத்தியில் உண்டாக்கி வைத்துள்ள வேறுபாடுகளை விளாசுவார். இயங்கியலின் விநோதங்களையும் தன்மைகளையும் அவருக்கே உரிய அழகுடன் பேசுவார். தர்க்கப்பூர்வமான அவருடைய கூற்றுகளைப் பரிமளும் ஏற்க நேரும். தாவரத்தின் மீது அவருக்கு ஏற்பட்ட ஆர்வம், அதை ஒரு தொடர் செயல்பாடாக ஆக்கிக்கொண்ட அக்கறை எல்லாமும் அவ்வுரையாடலில் இடம்பெறும். உரையாடலின் இறுதியில் காந்திபாபு பரிமளிடம், 'நீ இப்போதும் துப்பாக்கி வைத்திருக்கிறாய் தானே?' என்பார்.

அதுவரை இயல்பாகப் பேசிக்கொண்டிருந்த பரிமள் அந்தக் கேள்வியில் துணுக்குற்று, அதிர்ச்சியுடன் அவரைப் பார்ப்பார். கேள்விக்கான பதில் பார்வையாக வெளிப்பட்டதைக் கண்ட காந்திபாபு அதன் பிறகும் விஷயத்தைக் கூறாமல் தவிர்ப்பார். பரிமளுக்கு விஷயத்தைத் தெரிந்துகொள்வதில் ஆர்வம் மிகும். ஆனாலும் காந்திபாபு, 'நாளை வீட்டிற்குத் துப்பாக்கியுடன் வரமுடிந்தால் தெரிந்துகொள்ளலாம்' என்பார். மறுநாள் பரிமள் அவருடைய நண்பன் அபிஜித்துடன் காந்திபாபுவின் வீட்டிற்குப் போவார்.

ஆய்வுக்கூடம்போல் அமைந்துள்ள அவ்வீட்டை அபிஜித் பிரமிப்புடன் பார்க்கத் தொடங்குவான். கூடவே அவன் அவனுடைய நாய் பாதுஷாவையும் அழைத்துப் போயிருப்பான். வீட்டைச் சுற்றிக் காட்டிய காந்திபாபு, அவர் செய்துவரும் ஆய்வுகளைப் பற்றியும் அவை அப்போது எந்தக் கட்டத்தில் உள்ளன என்பது பற்றியும் விவரிப்பார். கதை நெடுகவே தாவரங்களைப் பற்றி வரக்கூடிய செய்திகள் பிரமிப்பளிப்பவை. ஒரே கதையில் சத்யஜித்ரே மொத்தத் தாவரங்களின் தன்மைகளையும் கொண்டுவந்திருப்பார்.

கடைசியில் காந்திபாபு, 'செப்டோபஸ்' மரம் குறித்தும், அதன் ஆபத்து நிறைந்த பசி பற்றியும் இருவருக்கும் விளக்குவார். அவர்கள் இருவருக்கும் அத்தகவல்கள் அச்சத்தை ஏற்படுத்தும். எளிய வார்த்தையில் அவர் விவரிக்கும் ஒவ்வொன்றும் பயங்கரமான காட்சியை அவர்களுக்குள்

உருவாக்கும். எலி, பூனை, நாய் என்று தின்றுவந்த செப்டோபஸ், தற்போது தன்னுடைய வேலையாளின் கையைக் கடித்துவிட்டது என்றபோது இருவரும் பேச்சற்று மௌனமாவார்கள். அடர்ந்த காட்டில் அரவங்கள் சுற்றிப் படமெடுத்து நிற்பதுபோல் ஆகிவிடும். வரவழைத்துக்கொண்ட நிதானத்துடன் இருவரும் வலிய அந்த மரத்தைப் பார்க்க விரும்புவார்கள். இருவரையும் காந்திபாபு அம்மரம் வைக்கப்பட்டிருக்கும் அறைக்கு அழைத்துப் போவார்.

அந்த மரம் அப்போது தூங்கிக்கொண்டிருக்கும். எதிரியே ஆனாலும் தூங்கும்போது கொல்லக் கூடாது எனும் அறத்தைப் பரிமள் சொல்ல, அது விழிக்கும்வரை மூவரும் காத்திருப்பார்கள். ஒரு கட்டத்தில் மாமிச பட்சிணி விழித்துவிடும். அதன் வேரும் கிளைகளும் ஒரு கொடூரப் பிசாசுபோல் தோற்றமளிக்கும். அது, எந்த மண்ணிலும் உயிர்வாழத் தக்க அபூர்வ தாவரம். அதை அவர் மத்திய அமெரிக்காவின் நிகரகுரா ஏரி அருகேயிருந்து கொண்டு வந்திருப்பார். செப்டோபஸ்ஸின் உச்சியில் வாய்போல் ஒரு துவாரமிருப்பதைக் காந்திபாபு காட்டுவார். அதன் வழியேதான் அது உணவுகளை உட்கொள்ளும் என்பதைக் காண்பிப்பார்.

தம் உயிர் என்ன ஆகப் போகிறதோ எனும் துயரத்துடன் அவர்கள் இருவரும் அதைப் பார்ப்பார்கள். காந்திபாபு, அச்சத்தின் சருமத்தில் மேலும் அமிலத்தை ஊற்றுவதுபோலத் ‘தும்பிக்கைபோல அசையும் அதன் கிளைகள், எந்த நேரத்திலும் அருகே நிற்பவரை இழுத்துவிடும்’ என்று எச்சரிப்பார். என்ன நடக்குமோ ஏது நடக்குமோ என்னும் நடுக்கத்துடன் பரிமளும் அபிஜித்தும் நின்றிருப்பார்கள். அப்போது அம்மரத்திலிருந்து ஒரு வாசனை வெளிவரும். அது உயிர்களை மயக்கும் தன்மையுடையது. குளோரோஃபார்ம் மாதிரியான ஒன்று. அவ்வாசனை வந்ததுமே காந்திபாபு கூடுதல் கவனத்துடன் செயல்படத் தொடங்குவார்.

பாதுஷா அங்குமிங்கும் துள்ளிக்கொண்டிருக்கும். அந்தத் துள்ளலைக் கவனித்த செப்டோமஸ், கண்ணிமைக்கும் கணத்திற்குள் பாதுஷாவை வாரியிழுத்து விழுங்கிவிடும். தும்பிக்கைபோன்ற கிளையால் அம்மரம் பாதுஷாவை

உள்ளிழுத்து நடுப்பகுதியில் வைத்து மெல்லுவதை இருவரும் பார்ப்பார்கள். காந்திபாபு எப்படியாவது அம்மரத்தைச் சுட்டுவிடப் பரிமளை அவசரப்படுத்துவார். அதன்படி அம்மரம் பரிமளால் சுட்டு வீழ்த்தப்படும். பசியென்பது எல்லா உயிர்களுக்கும் ஒன்றுதான். மரம், விலங்கு, பறவை என்றெல்லாம் பாகுபாடு இல்லை. தன்னைவிடப் பலமான எது ஒன்றையும் வீழ்த்தி, உண்டுவிடும் தன்மையே பசியின் இயல்பு. 'கடும்பின் கடும்பசி தீர யாழநின் / நெடுங்குறி எதிர்ப்பை நல்கியோர்க்கும்' என்னும் தொடரைப் புறநானூற்றில் (163) காணலாம். 'நின் நயந்து உறைநர்க்கும் நீ நயந்து உறைநர்க்கும்' எனத் தொடங்கும் அப்பாடலைப் பெருஞ்சித்திரனார் எழுதியிருக்கிறார்.

குமணனிடம் பரிசு பெற்றுவரும் பெருஞ்சித்திரனார், அப்பரிசில் செல்வத்தை எல்லாருக்கும் பங்கிட்டுக் கொடு என்று மனைவியிடம் சொல்வதுபோல் அமைந்த பாடல். ஈத்துவக்கும் இன்பமே தமிழர்களின் மரபு. பரிசில் வாழ்வில் ஒருமுறை பெற்றுவரும் செல்வத்தைப் பதுக்கியோ சேமித்தோ வைத்துக்கொள்ளும் பழக்கம் இல்லை. கையில் கிடைப்பது எதுவென்றாலும் அதைப் பகிர்ந்துகொள்ளும் வாழ்வியல் முறையே வலியுறுத்தப்பட்டிருக்கிறது.

பெருஞ்சித்திரனார் அப்பாடலில், 'நாம் பசித்திருந்த காலத்தில் நம்முடைய எதிர்பார்ப்பிற்கும் கூடுதலாக அளித்தவர்களை விட்டுவிடாதே' என்று மனைவியிடம் சொல்கிறார். 'உன்னை விரும்புகிறவர்களுக்கும் நீ விரும்புகிறவர்களுக்கும் கொடு' என்பதுடன் நில்லாமல், 'நமக்கு ஆகாதவர்களுக்கும் பசித்தவர்களுக்கும் பங்கிட்டுக் கொடு' என்கிறாரே அதுதான் அறம்.

இந்த இடத்தில் முன்னெப்போதோ வாசித்த பிரேம்சந்தின் கதை ஒன்று நினைவிற்கு வருகிறது. 'கிழக் குழந்தை' எனும் தலைப்புடைய அச்சிறுகதை தொண்ணூறு வயது பாட்டி ஒருத்தியின் பசி பற்றிய நினைவுகளைக் கிளறுவது. எழுபதுகளில் எழுதப்பட்ட கதை. சௌரியின் மொழிபெயர்ப்பில், நேஷனல் புக் டிரஸ்ட் வெளியிட்ட 'பிரேம்சந்த் சிறுகதைகள்' நூலில் இடம்பெற்றிருந்தது. பாட்டியின் கணவர் நடுப்பிராயத்தில் இறந்துவிடுவார். வாலிபத்தை எட்டும் நிலையில் பிள்ளைகளும்

மடிந்துபோய்விடுவர். நிர்க்கதியாக நிற்கும் பாட்டி அதன்பின் தன்னுடைய சொத்துகளைத் தமக்கையின் மகன் புத்திராமுக்கு எழுதி வைத்து அவனுடனே வாழ்ந்துவருவார். புத்திராமுடைய மனைவியும் இருமகள்களும் பாட்டியை ஓரளவு நன்றாகவே கவனித்துக்கொள்வர். சிற்சில நேரங்களில் பிசகு ஏற்பட்டாலும், ரூபாவையும் பாட்டிக்குப் பிடிக்காமலில்லை. அந்தச் சூழலில் புத்திராமின் மூத்த மகளுக்குத் திருமணம் ஏற்பாடாகும். அதுகுறித்து இளைய பேத்தி லாடலீ மூலம் தெரிந்துகொள்ளும் பாட்டி, 'திருமணமென்றால் பூரிகள் செய்வார்கள் தானே?' என்பாள். பாட்டிக்கு அதுமுதல் பூரிகள்மீதும் கல்யாண பட்சணங்கள்மீதும் ஆசை பெருகிவிடும்.

வீட்டில் ஒருவர் பாக்கியில்லாமல் பூரி எப்போது செய்வார்கள் எனக் கேட்கத் தொடங்கிவிடுவார். வீட்டிற்கு வருகிறவர்கள் எல்லாரிடமும் அதுகுறித்தே பேசுவார். பூரிகளின் ருசி, தன்மை போன்றவற்றைப் பாட்டி விவரிக்கும் விதத்தைப் பார்த்தால் ரூபா ஒருமுறைகூட அவளுக்குப் பூரி சுட்டுத் தரவில்லையோ என்பதுபோல் கேட்பவர்களுக்குத் தோன்றிவிடும். அத்தனை ஆதுரமாகப் பாட்டி பூரிகளால் பூரித்துப் போயிருப்பார்.

மாப்பிள்ளை வீட்டார் வரும்போதும் அவள், பூரி குறித்துப் பேசுவது புத்திராமுக்கும் அவன் மனைவிக்கும் சங்கடத்தை உண்டாக்கும். பாட்டியின் சொத்துகளை வைத்தே புத்திராம் மதிக்கத்தக்க வாழ்வை வாழ்ந்து வருகிறான் என்பது ஊருக்கே தெரியும். அப்படியிருக்கையில் பாட்டி பேசக்கூடிய வார்த்தைகள், மற்றவர்களுக்குத் தம்மீது தவறான அபிப்ராயத்தை உண்டாக்கிவிடும் என அவன் கருதுவான். அவன் மட்டுமல்லன். அவனுடைய மனைவிக்கும் அது, சிக்கலுக்குரிய விஷயமாகப் பட்டுவிடும். என்ன செய்வதென்று யோசித்தவர்கள், திருமணத்திற்குத் திலகமிடும் நன்னாளில் புத்திராமும் ரூபாவும் பாட்டியை யார் கண்ணிலும் படாதவாறு ஓர் அறையில் வைத்துப் பூட்டிவிடுவார்கள்.

சூழல் புரியாமல் பூரிகளைப் பற்றியே பாட்டி பேசிக்கொண்டிருந்தால் விருந்தினர்கள் எப்படி எடுத்துக்கொள்வார்களோ என்கிற அச்சமே அவர்களை அவ்விதம் செய்யத் தூண்டும். விழா அன்று சமையல் கட்டிலிருந்து

பூரிகளின் வாசனை பாட்டியின் மூக்கைத் துளைக்கும். உலகமே ஒருசில பூரிகளால் உருவானதுபோலக் கற்பனை செய்து அறைக்குள்ளே பாட்டி படுத்திருப்பாள். கல்யாணப் பரபரப்பில் பாட்டி அறைக்குள் இருப்பதைப் புத்திராமும் ரூபாவும் மறந்துவிடுவார்கள். லாடலீ மட்டும் பாட்டிக்கு ஒரு கிண்ணத்தில் சில பூரிகளை எடுத்துக்கொண்டுபோய்க் கொடுப்பாள். வாஞ்சையுடன் வாரி எடுத்து உண்ணும் பாட்டி, விழா முடிந்துவிட்டதா எனக் கேட்பாள். விருந்தினர்கள் எல்லாரும் கிளம்பியிருப்பார்கள். வந்தவர்கள் அனைவருக்கும் பூரிகளையும் இதர பட்சணங்களையும் பரிமாறிய ரூபா, பாட்டியை மறந்திருப்பாள்.

பாட்டியோ லாடலீ கொண்டுவந்த பூரிகள் போதாமல் தவழ்ந்தபடியே சமையல் கட்டை நோக்கிப் போவாள். அங்கே விருந்தினர்கள் உண்ணும்போது சிதறிய பூரியின் துணுக்குகள் பெருமளவு இறைந்து கிடக்கும். அவற்றை ஆசையுடனும் ஆர்வத்துடனும் எடுத்துப் பாட்டி வாய்க்குள் போட்டுக்கொள்ளுவாள். முதுமையின் நாக்குகள், அத்துணுக்குகளைச் சுவைத்து விழுங்குவதைப் பிரேம்சந்த்தின் வார்த்தைகளில் வாசிக்க வேண்டும்.

பசியும் ருசியும் வெட்கமறியாது என்பதுபோல ஒவ்வொரு துணுக்காகப் பொறுக்கியெடுத்து உண்ணும் பாட்டியை ரூபா எதேச்சையாகப் பார்த்துவிடுவாள். அந்தக் காட்சி அவளுடைய உயிரை அறுத்துவிடும். ‘வந்தவர்களுக்கெல்லாம் வாரி வாரிக் கொடுத்தேனே... கூடவே இருந்த உங்களை மறந்துவிட்டேனே’ என அவள் கத்திக்கதறிக் கூப்பாடு போட்டுக் கீழே சரிவாள். அந்த அழுகைதான் பசியின் பரிதாபம். அந்தக் கதறல்தாம் அன்பின் ஓசை. பசியை அழகாக எழுத முடியாது. ஏனெனில் அது ஓர் அரக்கன். ஆனாலும், பிரேம்சந்த் தன் எழுத்துக்கே உரிய பொலிவுடன் அக்கதையை எழுதியிருப்பார்.

அவர் போன்ற ஆளுமைகளால் மட்டுமே அப்படியான தருணங்களைக் காட்சிப்படுத்த முடியும். மிகை உணர்ச்சிகள் துளியும் வெளிப்படாதவாறு பசியின் கொடூரத்தை அவரளவிற்கு வேறு எவரும் எழுதவில்லை என்றே சொல்லலாம். நாம் நம்முடைய கவனச் சிதறல்களால் மற்றவர்களின் பசியைப் பொருட்படுத்தாமல் போய்விடுகிறோம் என்பதே

அக்கதை. பசியைக் குறிப்பாக, மற்றவர்களின் பசியைப் பொருட்படுத்தவே 'மணிமேகலை' எழுதப்பட்டிருக்கிறது. பசிப்பிணியும், அதனால் பாதிக்கப்பட்ட காயசண்டிகையும் தமிழில் மட்டுமே காண முடிந்த சித்திரம். காயசண்டிகை, 'யானைத்தீ' என்கிற அகோரப் பசியால் பன்னிரண்டு ஆண்டுகள் அவதிப்படுகிறாள். ஆகாயத்தில் பறக்கும் அதிசய சக்தி பெற்ற காயசண்டிகை ஒருமுறை பொதிகையின் அழகைக் கணவனுடன் பார்க்க வருகிறாள். வந்த இடத்தில் பனம்பழம்போல் பருத்த நாவற் பழம் ஒன்றைக் காண்கிறாள். அது, விருச்சிகன் என்னும் முனிவருடையது.

அதை அவர் ஆற்றின் கரையில் ஒரு தேக்கிலையில் வைத்துவிட்டு நீராடப் போயிருக்கிறார். அந்நாவற் பழம் பன்னிரண்டு ஆண்டுகளுக்கு ஒருமுறையே கிடைப்பது. அதை உண்டால் பன்னிரண்டு ஆண்டுகள் பசியில்லாமல் வாழ முடியும். அந்த முனிவர், பன்னிரண்டு ஆண்டுகளுக்கு ஒருமுறையே பசியாறும் வழக்கமுடையவர் என்பதால் குளித்துவிட்டு அப்பழத்தை உண்ணத் திட்டமிட்டிருக்கிறார்.

காயசண்டிகைக்கோ அதுபற்றியெல்லாம் எதுவும் தெரியாமல் காலால் அப்பழத்தை எத்திவிடுகிறாள். பழம் சிதைந்துவிடுகிறது. குளித்துவிட்டுக் கரையேறிய முனிவருக்குச் சிதைந்த பழம் சினத்தை ஏற்படுத்துகிறது. காரணம் யாரென்று உணர்ந்தவர், அந்த நொடியிலேயே காயசண்டிகைக்குப் பசிப்பிணியைச் சாபமாக வழங்கிவிடுகிறார். அடுத்த பழத்தை அவர் எப்போது உண்கிறாரோ அதுவரை காயசண்டிகை பசித்திருக்க வேண்டும். அத்துடன், அதுவரை அவள் பெற்றிருந்த பறக்கும் சக்தியும் சாபத்தால் பறிக்கப்படுகிறது. பசிவந்தால் பத்தும் பறக்கும் என்பார்கள். காயசண்டிகைக்கோ பசியுடன் பறக்கும் சக்தியிழப்பும் வந்து சேர்கின்றன. முடிவில் முனிவருக்குப் பன்னிரண்டு ஆண்டுகள் கழிந்தபின் பழம் கிடைக்கிறது. அதே சமயம், மணிமேகலையும் வந்து சேர்கிறாள்.

அவளுடைய அமுதசுரபியால் காயசண்டிகையின் பசிப்பிணி நீக்கப்படுகிறது. என்னை எப்போதும் ஆச்சரியப்படுத்தும் விஷயங்கள், 'பன்னிரண்டு ஆண்டுகள் பசித்திருத்தல் என்பதையும், அதைப் போக்க ஓர் அரிய பாத்திரம்

வேண்டும் என்பதையும் ஒருவர் எப்படி யோசிக்க முடிந்தது' என்பவைதாம். உலக இலக்கியங்களில் ஒன்றிலேனும் அன்னம் சுரக்கும் அமுதசுரபிகள் தென்படவில்லை. பசிபோக்குவதைக் கடமையாகப் பல இலக்கியங்கள் பேசுகின்றன. ஆனால், தமிழோ அதை அறம் என்கிறது. 'எத்திசைச் செலினும் அத்திசைச் சோறே' என்ற ஔவையும், பசித்தவர்கள் எத்திசையில் இருக்கிறார்களோ அத்திசையை நோக்கிச் சென்று உணவளித்த மணிமேகலையும் ஒரே மரத்தின் இரு வேர்கள். ஔவையின் கோபம், வாயில் காப்போனிடம் தெறிக்கிறது. இதே கோபத்தை நீதி மறுக்கப்பட்ட கண்ணகி, பாண்டிய மன்னனின் வாயில் காப்போனிடம் காட்டியிருக்கிறாள்.

பெண்களின் கோபங்களை அங்கீகரித்து, அவற்றுக்கு உரிய மரியாதையைத் தமிழ் இலக்கியங்கள் வழங்கியுள்ளன. ஔவையின், 'வாயிலோயே, வாயிலோயே' பாடல் புறநானூற்றில் (206) வருவது. அதியமானுக்கும் ஔவைக்கும் இடையே இருந்த உறவு மன்னர், புலவர் என்பதுடன் நிற்கவில்லை, அதற்கும் மேலான தோழமை அவர்களுடையது. ஒருமுறை பாடிப் பரிசில் பெறச்சென்ற ஔவையை அதியன் காக்கவைத்துவிடுகிறான். வந்தவர்க்கெல்லாம் அவர்கள் வேண்டுவதை வாரிக்கொடுப்பவன், தன்னை மட்டும் அலட்சியம் செய்வதுபோல ஔவைக்குத் தோன்றுகிறது.

அதுசமயம், இனியும் இங்கே காத்திருக்கத் தேவையில்லையென மூட்டை முடிச்சுகளைக் கட்டிக்கொண்டு கிளம்புகிறாள். கிளம்பும்போது வாயில் காப்போனிடம் மேற்கண்ட பாடலைப் பாடி, தன்னுடைய மனநிலையைத் தெரிவிக்கிறாள். அதியன் காக்க வைத்ததன் நோக்கம், தன்மீது கொண்டிருந்த அன்பே என்பது பின்னால்தான் அவருக்குத் தெரிய வருகிறது.

விரைவாகப் பரிசிலைக் கொடுத்துவிட்டால் தன்னைவிட்டு அவர் நீங்கிவிடுவாரோ என எண்ணிய அதியனை அதன்பின் பல பாடல்களில் ஔவை கௌரவித்திருக்கிறார். புறநானூற்றில் மிகுதியான பாடல்கள் அவருடையவை. எனில், அதில் அதிகமும் அவர் அதியனைக் குறித்தே பாடியிருப்பது கவனிக்கத்தக்கது. 'வாயிலோயே வாயிலோயே' பாடலில் ஔவை கூறியிருப்பவை, புறக்கணிப்பின் வலி நிறைந்த

சொற்கள். அதியனுக்குத் தன்னைப் பற்றியும் என்னைப் பற்றியும் தெரியாதவை ஒன்றுமில்லை என்பதுபோலத் தொடங்கும் அப்பாடலில், புலவர்களின் மனோநிலையை அப்படியே பிரதிபலித்திருக்கிறார். சோற்றுக்கே பாடும் புலவராயிருந்தாலும், சுயமரியாதையை இழந்து ஓரிடத்தில் பொன்னையோ பொருளையோ பெறுவதில்லை என்னும் வைராக்கியமே அவர்களுடையது. அதைப் புலமைச் செருக்காகவும் கருதலாம். ஔவையின், 'எத்திசைச் செலினும் அத்திசைச் சோறே' என்பதை, எங்கு போனாலும் உணவிற்குப் பஞ்சமில்லை எனவும் எடுத்துக்கொள்ளலாம்.

மரம்வெட்டும் தொழிலைக் கற்ற தச்சனின் பிள்ளை கோடரியுடன் காட்டிற்குச் சென்றால் அவனுக்குரிய வகையும் வாழ்வும் கிடைப்பதுபோல் கற்றவர்களுக்கும் இந்தப் பரந்த உலகத்தில் அருளும் பொருளும் கிடைப்பது எளிதே என்றுதான் பாடலை முடித்திருக்கிறார். அப்பாடல் அதியனுக்கான அறிவுரை என்பதிலும் பார்க்க, வாயில் காப்போனின் நடத்தையைக் கண்டிப்பதாகவே எனக்குப் படுகிறது. ஔவைக்கு ஆயுளை நீட்டிக்கும் நெல்லிக்கனியைப் பரிசாக வழங்கியவன், அதை வாயில்காப்போனுக்குக்கூடத் தெரியாமல் வைத்திருந்தானோ என்னவோ?

அதே ஔவை, 'சிறியகட் பெறினே எமக்கீயும்; மன்னே' எனத் தொடங்கும் புறநானூற்றுப் (235) பாடலில் கூடுதல் அன்பைக் கொட்டியிருக்கிறார். அது, அதியன் போர்க்களத்தில் வீழ்ந்துவிட்ட பிறகு எழுதப்பட்டிருக்கலாம் எனத் தோன்றுகிறது. முதல் வரியை விடவும் மூன்றாவது வரியே என்னை அதிகமும் ஈர்ப்பது. 'சிறுசோற் றானும் நனிபல கலத்தன்; மன்னே/ பெருஞ்சோற் றானும் நனிபல கலத்தன் மன்னே' என்னும் வரிகள், 'சிறிதளவே உணவு இருந்தாலும் அதைப் பலருடன் பகிர்ந்துண்ணும் பழக்கம் அவனுடையது.

பெருமளவு இருக்கும்பட்சத்தில் அவ்வுணவில் எலும்புடன் கூடிய தசை கிடைத்தால் அதை எமக்குக் கொடுப்பான்' என்பதெல்லாம் அன்பின் ஆச்சரியங்கள். அதைவிட, புலால் மணக்கும் தன்னுடைய தலையை நறுமணம் மிக்க தன்னுடைய கைகளால் வருடிக் கொடுப்பான் என்பதில்

மெல்லிய காதலும் கலந்திருக்கிறது. 'எத்திசை செல்லினும் அத்திசைச் சோறே' என்று கோபித்துக்கொண்ட ஔவை இன்னொரு பாடலில், 'ஒருநாள் செல்லலம்; இருநாட் செல்லலம்; / பன்னாள் பயின்று பலரொடு செல்லினும் / தலைநாள் போன்ற விருப்பினன் மாதோ' என்றிருக்கிறார். எப்போது போனாலும், எத்தனைநாள் போனாலும், எத்தனை நபர்களுடன் போனாலும் முதல்நாளைப் போலவே விருந்தளிக்கும் பண்பே அதியனுடையது என்றிருக்கிறார்.

புறநானூற்றில் (101)வரக்கூடிய அப்பாடலில், 'யானை தன் கொம்புகளின் நடுவே வைக்கப்பட்ட உணவுக் கவளத்தைத் தவறாது உண்ணுவதுபோல அவனை நம்பிப்போனால் எண்ணியவை அனைத்தும் கிடைக்குமென்பதால் நெஞ்சே வருந்தாதே' என்கிறார். கொம்புகளின் நடுவே வைக்கப்படும் உணவுக் கவளம், நவீன கவிதைகளின் சாயலுடையது. சட்டென்று ஒட்டிக்கொள்ளும் படிமங்கள், சங்க இலக்கியத்தின் தனித்துவம்.

கர்ணன் திரைப்படத்தில் இடம்பெற்ற 'செஞ்சோற்றுக் கடன் தீர்க்க / சேராத இடம் சேர்ந்து / வஞ்சத்தில் வீழ்ந்தாயடா கர்ணா / வஞ்சகன் கண்ணனடா' எனும் வரிகளே முதலில் கர்ணனின் சோகச் சரிதத்தை எனக்குச் சொல்லின. அதுயென்ன 'செஞ்சோற்றுக் கடன்' என்று தெரிந்துகொள்ளும் முயற்சியின் விளைவே வியாசர் விருந்தை உண்ணத் துணிந்தது. கர்ணன் போரில் மாண்ட பிறகு அவனுடைய ஆள்காட்டி விரல் மட்டுமே சொர்க்கத்திற்குப் போனதாகச் சொல்லப்படும் கர்ண பரம்பரைக் கதையைக் கேட்டிருக்கலாம். கொடையில் சிறந்தவன் கர்ணன். ஆனாலும், அவன் அன்னதானம் செய்ததே இல்லை. ஒரே ஒருமுறை பசித்த வறியவருக்கு அன்னச்சத்திரம் எங்கிருக்கிறதென்று அடையாளம் காட்டியதால் அவனுடைய ஆள்காட்டி விரல் மட்டும் சொர்க்கத்தைச் சேர்ந்ததென்று சொல்வர்.

தானங்கள் எல்லாவற்றிலும் சிறந்தது அன்னதானமே என்பதற்குச் சொல்லப்படும் கதை அது. எண்ணெய்க் குளியலில் ஈடுபட்டிருந்த கர்ணனிடம் ஒரு வறியவர் தானம் கேட்டு வந்தபோது தங்கத்திலான எண்ணெய்க் கிண்ணத்தை இடக் கையால் கொடுத்துவிடுகிறான். உடனே வறியவர்,

'தானமோ உதவியோ தருவதெனில் அதை வலக் கையால் தருவதுதானே வழக்கம். ஒருவேளை தவறான நேரத்தில் கேட்டுவிட்டேன் என்பதால் இடக் கையால் தந்துவிட்டாயோ' என்கிறார். அதற்குக் கர்ணன், 'இடக் கையிலிருந்து வலக் கைக்குக் கிண்ணம் இடம்பெயர்வதற்குள் உதவ எண்ணியே அவ்விதம் கொடுத்தேன். ஒரு கையிலிருந்து இன்னொரு கைக்கு மாற்றும் அவகாசத்தைக்கூட எடுத்துக்கொள்ளாமல் உதவி செய்யும் எண்ணமே அது' என்கிறான். அப்படி யோசிக்காமல் உதவிசெய்யும் பண்புடைய கர்ணனே, வாழ்வில் ஒருமுறைகூட அன்னத்தைத் தானமாக இடவில்லை என்பதும் கவனிக்கத்தக்கது. எல்லாருக்கும் பசியை விரட்டும் வாய்ப்பு கிடைப்பதில்லை.

ஒரு நாட்டிற்கான இலக்கணம் என்னவென்று சொல்லவரும் வள்ளுவர், 'உறுபசியும் ஓவாப்பிணியும் செறுபகையும்' சேராமல் இருப்பதே என்கிறார். வார்த்தைகளைச் செதுக்கி, கருத்துகளைச் சிற்பமாக்குவதில் அவருக்கு நிகரில்லை. முதல் பிரச்சினை, செறுபகையோ ஓவாப்பிணியோ இல்லை. உறுபசிதான் எல்லாவற்றையும்விட முதன்மையானது. பெரும்பசியோ வரும்பசியோ அல்ல. 'உறுபசி' என்கிறார்.

அதாவது, மிகுந்த பசி. வள்ளுவர் வழங்கிய மூன்று சொற்களில் தற்போது பசியுடன் பிணியும் இணைய அதுவே தீராப் பகையாகவும் ஆகியிருக்கிறது. 'உள்நின்று உடற்றும் பசி' என்னும் தொடரும் அவருடையதே. அது, முந்தைய குறளைவிடவும் கூர்மையானது. 'கடலால் சூழ்ந்த உலகில் பெய்ய வேண்டிய பருவத்தில் மழை பெய்யாமல் போனால் அதனால் பசி நிலைபெற்று உயிர்களை வருத்தும்' என்கிறார். உள்நின்று உடற்றும் பசியைத் தலைப்பாக வைத்து சு.வேணுகோபால் எழுதிய ஒரு சிறுகதை, தமிழ் இலக்கியப் பரப்பில் பெரும் அதிர்வுகளை ஏற்படுத்தியது.

'வெண்ணிலை' எனும் தொகுப்பில் இடம்பெற்றுள்ள அக்கதை, கலாச்சார மதிப்பீடுகளைக் கேள்விக்குட்படுத்துவது. தாய்தந்தை அற்ற குடும்பத்தில் தங்கைகளுக்காகச் சொந்த வாழ்க்கையைத் துறக்கும் அண்ணனைப் பற்றிய கதை அது. வழக்கமான அண்ணன், தங்கை கதையாக அல்லாமல் அது வேறொரு திக்கில் போய் முடிவதுதான் அதிர்ச்சி.

பசியென்னும் சொல், அக்கதையில் பாலியல் தேவையாக அணுகப்பட்டிருக்கும். 'எனக்கு என் அண்ணன் தெய்வம்டீ' என்று உருகும் மூன்றாம் தங்கை, தெய்வத்திடம்கூடச் சொல்ல முடியாத ஒரு சிக்கலான தருணத்தில் கொண்டுவந்து நிறுத்தப்படுவாள். 'அண்ணனா இப்படி' என்பதை ஏற்க முடியாத தங்கை, அச்சம் கவ்வ அழுது நிற்கையில், 'அக்காள்கள் எதுவுமே உன்னிடம் சொல்லவில்லையா' என அண்ணன் கேட்பது, அவலத்தின் உச்சம்.

நடைமுறையில் இல்லாதவற்றைச் சு. வேணுகோபால் எழுதியிருப்பதாகச் சிலர் எண்ணலாம். யதார்த்தத்தில் இன்னும் என்னவெல்லாமோ நடக்கின்றன. உண்மையில் நமக்குத் தெரியாததும் கூடாததும் இந்தப் பூமியில் நடவாமலா இருக்கின்றன? சிறுபாணாற்றுப்படையில் இடம்பெற்றுள்ள 'மணி மலைப் பணைத்தோள் மாநில மடந்தை' எனும் பாடல், ஒரு பாணனின் வறுமையையும் பசியையும் வரைந்து காட்டுகிறது. முதலடி முதல் முப்பத்து மூன்றாம் அடிவரை உள்ளவை, கவனத்துக்குரியவை.

இருநூற்று அறுபத்தொன்பது வரிகளை உடைய மிக நீண்ட அப்பாடலை நல்லூர் நத்தத்தனார் எழுதியிருக்கிறார். பாடல்மூலம் தென்படுபவை, கூரையால் அமைந்த ஒரு குடிசை வீடு. அதுவும்கூட, இற்றுவிழும் நிலையிலிருக்கிறது. வீட்டின் சுவர்கள் கறையானின் பசிக்கு இரையாகியிருக்கின்றன. பலநாள் தீமூட்டப் படாததால் அடுக்களையில் காளான் பூத்துக்கிடக்கிறது. அடுக்களையின் ஓரத்தில் ஒரு நாய், குட்டியை ஈன்ற அசதியுடன் படுத்திருக்கிறது. குட்டியை விட்டுவிட்டு எங்கேயும் செல்ல முடியாத துயரம்.

அத்துடன், குட்டிக்குக் கொடுக்க மடிப்பாலும் இல்லாத வேதனையில் விம்முகிறது. தாயின் நிலையை உணராத குட்டி, அதன் முலையை முட்டியும் கவ்வியும் இழுக்கிறது. அதே குடிசையில் ஒரு பாணன் இருக்கிறான். அவனுடைய மனைவி கைகளில் வளையல்கள் அணிந்திருக்கிறாள். ஆனால், அவை பொன்னினால் ஆனவை அல்ல. வறுமையில் அவள் இடை மெலிந்திருக்கிறது. எடை குறைந்திருக்கிறது. பசலையில் உடல்மெலிவதைப் படித்திருக்கிறோம். காதலுற்றவன் தன்னுடைய காதலியை வர்ணிக்க 'இல்லாத இடை' என்று

சொல்வதையும் கேட்டிருக்கிறோம். ஆனால், நத்தத்தனார் பாணனின் மனைவி, வறுமையிலும் பசியிலும் உடல் மெலிந்த காட்சியைக் காட்டியிருக்கிறார். 'வீட்டில் உப்புக்கூட இல்லை, அப்படி ஒரு வறுமை. என்ன செய்வதென்று தெரியாத பாணனின் மனைவி பசியைப் போக்க, குப்பையில் விளைந்த கீரையைக் கொண்டுவந்து சமைக்கிறாள். அதையும் கூட அவர்கள் கதவடைத்தே உண்கிறார்கள். ஏனெனில், பசியைவிடக் கொடியது இகழ்ச்சியென்பதால் பிறர் கண்ணில் படாதவாறு உண்டார்கள்' என்கிறார். யாருக்கும் தெரியாமல் உண்பதுபோன்ற காட்சி, பசியின் கோரத்தையும் கொடூரத்தையும் பிரதிபலிப்பது.

இருப்பதைப் பகிர்ந்துண்ணும் மரபில் வந்தவர்கள் அல்லது அதையே வாழ்வியல் அறமாகக் கொண்டவர்கள் தனித்துண்ணும் நிலைக்குத் தள்ளப்பட்டார்கள் என்பதை நத்தத்தனார் சித்திரித்திருக்கிறார். சங்க இலக்கியக் காலமென்பது பாலும் தேனும் வழிந்தோடிய அற்புதக் காலமென்று சொல்வதற்கில்லை. அப்போதும் வறுமை இருந்திருக்கிறது. பாடிப் பரிசில் பெற்றே புலவர்கள் தம்முடைய வயிற்றையும் வாழ்வையும் ஓட்டியிருக்கிறார்கள்.

குறிப்பிட்ட பாடலில் 'இரும்பேர் ஒக்கலொடு ஒருங்கு உடன் மிசையும், / அழி பசி வருத்தம் வீட' என்னும் வரி, 'அற்றார் அழிபசி தீர்த்தல் அஃதொருவன் / பெற்றான் பொருள்வைப் புழி' என்னும் திருக்குறளைக் காட்டுவது. 'அழிபசி' என்னும் பதம், ஆழ்ந்த பொருளுடையது. சிறுபாணாற்றுப்படையில் தென்படும் ஒரு தொடர், திருக்குறளிலும் இடம்பெற்றிருப்பது காலத்தின் தொடர்ச்சி. பசியிலும் வறுமையிலும் ஊடாடிய சமூகம் அதிலிருந்து வெளியேறும் வழியைத் தேடிக்கொண்டே இருந்திருக்கிறது.

வள்ளலாரின் அணையா அடுப்பிற்கான முதல் கங்கினைச் சங்க இலக்கியத்தில் இருந்தே எடுத்திருப்பார் என்பது என் புரிதல். 'வாடிய பயிரைக் கண்டபோ தெல்லாம் வாடினேன்' பாடலை முதல் வரியுடன் நிறுத்திக்கொள்பவர் பலருண்டு. எனக்கோ அதன் பிறகு வந்துள்ள, 'பசியினால் இளைத்தே / வீடுதோ றிரந்தும் பசியறா தயர்ந்த / வெற்றரைக் கண்டுளம் பதைத்தேன்' என்னும் வரிகளே முக்கியமானவையாகத்

தோன்றும். வாடிய பயிர் மழைவந்தால் தளிர்விட வாய்ப்புண்டு. ஆனால், மனிதனின் பசி அத்தகையதன்று. எனவேதான், அவர் ஆக்கிய உணவை அனைவருக்கும் அளிக்க வேண்டுமென எண்ணியிருக்கிறார். 'காசாப் படியளந்தா / கையிரண்டும் நோகுமின்னு / நெல்லாப் படியளந்தா / நெடுநேரம் ஆகுமின்னு / அரிசியாப் படியளந்தா /ஆக்க நேரம் ஆகுமின்னு / சோறாவே படியளக்கும் / சோழநாடு' என்னும் நாட்டார் பாடல், சோழ நாட்டின் பெருமையைச் சொல்வது மட்டுமன்று. அது, பசியில் பரிதவிக்கும் விவசாயக் கூலிகளின் வேதனையை விளக்குவதும்தான். உழைத்துக் களைத்தவர்கள் கூலியாகப் பெற்ற நெல்லையோ அரிசியையோ சோறாக்கும்வரை பொறுத்திருந்து உண்ணுவதற்குள் பசி அவர்களைப் பார்த்துக்கொண்டிருக்குமா என்பதே கேள்வி.

'பிச்சை எடுத்துத்தான் உயிர்வாழ வேண்டும் என்ற நிலை இருந்தால், இந்த உலகைப் படைத்தவன் அங்கும் இங்கும் அலைந்து கெடுவானாக' என்று வள்ளுவர் சபித்திருக்கிறார். எனினும், சங்கப் பாடல்களில் அத்தகைய அறச்சீற்றம் குறைவு. மன்னர்களைப் புகழ்ந்தும் இரந்துமே புலவர்கள் வாழ்ந்துள்ளனர். வீரம், கோபம், மானம் பற்றியெல்லாம் நிறைய உண்டு. கூடவே, வயிற்றை எப்படியாவது கழுவிக்கொள்ளும் வறிய நிலையும் வராமல் இல்லை.

துறையூர் ஓடைகிழார், ஆய் அண்டிரன் என்னும் மன்னனிடம் சில வார்த்தைகளைப் பேசியிருக்கிறார். எனக்குரிய பகையாக எதைச் சொல்வேன் என்று தொடங்கும் அவர், 'உண்ணாமல் உடல்வாடி, கண்ணீர் பெருகும் தன்னையும் தன் சுற்றத்தாரையும் வருத்தும் பசியே முதல் பகை' என்கிறார். அடுத்து, 'ஒன்றுமில்லாத என்னிடத்தில் வந்து இருப்பதைக் கொடு என வம்பிழுக்கும் வழிப்பறிக் கொள்ளையரை இரண்டாம் பகை' என்று கூறுகிறார்.

இரு பகையையும் விரட்டியடிக்கும் ஆற்றலும் செல்வமும் ஆய் ஆண்டிரனுக்கே உண்டு என நம்பும் அவர், 'வெயில் சுட்டெரிக்கும் வேதனையுடன் வந்திருக்கிறேன். எனவே, உன்னுடைய தகுதிக்கு ஏற்பவும், என்னுடைய தேவைகள் தீரவும் எதையாவது கொடு' என்கிறார். பசியைப் பகையாக ஓடைகிழார் பார்த்திருக்கிறார். அந்தப் பார்வை, அச்சத்தை

வரவழைப்பது. பசித்தவனின் உக்கிர நிலையை உணர்த்தும் ஜாக் லண்டனின் 'உயிர் ஆசை' கதையும். நோபல் பரிசு பெற்ற நட்ஹாம்சனின் 'பசி' நாவலும் அதே அச்சத்தைப் பெருக்குபவைதாம். பருந்தின் பசியைத் தீர்ப்பதற்கென்றே கையில் வேல் தாங்கிய, நாலை கிழவன் நாகன் வாழ்ந்த சமூகமே நம்முடையது. ஆனால் இன்றோ அது, உறுபசியில் ஒருபிடிச் சோற்றுக்காகப் பறந்துகொண்டிருக்கிறது.

காதலும் பெருங்காதலும்

அந்தக் காலத்தில் என் வயதொத்த இளைஞர்கள், உவமைக் கவிஞர் சுரதாவின் 'சுவரும் சுண்ணாம்பும்' நூலை ஆகப்பெரும் இலக்கிய முயற்சியாகக் கருதியதுண்டு. பேசாப் பொருளைப் பேசுவதுதான் கவிதை என்றெல்லாம் அந்நூலுக்கு அநாவசிய முட்டுக்கொடுத்து முழங்கியிருக்கிறோம். அதைவிட, அதிசயிக்கத்தக்க அம்முயற்சியை ஏன் அத்தனை பேரும் இரகசியமாக வாசித்தோமென இன்றுவரை விளங்கவில்லை.

வெளியே தெரிந்தால் விபரீதமாகிவிடும் வகையில் அமைந்திருந்த அந்நூல், நடிகைகளின் அங்க அவயங்களை இஷ்டத்துக்கு ஏகடியம் செய்து எழுதப்பட்டிருந்தது. எதுகையும் மோனையும் இயைந்து வந்தாலே அது கவிதையென்று மயங்கிவிடும் மனோநிலை இப்போது இல்லை. ஆனால் நாங்களோ, சுப்ரதீபக் கவிராயரின் 'கூளப்ப நாயக்கன் காதல்' போல, சுரதாவின் சுவரும் சுண்ணாம்பும் அமைந்துள்ளதென வாய்பிளந்து வாதிட்டிருக்கிறோம். சிற்றிலக்கியப் பாதிப்பில் எழுதப்பட்ட அந்நூல், திரையில் மின்னிய பிரபல நடிகைகளின்

அந்தரங்கங்களை அலசி ஆராய்வது. 'மேல்நாட்டு நடிகைக்கு மேலே மச்சமாம் / கீழ்நாட்டு நடிகைக்குக் கீழே மச்சமாம் / மச்சமிருந்தென்ன மங்கையர்க் கெல்லாம் / அச்சமும் நாணமும் அல்லவா வேண்டும்' என்னும் தொனியில்தான் ஒவ்வொரு பக்கமும் உருவாக்கப்பட்டிருக்கும். நடிகை, 'நாய் வளர்க்கிறார்; பூனை வளர்க்கிறார்; புத்தகம் படிக்கிறார்; சுற்றுலா போகிறார்' என அவ்வப்போது தினசரிகளில் வரும் துணுக்குகளைக் கணக்கிலெடுத்து, கிண்டலடித்திருப்பார். அவற்றையே கவிதைகளாகவும் ஆக்கியிருப்பார். திரையில் நடிக்கும் பெண் என்றாலே அவர் ஒருபடி கீழே என்னும் முன்முடிவுடன் எழுதப்பட்ட நூல் அது.

முன்னுரையில், 'நாயன்மார்களைப் பற்றி எழுதுவதுதான் கவிதை என்பதில்லை. நடிகைகளைப் பற்றி எழுதுவதும் கவிதைதான்' என்று சுரதா சுருக்கமாகத் தன் தரப்பிற்கு நியாயம் சேர்த்திருப்பார். அவர் சொல்லியபடி பார்த்தால் சரிதானே என்று அப்போது தோன்றிற்று. ஆகாயத்திற்குக் கீழுள்ள, மேலுள்ள எவைபற்றியும் எழுதலாமென்றதை ஜனநாயக கோஷமாக நம்பியதும், ஏமாந்ததும் தனிக்கதை.

வேடிக்கை என்னவென்றால் எழுபதுகளில் அக்கவிதைகள் ஆனந்த விகடன் பத்திரிகையில் தொடராக வெளிவந்துள்ளன. சுரதாவின் கவிதை பற்றிய புரிதலும், பெண்களை அணுகியவிதமும்கூட அக்கவிதைகளில் வெளிப்பட்டுள்ளன. சுயமரியாதை இயக்கத்துடன் தன்னை இணைத்துக்கொண்ட ஒருவர், அவ்விதம் எழுதியதை முற்போக்கு முகாம்களில் எத்தனைபேர் கண்டித்தனர் எனத் தெரியவில்லை.

எண்ணிப்பார்த்து வியக்கத்தக்க எத்தனையோ அரிய உவமைகளை அவர் தமிழுக்கு அளித்திருக்கிறார். என்றாலும், 'சுவரும் சுண்ணாம்பும்' அவருடைய ஆற்றலுக்குக் கொஞ்சமும் பெருமை செய்யாது. 'நாணத்தைக் காட்டென்றால் ஏனத்தைக் காட்டும் / நங்கையர் இடத்திலோ நடிகையர் இடத்திலோ / கவைக்குத வாத கவர்ச்சியைத் தவிர / இவற்றை நாமெதிர் பார்ப்பதில்லையே' என்று ஆசிரிய விருத்தத்தில் எதையெதையோ அள்ளி விட்டிருப்பார். காமத்தை ஏன் எழுதக்கூடாது என்னும் வகையில்தான் தொடக்கத்தில் அக்கவிதைகளைத் தூக்கி வைத்துக் கொஞ்சினோம். ஆனால்,

உண்மையில் அந்நூலில் அவர் எழுதியுள்ளவை காமமே இல்லை என்று பிற்பாடுதான் புரிந்தது. கசடும் வக்கிரமும் கலந்த பதிவுகளே அவை. மேற்கோள்களாகக் குறிப்பிடவும் தகுதியற்றவை. அந்தக் கசடையும் வக்கிரத்தையும் இரசித்தே புல்லரித்தோம் என்பதுதான் அதிலுள்ள வேதனை. ஒரு தமிழ் இளைஞன், பெண்ணை உடலாகப் பார்ப்பதிலிருந்து விடுபடுவதற்கே வெகுகாலம் பிடிக்கிறது. அதன்பிறகு, காதலையும் காமத்தையும் அவன் எங்கிருந்து புரிந்துகொள்வது?

காமமென்றால் அது வேறுமாதிரியான உணர்வைக் கிளர்த்த வேண்டும். ஆண்டாளும் காரைக்கால் அம்மையாரும் எழுதியதைப் போல, வெள்ளிவீதியாரும் அக்கமகாதேவியும் ஆராய்ந்ததைப் போல. முத்துப்பழனியின் ‘ராதிகா சாந்தவனம்’ தொகுப்பில் பல நல்ல கவிதைகள் இடம்பெற்றிருக்கின்றன. ஒரு பெண் எழுதியவையா எனக் கேட்கத் தூண்டும் அற்புதமான கவிதைகள். தெலுங்கில் எழுதப்பட்ட அக்கவிதைகள், தற்போது தமிழிலும் வந்திருக்கின்றன.

ஒரு தமிழச்சியால் எழுதப்பட்ட தெலுங்குக் கவிதைகளே அவை. தஞ்சையைச் சேர்ந்த முத்துப்பழனி, மராட்டிய மன்னனான பிரதாப சிம்ஹாவின் அரசவையில் நடனமாதாகவும், அரசனின் ஆசைநாயகியாகவும் இருந்தவர். பாலியல் சார்ந்து எழுதப்பட்ட நூல் என்பதால் தடைசெய்யப்பட்டிருந்த அக்காப்பியத்தைப் பெருமுயற்சி எடுத்து வெளியே கொண்டுவந்த பெருமை நாகரத்தினம் அம்மாளுடையது. தியாகராஜருக்கு மார்கழியில் திருவையாற்றில் உற்சவமெடுத்து, கருநாடக இசையைப் பரவலாக்கியதும் அவரேதான்.

முத்துப்பழனியின் கவிதைகளைத் தில்லிப் பல்கலைக்கழகப் பேராசிரியர் உமாதேவி தமிழில் பெயர்த்துத் தந்திருக்கிறார். முத்துப்பழனியைக் குறித்தும், நாகரத்தினம் அம்மாள் குறித்தும் என்னுடைய ‘அகத்திரை’ நூலில் விரிவாகத் தந்திருக்கிறேன். இன்றுகூட, பெண் கவிஞர்கள் எழுதத் தயங்கும் பாலியல் இச்சைமிகுந்த சொற்களைப் பதினேழாம் நூற்றாண்டிலேயே அவர் எழுதிவிட்டதில் எனக்கு எவ்வித ஆச்சரியமும் ஏற்படவில்லை. ஏனெனில், அதற்குப் பல நூற்றாண்டுகளுக்கு முன்னமே நம்முடைய சங்க இலக்கியப் பெண்பாற் புலவர்கள் எல்லாவற்றையும் எழுதிவிட்டனர்.

முத்துப்பழனியின் கவிதைகளில் சங்க இலக்கியத்தின் தொடர்ச்சியைக் கணிக்கலாம். குறுந்தொகையிலும் நற்றிணையிலும் வரக்கூடிய பதங்களை முத்துப்பழனியும் கையாண்டிருக்கிறார். உதாரணத்திற்கு ஒரு கவிதை, 'அவளது பெருமைக்குரிய பெரிய முலைகள் / மலைகளைவிட உயர்ந்தவை / அவளது அசைந்தாடும் இடை / அசைந்து நடக்கும் யானையைவிடச் சிறந்தது / அவளது குழிந்த உந்திச் சுழி / ஆச்சரியமூட்டும் புங்கை மரம் போன்றது / இத்துணை அழகுடைய அவள் / கலிங்க மன்னனான என்னை இயல்பாக ஆட்கொண்டாள்' என்பது.

உயர்ந்த மலை, ஊர்ந்துசெல்லும் யானை, பூத்துச்சிரிக்கும் புங்கைமரம் என அடுக்கிக்கொண்டே போவது அழகின் உச்சம். கண்ணனை நாயகனாக வைத்தே முத்துப்பழனி ராதிகா சாந்தவனத்தை எழுதியிருக்கிறார். இராதிகாவிடமும் இலாவிடமும் பீறிடும் காதலும் காமமுமே காப்பியம் நெடுக விரவிக் கிடப்பவை. 'இரு உடல்களுக்கும் இடையே / ஒளி ஊடுருவும் என்பதால் / சாளரத்தின் திரைகளைக்கூட / விலக்காதவன் / இரு சரீரத்திற்கும் / இடைஞ்சலை ஏற்படுத்தும் என்பதால் சந்தனத்தைக்கூட / உடலில் பூசாதவன்' என்றெல்லாம் வரக்கூடிய வரிகள், காமரசம் ஊட்டுபவை.

ஒளி ஊடுருவும் இடைவெளிகூட இருவருக்கிடையே கூடாது என்பது ஆழ்ந்த அன்பிலிருந்து வெளிப்படுவது. 'வீழும் இருவர்க்கு இனிதே வளியிடை / போழப் படாஅ முயக்கு' என்று வள்ளுவர் சொல்லுவாரே அப்படியான ஒன்றுதான் இதுவும். இருவருக்கும் இடையே காற்றும் புகாதவாறு அணைத்துக்கொள்வதே காதலென்று வள்ளுவர் தொடங்கியுள்ளதை, ஒளியில் கொண்டுவந்து முத்துப்பழனி முடித்திருக்கிறார்.

ஒளியையும் காற்றையும் ஒப்பிடுகையில் இரண்டுமே உருவமற்றவை. ஒன்றுக்கொன்று தன்னளவில் தடுத்தாட்கொள்ள முடியாதவை. எனினும், அவை எங்கிருந்தோ வருகின்றன. எல்லாவற்றுள்ளும் நுழைகின்றன. முத்துப்பழனி, இராதிகாவினுடைய தனங்களை மலைகளைவிட, உயரமானவை என்கிறார். அது, உடலிச்சை மிகுந்த ஓர்

ஆணின் பார்வையிலிருந்து எழுதப்பட்டுள்ள வர்ணனை. பொதுக்கயத்துக் கீரந்தையார் என்றொரு பெண்பாற் புலவர் சங்க இலக்கியத்தில் உண்டு. அவரைப்போலவே முத்துப்பழனியும் பெண்ணின் தனங்களை மையமாக வைத்து ஒரு பாடலைத் தந்திருக்கிறார்.

குறுந்தொகையில் இடம்பெற்றுள்ள அப்பாடல், ‘முலையே முகிழ்முகிழ்த் தனவே தலையே’ எனத் தொடங்குவது. அப்பாடல், தலைவனின் தாபத்தைத் தோழியிடம் கூறுவது. ‘தலைவிக்குத் தனங்கள் மொட்டுகள் போல் அரும்பியுள்ளன. நெருங்கி வளர்ந்துள்ள தலைக்கேசம் கீழ்நோக்கி நீண்டு தாழ்ந்துள்ளது. பருவத்தே விழுந்த பற்களின் வரிசை நேர்த்தியாக முளைத்துள்ளது. மேனியில் தேமலும் என்னை வருத்துமளவுக்கான வனப்புடன் கூடியுள்ளது. ஆனாலும், அவள் என்னை ஏறெடுத்தும் பார்ப்பதாகத் தெரியவில்லை. பெருங்குடியில் பிறந்த செல்வரின் அந்த இளையமகள் எத்தன்மை உடையவளோ’ என வருத்தம் தோய்ந்தபடி தோழியிடம் கூறுகிறான்.

ஒரு பெண்ணின் உடல், ஆணை என்ன பாடுபடுத்துகிறது என்பதுடன் அப்பாடல் முடிந்துவிடுவதில்லை. இச்சையைக் கிளர்த்தும் உறுப்புகளே தனங்கள் என்று அவனுக்குப் போதிக்கப்பட்டிருக்கிறது. அந்தப் போதனை, சமூகச் சிக்கலையும், வர்க்க பேதத்தையும் வளர்த்திருக்கிறது. காமத்தின் வாயிலே பெண்ணுடல் என்னும் கற்பிதத்துடனே அவன் வார்க்கப்பட்டிருக்கிறான்.

அவளைப் பார்த்த அன்று அல்ல, அதற்கும் பல நூறாண்டுகளுக்கு முன்பிருந்தே அவனின் தசையிலும் எண்ணத்திலும் அப்படியோர் விஷத்தைச் செலுத்தியிருக்கின்றனர். அப்பாடலில் சுணங்கு, அணங்கு என இரு சொற்கள் பயன்படுத்தப்பட்டுள்ளன. சுணங்கு எனில் தேமல், அணங்கு என்றால் வருத்தும் அழகு.இந்தப் பாடலின் நீட்சியை வேறு சில செய்திகளிலிருந்து விரித்துக்கொள்ளலாம். ஒருகாலத்தில் கேரளத்தில் குறிப்பிட்ட சாதிப் பெண்கள் மார்புக்கச்சை அணியவும் மறுக்கப்பட்டிருக்கிறார்கள். அதற்காகப் பெரும் போராட்டமே நடந்திருக்கிறது. காலப்போக்கில் அப்போராட்டம் வெற்றியைச் சாதித்தது

என்றாலும், இன்னுமே வரலாற்றில் அது மறக்கப்படவில்லை. தோள்சீலைப் போராட்டத்தை ஒட்டி, தமிழக, கேரள எல்லைப்பகுதிகளில் இப்பவும் ஒரு செவிவழிக் கதை உலவிக் கொண்டிருக்கிறது. கி.ரா.வும் கழனியூரனும் இணைந்து தொகுத்த, 'மறைவாய்ச் சொன்ன கதைகள்' நூலில் அக்கதையும் இடம்பெற்றிருக்கிறது.

தோள்சீலை அணிவதற்கான போராட்டம் வேகமெடுத்து ஒரு பக்கம் நடந்துகொண்டிருக்கையில், திருவிதாங்கூர் மகாராஜா ஊர் உலா வர முடிவெடுக்கிறார். அப்போது ஊரில் உள்ள அனைவரும் கூடி, அவருக்கு விசேஷ வரவேற்பு தர எண்ணுகிறார்கள். அதுபடி, தாரை தப்பு முழங்க, மந்திரி பிரதானிகளுடன் ஊரே திரண்டு நிற்க, இராஜா குதிரையில் உலா வருகிறார். வருபவர், கச்சையணியாத பெண்களை அவருடைய கவிச்சைக் கண்களால் நோட்டமிடுகிறார். கூட்டம் அலைமோதுகிறது.

அந்தச் சமயத்தில் ஒரு பெண் சட்டென்று அவர் முன்னே வந்து, தன்னுடைய கீழுடையைத் தூக்கி, மர்ம ஸ்தானத்தைக் காண்பிக்கிறாள். ஊரே கலவரப்பட்டுக் கப்சிப் ஆகிறது. உடனே, இராஜாவைக் கேவலப்படுத்திவிட்டதாக அந்தப் பெண்ணைப் பிடித்துச் சிறையில் அடைக்கிறார்கள். சித்ரவதை முகாமிற்கு அழைத்துப் போகச் சிபாரிசு செய்கிறார்கள். தூக்கில் போடுவதெனவும் திட்டமிடுகிறார்கள். ஆனாலும், இராஜாவிற்கோ அவள் ஏன் அப்படி நடந்துகொண்டாள் எனத் தெரிந்துகொள்வதில் ஆர்வம்.

ஆள் வைக்காமல் அவரே கேட்கிறார், 'ஏன் அப்படிச் செய்தாய்?' அதற்கு அவள், 'எல்லாரையும்போல நான் உங்களை மகிழ்ச்சிப்படுத்த விரும்பவில்லை. வித்தியாசமாக எதையாவது உங்களுக்குக் கொடுக்க எண்ணினேன். ஏனெனில், நீங்களும் பரம்பரை பரம்பரையாக வகைதொகையில்லாமல் எங்களுடைய மார்பை மட்டும்தானே பார்க்கிறீர்கள். ஒன்றையே எத்தனைமுறைதான் பார்ப்பது. காட்டும் எங்களுக்கே சலிப்பும் கோபமும் ஏற்பட்டுவிட்டதெனில் பார்க்கிற உங்களுக்கு எப்படி இருக்கும்? அதனால்தான் புதிதாக ஒன்றை உங்களுக்குக் காட்ட அப்படிச் செய்தேன்' என்கிறாள். அடுத்த சில நொடிகளில் இராஜா தன்னுடைய

தலைமுறைத் தவற்றை உணர்ந்து, மார்புக் கச்சை அணிய அனுமதித்ததாக அக்கதை சொல்லப்பட்டு வருகிறது. வரலாறு ஒன்று; ஆனால், வாய்வழியே பரவியுள்ள கதையோ வேறொன்று. 'முலைகள்' என்றதும், குட்டிரேவதியின் 'ஒரு நிறைவேறாத காதலில் / துடைத்தகற்ற முடியா / இரு கண்ணீர்த்துளிகளாய் / அவை தளும்புகின்றன' என்னும் கவிதையைச் சொல்லாமல் கடக்க முடியவில்லை.

விடுதலைக்கான கருவியே உடலென்னும் கருத்துடன் மணிப்பூர் இமாஸ் குழுவினர் இராவணுத்திற்கு எதிராக 2004இல் நடத்திய நிர்வாணப் போராட்டத்தை இத்துடன் இணைத்துப் பார்க்க வேண்டும். குட்டிரேவதியின் அக்கவிதையில் மிக முக்கியமான இரண்டு வரிகள் உள்ளன. அவை, 'தவத்தில் / திமிறிய பாவனையையும் / காமச் சுண்டுதலில் / இசையின் ஓர்மையையும் / கொண்டெழுகின்றன' என்பவை. காமச் சுண்டுதலில் இசையின் ஓர்மை என்பதை முத்துப்பழனியின் எழுத்துகளுடன் பொருத்திப் பார்க்கலாம்.

கண்ணன் மீது இராதிகாவுக்கும் இலாவிற்கும் இருந்தது காதலா, காமமா என்பதை முத்துப்பழனி விவரிக்கவில்லை. ஆனால், தகிக்கும் தாபத்தில் இருவரில் ஒருவர், 'என்னுடன் இருப்பவன் / இராமன் என்று நினைத்தேன் /ஆனால் நீயோ கிருஷ்ணன் / உன்னுடன் எப்படி நட்பாக இருக்க முடியும்?' என்று கேட்டிருக்கிறார். நானறிய, காமத்தையும் காதலையும் மிகத் துல்லியமாக வரையறுத்த பார்வை முத்துப்பழனியுடையது.

அதையே இன்னும்கொஞ்சம் வெளிப்படையாக, 'எண்ணம்போலே கண்ணன் வந்தான் அம்மம்மா' என்னும் திரைப்பாடலில் கண்ணதாசன் எழுதியிருக்கிறார். கோவர்த்தனன் இசையில் வெளிவந்துள்ள அப்பாடல், 'பூவும் பொட்டும்' திரைப்படத்தில் இடம்பெற்றிருக்கிறது. நான்கே வரியில் காதலுக்கும் காமத்திற்குமான வேறுபாட்டை 'இராதை மடியில் கண்ணன் இருந்தான் / கண்ணன் வேறு பெண்ணை நெஞ்சில் எண்ணியிருந்தான் / சீதை மடியில் இராமன் இருந்தான் / இராமன் வேறு பெண்ணை நெஞ்சில் காண மறந்தான் / கண்ணன் என்பது மோக வடிவம் / இராமன் என்பது காதல் வடிவம்' என்று கணித்திருக்கிறார். இராமனையும்

கண்ணனையும் வைத்துக்கொண்டு அவர் அப்பாடலில் ஆடியுள்ள வார்த்தை விளையாட்டு அபாரமானது. ஏதோ ஒரு புள்ளியில் காதலையும் காமத்தையும் வகைப்படுத்திவிட வேண்டுமென அவர் எண்ணியிருக்கிறார். அதன் விளைவாகவே அப்படியான வார்த்தைகள் வந்து விழுந்திருக்கின்றன. கண்ணதாசனின் கண்களுக்கு முத்துப்பழனியின் கவிதைகள் தென்பட்டிருக்க வாய்ப்பில்லை. என்றாலும், ஒரே மாதிரி எப்படி இருவரும் சிந்தித்தனர் என்பதுதான் சுவாரஸ்யம்.

இடைக்காலத்தில் உருவான பக்தி இலக்கியங்களின் பரவலுக்குப் பின்னேதான் காதலும் காமமும் வெவ்வேறு என்னும் புரிதல் ஏற்பட்டிருக்குமோ எனத் தோன்றுகிறது. காமம் என்றால் என்ன என்பதற்குச் சங்க இலக்கியத்தில் மிளைப்பெருங்கந்தன் மூன்று பாடல்களைத் தந்திருக்கிறார். குறுந்தொகையில் இடம்பெற்றுள்ள அம்மூன்று பாடல்களில் ‘காமம் காமம் என்ப’ என்றே இரு பாடல்கள் தொடங்குகின்றன.

முதல் பாடலில் காமத்தை வியப்பவர், மற்றொன்றில் மறுக்கிறார். ‘காமம் காமம் என்ப காமம் / அணங்கும் பிணியும் அன்றே நுணங்கிக் /கடுத்தலுந் தணிதலும் இன்றே யானை / குளகுமென் றாள்மதம் போலப் / பாணியும் உடைத்தது காணுநர்ப் பெறினே’ என்னும் பாடல் குறுந்தொகையில்(136) வருவது. காமமென்பது அச்சப்படக்கூடிய மோகினியோ நோயோ இல்லை. அது, ஒருவகையான உணர்வு என்கிறார்.

வெளியே இருந்து தாக்கும் மோகினி இல்லை என்றவர், உள்ளே இருந்து தாக்கும் நோயும் இல்லை என்று குழப்பத்தைக் கூட்டுவிக்கிறார். பிறகு, அது என்னதான் என்ற கேள்விக்கு, ‘சிறியதோ பெரியதோ இல்லை. கடுத்தலோ தணிதலோ இல்லை’ எனவும் வகுப்பெடுக்கிறார். மதம்பிடித்த யானை அதிமதுரத் தழையை உண்டப் பின் எத்தகைய வலிமையைப் பெறுமோ அதுவே காமமென்று சொல்கிறார். ஏற்கெனவே மதமுற்ற யானை குளகென்னும் அதிமதுரத் தழையைத் தின்றால் என்ன கதிக்கு ஆளாகும் என்று நம்மால் யோசிக்க மட்டுமே முடியும். ‘தழை தின்ற யானையின் மதம்போலப் பார்ப்பவர் பார்த்தால் அது வெளிப்படும்’ என்று எழுத்தாளர் சுஜாதா விளக்கவுரை எழுதியுள்ளார். பத்துவரிக்கு மிகாமல் விளக்கவேண்டுமென முடிவெடுத்து எழுதியிருப்பாரோ

என்னவோ?' மதமேறிய யானையின் கண்கள், எதைப் பார்க்க விழைகின்றன. பார்ப்பவர் பார்த்தால் விளையவோ வெளிப்படவோ கூடுமென்றால் எதிரே உள்ள கண்களும் அதே மதத்திற்கு ஆட்பட்டுள்ளனவா என்பனவெல்லாம் வேண்டாத கேள்விகள். காதலும் காமமும் உற்றறியும் ஐம்புலனுக்கு அப்பாலுள்ளவை.

முதலில் காமத்தை வியந்த மிளைப்பெருங்கந்தன், அதே குறுந்தொகையில்(204) வரக்கூடிய இன்னொரு பாடலில், 'மேட்டு நிலத்தில், விளைந்துள்ள முற்றா இளம்புல்லை நாவால் நக்கி இன்பங்காணும் முதிய பசுவின் செயலைப் போன்றதே' என்கிறார். 'குளகை மெள்ளும் யானை' என்று கோடிட்டுத் தொடங்கியவர், முற்றா இளம்புல்லை நாவால் தடவும் முதிய பசுவிடத்தில் கொண்டுவந்து கோலத்தை முடிக்கிறார். 'முதைச்சுவற் கலித்த முற்றா இளம்புல் / மூதா தைவந் தாங்கு / விருந்தே காமம் பெருந்தோ ளோயே' என்னும் வரிகள் நுட்பம் பொருந்தியவை.

பருவத்தே வளர்ந்து பட்டுவிட்ட மேட்டு நிலத்தில் மறுபடியும் இளம்புல் வளர்ந்திருக்கிறது. அந்தப் புல்லை முதிய பசு தின்ன முயல்கிறது. முதிய பசுவிற்குப் பற்கள் இல்லாததால் புல்லைக் கடித்து மென்று தின்று அதன் சுவையை முழுவதுமாக உணர முடியவில்லை. புல்லைச் சுவைத்து உண்ண முடியாத முதிய பசு, அதன் சுவையை ஏற்கெனவே தின்ற நினைவுடன் இணைத்துக் கற்பனை செய்கிறதே அதைப் போன்றதுதான் காமமும் என்கிறார். நினைவுகளால் இன்பத்தைப் பெருக்குவதுதான் காமமே அன்றி, அறிவால் கிரகிக்க அதில் ஒன்றுமில்லை என்று ஒரே போடாகப் போட்டுவிடுகிறார். காமமே எல்லாமுமென்று சதா அதிலேயே மூழ்கியிருந்த நண்பனுக்கு அறிவுரை கூறுவதுபோல அமைந்த பாடலே அது.

என்னுடைய நல்ல நண்பர்களில் ஒருவரும், பேராசிரியருமான ஜாகீர் உசேன் அரபுக் கவிஞர் நிஜார் கப்பானியின் கவிதைகளைத் தமிழில் பெயர்த்திருக்கிறார். நூலின் தலைப்பு 'காதலர்களாகப் பிரிவோம்' என்பது. அந்நூலில், 'தோல்வியுற்ற மாணவனின் நாட்குறிப்பிலிருந்து' என்னும் தலைப்பில் ஒரு கவிதை வந்துள்ளது. காதலியிடம்

காதலன் சொல்கிறான், ‘நீ விரும்பும் ஆண்களில் நான் முதன்மையானவாக இருக்க வேண்டும் / முதன்மையான தலைவனாக / முதன்மையான கண்டுபிடிப்பாளனாக / உனது கூந்தலில் அல்லது உனது ஆடையின் மடிப்புகளில் / முதன்மையான குடிமகனாக நான் இருக்க வேண்டும்’ என்கிறான்.

முதன்மையென்பதுதான் தனித்துவம். பரிபூர்ண திருப்தியை வழங்கக்கூடிய ஓர்மை. எல்லாவற்றிலும் நிறைவளிக்கும் தன்மை. நிஜார் கப்பானி, இன்னொரு கவிதையில், ‘எனது முகவரியை / சுண்ணாம்பு எழுதுகோலால் / சூரியனின் மேல் எழுதவேண்டும் / உனது மார்புகளுக்குமேல் பாலங்கள் கட்ட வேண்டும்’ என்றும் ஆசைப்பட்டிருக்கிறார். மார்புகளுக்குமேல் பாலங்கள் கட்டவேண்டுமென்பது காமத்தைச் சூசகமாக வெளிப்படுத்துவது. உடலாலும் கலந்து உறைவதே காதலின் முழுமை.

இராகுல சாங்கிருத்தியாயனின் ‘வால்காவிலிருந்து கங்கைவரை’ நூலில் ‘பிரபா’ என்றோர் அத்தியாயம் இடம்பெற்றிருக்கிறது. அது, சுயசாதி பெருமிதத்தை அறவே வெறுத்த அஸ்வகோஷுக்கும், பிரபாவிற்கும் இடையேயான காதலைப் பற்றியது. ஒருவரை ஒருவர் ஆத்மார்த்தமாக விரும்புவார்கள். ஒருநாள் நிலவொளி வீசும் சரயு நதிக்கரையில் இருவரும் சந்திப்பார்கள். அப்போது தன்னுள் எழுந்துள்ள எண்ணங்களைப் பிரபாவிடம் அஸ்வகோஷ் வெளிப்படுத்துவார்.

ஏராளமான செளந்தர்யக் காவியங்களைப் படைத்த அவர், ‘பிரபா நீயே என் கவிதை. கவிதை என்பது அகத்தை வெளிப்படுத்துவது. புறத்தை அன்று. ஆனால், புறத்தின் அகம் கவிதைக்குள் உள்ளது’ என்பார். மிளைப்பெருங்கந்தனும் முத்துப்பழனியும் புறத்தின் அகத்துள் அலைமோதும் காதலையே அடையாளப்படுத்துகிறார்கள். பிரபா அத்தியாயத்தில் வரக்கூடிய மற்றோர் உரையாடலில், ‘நீங்கள் சொல்வதையெல்லாம் நான் கேட்கத் தயார்; உண்மையான கண்ணில் காணத்தக்க அழகினால் தூண்டப்படாமல் காவியம் பூர்த்தியாகாது. நானும் உங்களைக் காவியமாகச் சித்திரிக்க முடியும். மெளனமாக மனத்திற்குள் எழுதிக்கொண்டும்

யுகபாரதி □ 101

இருக்கிறேன். ஆனால், கவிதை எனக்கு வசப்படக்கூடிய ஒன்றன்று' என்பாள். கவிதையாக ஆகிவிடுவது ஒன்று. கவிதைக்குள் ஆகிவருவது இன்னொன்று. இரண்டையும் ராகுல சாங்கிருத்தியாயன் அவ்வத்தியாயத்தில் பகிர்ந்திருக்கிறார். பிரபாவின் அழகில் கட்டுண்ட அஸ்வகோஷ், அவளை அடைய முடியாது துக்கத்தில் கதறும் சொற்கள், கண்ணீரை வரவழைப்பவை.

காதலின் அல்லது காமத்தின் மேன்மையை உணர்ந்துகொள்ள அவர்கள் இருவரும் பேசிச்செல்லும் உரையாடல்களைக் கவனித்தாலே போதும். அண்டத்தில் குவிந்துள்ள அத்தனை உயிர்களுக்குமான காதலையும் காமத்தையும் அறிய முடியும். ஊராலும் உறவாலும் மறுக்கப்படும் காதல், இறுதியில் என்னவாகிறது என்பதுதான் அவ்வத்தியாயத்தில் இடம்பெற்றிருப்பது. உள்ளே முகிழ்த்த உஷ்ணத்தில் கருகிச் சரியும் காதலையும் காமத்தையும் மறைக்க முடியாமல் இருவருமே கதறுவார்கள்.

பிறிதொருவருக்குத் தெரியாமல் முகிழ்க்கும் காதலோ காமமோ என்றேனும் ஒருநாள் பொதுவெளிக்கு வந்துவிடும். அப்போது கையும் களவுமாக அகப்பட்டுக்கொண்ட காதல் என்ன செய்யும் என்பது பற்றி இளநாகனார் எழுதிய பாடல் ஒன்றுண்டு. நற்றிணையில் (151) வரக்கூடிய அப்பாடல் 'நல் நுதல் பசப்பினும் பெருந் தோள் நெகிழினும்' எனத் தொடங்குவது. என்னதான் உன்னத, உயரிய காதலென்றாலும் அதிலும் கொஞ்சமாவது கள்ளத்தனம் இல்லாமல் போவதில்லை. அப்படி ஒரு காதலைத்தான் இளநாகனார் காட்டியிருக்கிறார்.

மிளகுக்கொடி படர்ந்துள்ள மலைப் பக்கத்தில் ஒரு மந்தி, தான் காதலித்த கடுவனைக் கூடுகிறது. கூடிப் பிரிந்தவுடன் அதற்கு ஓர் அச்சம். எங்கே தான் கூடியதை ஏனைய மந்திகளும் கடுவன்களும் அறிந்துவிடுமோ என்று. ஆண்குரங்கான கடுவன், கூடல் முடிந்தபின் கிளம்பிவிடுகிறது. ஆனால், மந்தியோ ஓடிப்போய் அருகே இருக்கும் சுனையில் தன்னுடைய முழு உடலையும் பார்க்கிறது. கூடலில் தலைக்கேசம் கலைந்திருக்கிறது. அங்கத்தில் ஆங்காங்கே கூடலின் தடயங்கள் தென்படுகின்றன. ஒருவருக்கும்

தெரியாமல் உறவுகொண்டாலும், அதைத் தன் உடலே காட்டிக் கொடுத்துவிடுமோ என அஞ்சிய அக்குரங்கு, அவசர அவசரமாகத் தன்னைச் சரிசெய்து கொள்கிறது. குற்றமுள்ள நெஞ்சின் குறுகுறுப்பை, 'குண்டு நீர் நெடுஞ் சுனை நோக்கிக் கவிழ்ந்து / தன் புன் தலைப் பாறு மயிர் திருத்தும் குன்ற நாடன் / இரவினானே' என்றிருப்பார்.

நெடுஞ்சுனை எனில், ஓடிக்கொண்டிருக்கும் நீண்ட சுனைநீர். இளநாகனார் சொல்வதென்னவோ ஒருவரிதான். ஆனால், அதை விரித்துப் பார்த்தால் வெவ்வேறுவிதமான பொருள்கள் பிடிபடும். தெளிந்திருப்பினும் ஓடும்நீரில் பிம்பங்கள் ஒழுங்காக விழா. கலங்கியும் தெளிவின்றியுமே தெரியும். மந்தியின் அவஸ்தையோ மற்றவர்களின் கண்களில் மாட்டிக்கொள்ளக் கூடாதென்பதால் பெருமுயற்சி எடுத்தே தன்னைத் திருத்திக் கொள்கிறது. நல்நுதல் பசப்பு, பெருந்தோள் நெகிழ்வு. எத்தனை அழகாக ஒரு காட்சியைச் சங்கப் பாடல் காட்டுகிறதென வியக்கலாம்.

முன்பு ஒருமுறை தன்னைத் தாக்க வந்த புலியைக் கொம்புகளால் வீழ்த்திய ஆண் யானை, எப்படி அருகே உள்ள சுனையைப் பார்த்து மேலே படிந்துள்ள இரத்தக் கறைகளைக் கழுவியதோ அப்படித்தான் பெண்குரங்கும் கூடலின் தடயங்களை அழித்துக்கொள்கிறது. ஆணிற்கு வீரம், பெண்ணிற்கு அன்பு. அதுவே, அகமும் புறமும். வீரத்தால் விளைந்த ஒன்றை ஆண் ஆற்றிக்கொள்வதுபோலக் காமத்தால் விளைந்த கசங்கலைப் பெண்ணும் கவனித்து விலக்குகிறாள்.

அகத்தையும் புறத்தையும் இணைத்துப் பார்க்கக்கூடிய பாடல்களில் இதுவும் ஒன்று. ஆண்யானை புலியை வீழ்த்திவிட்டுக் கறைகளைக் கழுவிக்கொள்கிறது. கடுவனின் அன்பில் வீழ்த்தப்பட்ட மந்தியோ தன்மீது படர்ந்துள்ள இச்சையின் குறிகளை இல்லாமல் ஆக்குகிறது. இரண்டின் செய்கையும் ஒன்றுதான். 'கற்றவர் ஞானம் இன்றேல் / காமத்தைக் கடத்தல் ஆமோ' என்று கம்பர் எழுதியிருக்கிறார். அது, சூர்ப்பனகைச் சூழ்ச்சிப் படலத்தில் வரக்கூடியது. தங்கை என்கிற நிலையைக் கடந்த சூர்ப்பனகை, இராவணனிடம் சீதையின் அழகைக் குறித்துப் பலவிதமாகச் சிலாகிப்பாள். எப்பொழுதுமே நேரில் ஒரு விஷயத்தைப் பார்ப்பதைவிட

இன்னொருவர் வாய்ச்சொற்களால் கேட்கும்போது ஆர்வமும் ஆசையும் கூடிவிடும். நமக்கே நன்றாகத் தெரியும். என்றாலும், அதை அடுத்தவர் சொல்லும்போது அளவுகடந்த மகிழ்ச்சி உண்டாகிறது. இராவணனுக்கும் சூர்ப்பனகையின் சொற்கள் அவ்விதமே சீதையின் மீதான காதலையும் பெருங்காதலையும் தோற்றுவிக்கின்றன.

பெருங்காதலென்று காமத்தையே சொல்கிறேன். சூர்ப்பனகையின் உள்நோக்கம் என்னவென்பதை அறியாத இராவணன், அவள் வரிவரியாகச் சீதையை வர்ணிப்பதைக் கேட்டு வாய்பிளந்து நிற்பான். ஒருகட்டத்தில் சீதையின் அழகு அவனுக்குள் காமத்தீயைப் பற்ற வைக்கும்.

மோகவெறி தலைக்கேறும் அந்தச் சமயத்தில்தான் கம்பர் 'சிற்றிடைச் சீதை என்னும் / நாமமும் சிந்தைதானும் உற்று, இரண்டு ஒன்று ஆய் நின்றால், ஒன்று / ஒழித்து ஒன்றை உன்ன / மற்றொரு மனமும் உண்டோ? மறக்கல் / ஆம் வழி மற்று யாதோ? / கற்றவர் ஞானம் இன்றேல், காமத்தைக் கடத்தல் ஆமோ?' என்று விவரித்திருக்கிறார்.

கற்றவர் ஞானம் என்ற வரியை அவர் கவனத்தோடே கையாண்டிருக்கிறார். எனவே, கற்பதால் அறிவுதானே வரும். ஞானமெப்படி வரும் என்றெல்லாம் கேட்கக் கூடாது. அவர் சொல்ல வருவது, கல்வியில் வல்லவராக இருந்தாலும், நன்மை தீமை பற்றிய உயரறிவு இல்லையென்றால் காமத்தை அதாவது, பொருந்தாக் காமத்தை வெல்ல முடியாது என்பதுதான்.

சூர்ப்பனகை சொல்வதைக் கவிஞர் வாலி தனக்கே உரிய விதத்தில் 'அவதாரப் புருஷன்' நூலில், 'அண்ணா அவள் பெயர் சீதை / அழகிய பூங்கோதை / அவள் விழிகாட்டும் ஆனந்தப் பாதை / அமுதத்தில் விளைவதில்லை அவள் தரும்போதை / அம்புவி பார்த்ததில்லை அப்படியொரு மாதை / அவளால் ஆடவர்க்கு ஆரம்பமாகும் வாதை / அன்னத்தின் மூலம் அனுப்புவார் தூதை / அவளை அடையநீ ஆரம்பி உன் சூதை / அதில் உனைமிஞ்ச யாரிங்கு மேதை' என்றிருப்பார். இயைபை உத்தேசித்து எத்தனை 'தை'யை அவர் பயன்படுத்தியிருக்கிறார் என்பதை

இரசிக்கலாம். 'மற்றொரு மனமும் உண்டோ? மறக்கல் / ஆம் வழி மற்று யாதோ' என்பதுதான் கம்பர் அப்பாடலில் வைத்துள்ள உள்ளுறை. இருப்பது ஒருமனம், அதிலும் சீதை நிறைந்துவிட்டாள். அப்படியிருக்கையில் அவன் வேறு வழியை எப்படிச் சிந்திக்க முடியும்?

உள்ளுறையைத் தவிர்த்துவிட்டு மரபார்ந்த கவிதைகளை வாசித்தால் தட்டையாகத் தெரியும். ஒன்றுமே இல்லாததுபோலத் தோன்றும். எழுத்தாளர்களில் சிலர்கூடச் சங்க இலக்கியத்தில் என்ன இருக்கிறது என்கிறார்களே அதற்குக் காரணம் அதுதான். உள்ளே உறைந்திருப்பது என்னவென்று ஆராயக் கொஞ்சமாவது முனைய வேண்டும். அதைவிட, சொற்களின் அடுக்குகளை முன்பின்னாக வாசித்துப் பார்த்துப் பொருள்கொள்ள வேண்டும்.

களவொழுக்கத்தில் ஈடுபட்ட தலைவி, புணர்ச்சியின் முடிவில் தன் கலைந்த முடியையும், உடையையும் திருத்திக்கொள்கிறாள் என்பது வெறும் காட்சியன்று. கற்பொழுக்கத்திற்குத் தேவைப்படாத கள்ளத்தனமே அது. களவொழுக்கத்தில் ஈடுபடும் ஆணும் பெண்ணும் அதை எத்தனை சாதுர்யமாக மறைக்க முயல்கிறார்கள் என்பதற்கு வேறு பல சுவையான பாடல்கள் உள்ளன. 'கத்திரிக்காய் முற்றினால் கடைத்தெருவுக்கு வந்தே தீரும்' என்றொரு பழமொழி உண்டு. காதலும் அப்படித்தான். ஆனால், பெரும்பாலான காதலர்கள் அகக்குறிப்பை மற்றவர்கள் அறிந்துவிடாதிருக்க எதையெதையோ செய்து இறுதியில் சிக்கிக்கொள்வர்.

இளநாகனாரின் மந்தியும் கடுவனும் கூடிக் களித்த கதையிலும் அதுதான் நடந்திருக்கிறது. 'கறிவளர் அடுக்கத்துக் களவினில் புணர்ந்த / செம்முக மந்தி செய்குறி' என்கிறார். செய்வதறியாமல் செய்துவிட்டுப் பின் அதை எப்படியாவது மறைக்க முயல்வதுதான் காதலின் இயல்போ என்னவோ? பாடலின் நடுவே வந்துள்ள 'களவினில் புணர்ந்த' என்னும் சொல்தான், முழுப் பாடலையும் திறக்கும் சாவி. கற்பொழுக்கத்தில் தடயங்களை அழிக்க வேண்டிய அவசியமில்லை. களவொழுக்கத்திலோ சகலத்தையும் வெளியே தெரியாமல் மறைத்து வைக்க வேண்டும்.

‘கள்ளத்தின் ஊச்சும் சுரம் என்பர், காதலர்’ என்றொரு வரியை மாறன் பொறையனார், ‘ஐந்திணை ஐம்பதில்’ எழுதியிருக்கிறார். காதலின் அல்லது காமத்தின் உக்கிரம் என்னவென்று நக்கீரர் ஒரு பாடலில் தெரிவித்திருக்கிறார். அவர், ‘ஒரே ஒருநாள் தழுவலுக்குப் பின் அரைநாள் வாழ்வும் அவசியமில்லை’என்கிறார். ‘கேளிர்! வாழியோ கேளிர்! நாளும் என் / நெஞ்சு பிணிக் கொண்ட அம்சில் ஓதிப் / பெருந்தோட் குறுமகள் சிறுமெல் ஆகம் / ஒருநாள் புணரப் புணரின் / அரைநாள் வாழ்க்கையும் வேண்டலன் யானே’ என்னும் அப்பாடலும் குறுந்தொகையில்(280) வருவதுதான். நெற்றிக்கண் திறப்பினும் குற்றம் குற்றமே என்று திருவிளையாடலில் சிவனை எதிர்த்துத் தமிழுக்காக வாதிட்ட அதே நக்கீரர்தான் இவரா எனத் தெரியவில்லை.

இறையனாரின் ‘கொங்குதேர் வாழ்க்கை’ என்ற பாடலை மறுத்த நக்கீரர், யாரோ ஒரு பெண்மீது உண்டான காதலுக்காக அரைநாள் வாழ்வும் வேண்டாமென்றிருக்கிறார். பெண்ணின் கூந்தலுக்கு இயற்கையிலேயே மணமில்லை என்றவர், இயற்கையே அளித்த இன்பத்தில் வாசம் செய்ய விரும்பியது விநோதமில்லை. எழுத்தாளர் கு.ப.ராஜகோபாலன், ‘சிறிது வெளிச்சம்’ என்றொரு சிறுகதையைத் தந்திருக்கிறார். அதில், காமத்தின் வெம்மை கனன்று ஒளிரும். ஒண்டுக் குடித்தனத்தில் வசிக்கும் ஒரு பெண், தன் கணவனின் அடிக்கும் அலட்சியத்திற்கும் ஆளாவாள்.

அன்பு கனிந்த ஒரு சொல், ஒரு ஸ்பரிசம் அவனிடமிருந்து அவளுக்குக் கிடைக்காது. வாழ்வே வெறுத்துப்போன நிலையில் என்ன செய்வதெனத் தெரியாமல் விழிபிதுங்கி நிற்பாள். அப்போது அதே ஒண்டுக் குடித்தன ரேழியில் வசிக்கும் எழுத்தாள இளைஞன் அவளுக்கு ஆதரவு காட்டுவான்.

ஆறுதலாக இரண்டொரு வார்த்தைகளை நல்குவான். அவளுக்குப் பரிந்து, அவள் கணவனை எதிர்த்துக் கேட்பான். தனக்கு ஒருவருமே இல்லை என்ற உணர்வில் இருந்தவளுக்கு அந்தப் பாசமும் பண்பும் பிடித்துவிடும். அதுவே போதுமென்ற சூழலில் இருவரும் சந்திப்பார்கள். மனத்தில் உள்ளதையெல்லாம் அவனிடம் அவள் கொட்டித்

தீர்ப்பாள். அவன் ஆறுதலோடு அணைத்துக்கொள்வான். அந்த அணைப்பு, ஏற்றப்படாத அவள் இளமை விளக்கில் சிறிய வெளிச்சத்தைக் காண்பிக்கும். அத்துடன் அக்கதையைக் கு.ப.ரா முடித்துவிடுகிறார். 'இருள் என்பது குறைந்த ஒளி' என்பாரே பாரதி, அதை ஒரு கதையாக்கினால் எப்படியிருக்குமோ அதுதான் கு.ப.ரா.வின் அந்தக் கதையில் தென்படுவது.

காதலும் காமமும் வாழ்வின் வெளிச்சத்தைக் காட்டுபவை. நினைவுகளால் ஒளி பெறுபவையே அவை இரண்டும். கூட்டவும் குறைக்கவும் நினைவுகளால் முடியும். கடந்த காலங்களை மீளவும் மனத்திற்குள் மீட்டிப் பார்ப்பதையே நினைவுகள் என்கிறோம். உண்மையில், எது ஒன்றையும் நாம் எளிதாக மறப்பதில்லை. மறப்பது என்பது ஒருவகை பாவனை. வலுக்கட்டாயமாக நாமே நமக்கு விதித்துக்கொள்ளும் கட்டுப்பாடு. மற்றபடி மறதியை நாம் ஒருபோதும் எட்டுவதில்லை.

ஏதோ ஒரு பொருளோ சொல்லோ கூட இழந்த நம்முடைய நினைவுகளை எடுத்துக்கொண்டு வந்துவிடும். ஏனெனில், நினைவுகள் இல்லாமல் போவதே இல்லை. உயிர்களைப் போல் நினைவுகள் அழிவதில்லை. அதைவிட, எப்போதெல்லாம் நாம் ஒன்றை மறக்க முயல்கிறோமோ அப்போதுதான் அது அதீதமாக நம்மைத் துரத்துகிறது. மீனெறி தூண்டிலார் ஒரு காதலியின் நினைவுகளை இரண்டு உவமைகளில் விளக்கியிருக்கிறார்.

ஒன்று, கவண்கல்லின் ஓசை கேட்டதும் பசிய மூங்கிலைக் கவ்வியிருந்த யானை பதறிப்போய் அப்பசுங்கழையை விடுவது. மற்றொன்று, மீன் சிக்கியதும் நீரில் அமிழ்ந்திருந்த தூண்டில், சட்டென மேல்நோக்கி இழுக்கப்படுவது. இரண்டுமே காட்சிகள்தாம். ஆனால், அவ்விரண்டையும் ஒரு காதலி தன்னுடைய அன்புடனும் நினைவுகளுடனும் எப்படிப் பொருத்திக் கொள்கிறாள் என்பதுதான் கவனிக்க வேண்டியது. 'யானே யீண்டை யேனே' எனத் தொடங்கும் அப்பாடல் குறுந்தொகையில் (54) வருவது. 'கான யானை கைவிடு பசுங்கழை / மீனெறி தூண்டிலி னிவக்கும் / கானக நாடனொ டாண்டொழிந் தன்றே' என்னும் வரிகள் குறிப்பிடத்தக்கவை. காட்டில் பசித்த யானை ஒன்று உணவுக்காகப் பசிய

மூங்கிலை வளைத்துப் பிடித்திருக்கிறது. அப்போது காட்டைக் காவல் காக்கும் ஒருவர் கவண்கல்லை எங்கேயோ நின்று வீசுகிறார். வீசிய கல்லின் ஒலி யானையில் காதில் விழுகிறது. உடனே, யானை யாரோ நம்மைக் கவனித்துவிட்டார்கள் என அஞ்சுகிறது. அஞ்சிய அந்த நொடியிலேயே பிடித்திருந்த மூங்கில் கொம்பை விட்டுவிடுகிறது. அது எப்படித் தோன்றுகிறது என்றால், 'மீன் சிக்கிய தூண்டில் மேலே எகிறித் தூக்கப்படுவதுபோல' என்கிறார்.

மூங்கிலையும் தூண்டிலையும் வைத்துக்கொண்டு காதலின் ஆழத்தையும் அதுதரும் பிரிவையும் அப்பாடல் பேசுகிறது. சங்கப் பாடல்கள் காட்சிகளின் வழியே ஒரு கருத்தையோ சிந்தனையையோ கடத்துபவை. வெறும் காட்சிதானே என்று கடந்துவிட்டால் அதன் ருசியை உணர்வதற்கு வாய்ப்பில்லை. பாடலாசிரியர் ஒரு காட்சியை நமக்குக் காட்டுகிறாரென்றால் அக்காட்சியின் வழியே நாம் மேலதிகமாக ஒன்றைக் கண்டடைய வேண்டும். ஒன்றையேனும் கண்டடைய முற்படாமல் வெறுமனே வாசிப்பதில் பயனில்லை.

அப்பாடலில் வரும் நாயகி, 'அவன் எப்போதெல்லாம் பிரிகிறானோ அப்போதெல்லாம் அவனைப் பற்றிய நினைவுகள் விட்ட இடத்திற்கே மறுபடியும் வந்துவிடுகின்றன' என்கிறாள். எதிரில் இருக்கும்போது நினைவுகள் எங்கே போகின்றன எனத் தெரிவதில்லை. மறைந்தோ பிரிந்தோ போகையில்தான் அவை மனத்தைக் குடைகின்றன. பசுங்கழையைக் கவ்விய காட்டுயானை கவண்கல்லின் ஒலி கேட்டதும் காரியத்தைக் கைவிடுவது பெரிதில்லை. வளைந்த அம்மூங்கில் மறுபடியும் தம் வசத்திற்கே வந்துவிடுகிறதே அதுதான் அழகு.

காதலின் இயல்பை இரண்டே உவமைகளில் மீனெறி தூண்டிலார் சொல்லிவிடுகிறார். மீனுக்காக எறியப்பட்ட தூண்டில் முதலில் தாழ்ந்திருக்கிறது. தக்கது கிடைத்த பின் முன்னிலும் கூடுதலாக நிமிர்கிறது. காதலியிடமோ காதலனிடமோ தன்னைத் தாழ்த்திக் கொள்ளும் அதேமனம், அக்காதல் கைகூடுவதில் தடையேற்பட்டால் சமூகத்தையே எதிர்க்கும் ஆற்றல் அதற்கு எப்படியோ வந்துவிடுகிறது. நுனியைக் கவ்வியிழுத்தாலும், யானையின் பசியைத் தணிக்கும் மூங்கில் மீண்டும் அதே நிலையில் தன்னை

நிறுத்திக்கொள்கிறது. இந்த அழகிய உவமையை நாம் நம்முடைய அன்றாடங்களில் கவனிக்கலாம். பிடித்த பதார்த்தத்தை அம்மாவிற்குத் தெரியாமல் எடுத்துண்ணும் குழந்தை, உண்டு முடித்ததும் அது தெரிந்துவிடாதிருக்க உதட்டைத் துடைத்துக் கொள்ளுமே அதற்கு ஒப்பான ஒன்றுதான் இதுவும். இடையில் நிகழ்ந்தவற்றை இல்லாமலாக்குவது என்றும் மீனெறி தூண்டிலாரின் பாடலை விளங்கிக்கொள்ளலாம். மீனெறி தூண்டிலாரின் அப்பாடலை எண்ணும் போதெல்லாம் எனக்கு வளரியின் ஞாபகம் வந்துவிடும். எதிரிகளை வீழ்த்தப் பழந்தமிழர் பயன்படுத்திய ஆயுதம் அது. வேல், அம்பு, ஈட்டி, சூலம் என்பவற்றுடன் வளரியும் இணைந்துள்ளது.

இலக்கு நோக்கி எறியப்படும் அப்போர்க்கருவி, இலக்கைச் சாத்தியப்படுத்திவிட்டு மறுபடியும் எறிந்தவனின் கைகளை வந்துசேர்வது. எடை கூடாமலும், விசை குறையாமலும் தயாரிக்கப்பட்ட வளரிகள், காட்டை மேயும் விலங்குகளைத் துரத்தவும் பயன்படுத்தப்பட்டுள்ளன. பழம்பாடல்கள் பலவற்றில் வளரியைப் பற்றிய குறிப்புகள் இடம்பெற்றுள்ளன. ஆங்கிலேயர்கள் அஞ்சி நடுங்கிய ஆயுதங்களில் அதுவும் ஒன்று.

எந்த அளவிற்கு என்றால் அவ்வாயுதத்தைப் பயன்படுத்துவோரைச் சிறையில் அடைத்துச் சித்திரவதை செய்யும் அளவிற்கு. அதுமட்டுமன்று, வளரியைக் கணக்கிலெடுத்தே ஆயுதத் தடைச் சட்டத்தை நடைமுறைப்படுத்தியுள்ளனர். திருப்பத்தூர் கோட்டை வளாகத்தில் மருது சகோதரர்களைத் தூக்கிலிட உத்தரவு பிறப்பித்த கர்னல் ஜேம்ஸ் வெல்ஷ் தன்னுடைய Military Reminiscences நூலில், 'சின்ன மருதுதான் எனக்கு ஈட்டி எறியவும், வளரி வீசவும் கற்பித்தார்' என்றிருக்கிறார்.

அவர், கிழக்கிந்திய கம்பெனியின் இராணுவ அதிகாரி. இன்று பொதுவெளியில் மருது சகோதரர்களைப் பற்றிப் பரவியுள்ள செய்திகள் அனைத்துமே அந்நூலில் இருந்து பெறப்பட்டவைதாம். உலகத்தில் வேறு எங்குமே கிடைக்காத அரிய ஆரஞ்சுப் பழங்களைத் தனக்கு வழங்கிய மருது சகோதரர்களுக்குப் பதிலாக அவர் மரணத்தையே வழங்கினார்

என்பதெல்லாம் சகிக்க முடியாத சரித்திரக் குறிப்புகள். அதிகாரம் எந்த நேரத்தில் எதைச் செய்யும் என்பதை அந்நூலை ஆழ்ந்து வாசித்தால் புரிந்துகொள்ளலாம். அந்நூலில் எத்தனையோ வரலாற்றுச் செய்திகள் இடம்பெற்றுள்ளன. எனினும், 'வளரி' என்கிற தமிழரின் எறி ஆயுதம் குறித்த தகவலே என்னை ஈர்த்தது. சுதர்சன சக்கரத்தை ஒத்த வளரி, எதிரியை நிலை குலைய வைப்பது.

2018இல் இயக்குநர் பொன்ராம் இயக்கி, நடிகர் சிவகார்த்திகேயன் நடிப்பில் வெளிவந்த 'சீமராஜா' திரைப்படத்தில் வளரியைப் பற்றி வருகிறது. வணிகத் திரைப்படமே ஆனாலும், வளரியை அடிப்படையாக வைத்து உருவாக்கப்பட்ட அத்திரைப்படம் எதிர்பார்த்த வெற்றியை அடையவில்லை. அடியோடு தமிழ்ச் சமூகத்தின் நினைவிலிருந்து அகன்றுவிட்ட வளரியை ஒரு திரைப்படமாவது காட்டியதே என்கிற ஆறுதல் எனக்குண்டு. அத்திரைக்கதையை இன்னும் கொஞ்சம் செம்மையாக அமைந்திருந்தால் வளரி குறித்த எண்ணங்களை மீட்டிருக்கலாம்.

உயிர் தப்பிக்க ஓடும் எதிரியை, இருந்த இடத்தில் இருந்தே வளைத்துப் பிடிக்க வளரிகள் உதவியுள்ளன. புதுக்கோட்டை திவானாகப் பணியாற்றிய விஜய இரகுநாத பல்லவராயர், வளரியைப் பயன்படுத்தும் விதம்குறித்தும், அக்கலையின் நுட்பங்களை விவரித்தும் நூல் ஒன்றை எழுதியிருப்பதாகத் தெரிகிறது. வளைந்த வாள்போன்ற வடிவத்திலுள்ள வளரி, ஆஸ்திரேலியப் பூர்வகுடிகள் பயன்படுத்தும் பூமராங்கைப் போன்றது. எங்கே நின்று வீசுகிறோமோ அந்த இடத்திற்கே திரும்பிவரும் ஆயுதமென்பதுதான் வளரியின் விசேஷம்.

காதலை அடுத்த நிலைக்கு நகர்த்தாமல் எந்த இடத்தில் நிற்கிறதோ அதே இடத்தில் வைத்துக்கொள்ள எல்லாரும் விரும்புவதில்லை. காதலின் பரிபூரணமென்பது காமத்தை நோக்கி நகர்வதே எனக் கற்பிக்கப்பட்டிருக்கிறது. அந்த அபாயகரமான கற்பிதத்தை எழுத்தாளர் ஆதவனின் 'ஒரு புனிதமான காதல்' என்னும் சிறுகதை உடைத்துவிடும். கல்லூரியில் படிக்கும் ஓர் ஆணும் பெண்ணும் காதலிப்பார்கள். கதையில் வரும் பதஞ்சலி, தன் காதலியான தமயந்தியை எல்லாமுமாக உணர்வான். அவளுடைய வார்த்தைகளும்,

வழிகாட்டுதலும் அவனுக்குப் பிடித்திருக்கும். கல்லூரியே பொறாமைப்படும் விதத்தில் அவர்கள் இருவரும் பழகிவருவார்கள். பதஞ்சலி, தன்னை எல்லாவிதத்திலும் மேம்படுத்திய தமயந்தியை உயிருக்கும் மேலாக எண்ணுவான். அவளும்கூடப் பதஞ்சலியின் வாழ்க்கைத் துணையாக ஆசைப்படுவாள். ஆனால், பதஞ்சலி அதற்குச் சம்மதிக்க மாட்டான்.

அதற்கு அவன் சொல்லும் காரணம், 'ஒரு நொடிகூட என்னால் மனைவியாக உன்னைக் கற்பனை செய்து பார்க்க முடியவில்லை' என்பது. எத்தனையோ சந்தர்ப்பங்களில் அவனும் அவளும் நெருங்கியுள்ளனர். என்றாலும், பதஞ் சலியால் தமயந்தியைப் பாலுணர்வு சார்ந்து சிந்திக்க முடியவில்லை. உடல்மெலிந்த தமயந்தி புறத்தில் ஏற்படுத்திய மாற்றங்கள், அகத்தில் ஏற்படுத்தவில்லை என்பதே அவன் வாதம். மனத்திற்கும் உடலிற்கும் இடையேயான ஊடாட்டமே கதையின் பின்புலம்.

புறத்தில் ஓர் உறவைத் தொடர காதல் போதுமானது. ஆனால், காமத்திற்கு அதுமட்டுமே போதுவதில்லை. காதலுடன் இணைந்த காமத்தையே தாம்பத்தியம் கோருகிறது. வார்த்தைக்கு வேண்டுமானால் காமத்தைவிடக் காதல் பெரிதென்று கதையளக்கலாம். நிஜத்தில் அது சாத்தியமே இல்லை என்று பதஞ்சலி நம்புவான். ஸ்பரிசம் தவிர்த்த குடும்ப உறவு, ஒருவரை ஒருவர் வஞ்சித்துக் கொள்வது. தமயந்தியைத் திருமணம் செய்துகொள்ள பதஞ்சலி தயங்குவது அதன் அடிப்படையில்தான்.

கதையின் இறுதியில் 'காதலர்களாகவே இருவரும் பிரிந்துவிட்டோம்' என்று மாதவனிடம் பதஞ்சலி கூறுவான். மாதவன், பதஞ்சலியின் கல்லூரித் தோழன். திருமணப் பந்தத்திற்குத் தமயந்தி தோதில்லையெனப் பதஞ்சலி எடுத்த முடிவை என்னால் ஏற்க முடியவில்லை. உடம்பு ஒரு விஷயமா என்று தோன்றிற்று. ஆனால், ஆதவனோ அதை மிக நேர்த்தியாகப் பின்வரும் வாக்கியங்களில் கடந்திருப்பார். அவருடைய பல கதைகள் ஆண்பெண் உறவை அப்பட்டமாகப் பேசுபவை. எழுத்திற்காக அல்லாமல் எதார்த்தத்தில் என்ன உண்டோ அதையே வாதத்திற்கு

உட்படுத்துவார். பதஞ்சலியும் மாதவனும் வெகு ஆண்டுகள் கழித்துச் சந்திப்பார்கள். அப்போது பதஞ்சலி தன்னுடைய மனைவியின் புகைப்படத்தை மாதவனுக்குக் காண்பிப்பான். அதைப்பார்த்த மாதவன், 'பதஞ்சலி எண்ணியதுபோலவே அவன் மனைவி, கொழு கொழு என்றிருந்தாள்' என ஆதவன் எழுதியிருப்பார்.

பின்னொரு சமயம் தமயந்தியைச் சந்திக்கும் சூழல் மாதவனுக்கு ஏற்படும். அப்போதும் மாதவன், வயதுபோன தமயந்தியைப் பார்த்து, 'கணவனுக்கேற்ற கொழு கொழுவேவோடுதான் இருக்கிறாள்' என எண்ணுவான். ஆதவனுடைய அந்தக் கதை, எடுக்க விரும்பும் காமத்தைவிடக் கொடுத்து மகிழும் காதலே மேலானது என்னும் உணர்வை எழுப்புவது. தூண்டிலில் சிக்கிய மீனை மேலே தூக்காமல், மூங்கிலைப்போல மறுபடியும் இருந்த நிலைக்கே பதஞ் சலியின் காதல் திரும்பிவிடுகிறது.

பதஞ்சலியைப்போல மனமுடையவர்கள், தமயந்தியைப்போல அந்தத் தருணத்தில் மனமுடைந்தவர்கள் இந்தக் கவிதையை வாசித்தால் என்ன ஆவார்கள் என யோசிக்க முடியவில்லை. ஒருநொடிகூட மனைவியாக உன்னைக் கற்பனைச் செய்ய முடியவில்லை என்று பதஞ் சலி சொல்வதைத் திருமணத்திற்கு மறுத்துவிட்டு, சென்ன மல்லிகார்சுனனைப் பிரார்த்தித்த அக்கமகாதேவியின் பக்திக்கு நிகராகப் பார்க்கலாம். 'குணதோஷங்களைச் சம்பாதிக்கும் வரை / இது, காமத்தின் உடல் / குரோதத்தின் அறிவு / லோபத்தின் இருப்பு / மோகத்தின் ஆலயம் / மதத்தின் திரை / மாச்சரியத்தின் போர்வை / இவ்வுணர்வுகள் அழியாதவரை / சென்ன மல்லிகார்சுனனை அறிய வழியே இல்லை' என்கிறார்.

சிவனைத் தன் உற்ற தோழனாகக் கருதி வசனங்களை ஆக்கி அளித்துள்ள அக்கமகாதேவி, அவனுடைய அன்பு ஒன்றையே இலக்காகக் கருதி இல்லறத்தையும் சமூகத்தையும் துறக்க எண்ணியவர். கி.பி.1146 இல் கர்நாடகாவின் உடுத்தடி என்னும் சிற்றூரில் பிறந்தவர். இளமையிலேயே சென்னமல்லிகார்ச்சுனன்மீது ஏற்பட்ட ஈடுபாடு, நாளடைவில் அவனிடமே தன்னை ஒப்படைக்கும்

நிலைக்குப் போய்விட்டது. பெற்றோரின் வற்புறுத்தலில் நிபந்தனையுடன் கௌசிகனைத் திருமணம் செய்துகொண்ட அவர், விரைவிலேயே அவ்வுறவிலிருந்து விடுபட நேர்ந்தது. தன் நீண்ட கூந்தலையே ஆடையாகத் தரித்துத் திகம்பரியாக அலைந்து திரிந்த அக்கமகாதேவி, கன்னட இலக்கியத்திற்கு ஆற்றியுள்ள பங்களிப்புகள் முக்கியமானவை.

ஒருவகையில் ஆண்டாளையும் மீராவையும் நினைவூட்டும் அவர், 'பசித்தால் ஊர்களில் பிச்சையுண்டு / தாகித்தால் ஏரி கிணறு குளங்கள் உண்டு / படுக்கப் பாழடைந்த கோவில்கள் உண்டு / உயிர்த் துணைக்குச் சென்ன மல்லிகார்சுனனே நீ எனக்குண்டு' என வாழ்ந்தவர். அவருடைய, 'மூச்சில் நறுமணமிருக்கையில் மலரின் தயவெதற்கு? மன்னித்தல், இந்திரியக் கட்டுப்பாடு / அமைதி, சகிப்புத்தன்மைகள் இருக்க / சமாதியின் தயவெதற்கு / உலகமே தானான பிறகு / தனிமையின் தயவெதற்கையா / சென்ன மல்லிகார்ஜுனனே' என்னும் வசனம், ஆழ்நிலையில் நம்மை அமிழ்த்துவது.

படிமங்களும் குறியீடுகளுமாக விரிந்துசெல்லும் அக்கமகாதேவின் வசனங்கள், மேலோட்டமான காதலையோ காமத்தையோ சொல்வதில்லை. போகிறப் போக்கில் 'பன்மாயக் கள்வன்' எனும் பதத்தை வள்ளுவர் வழங்கியிருக்கிறார். பல சூழ்ச்சிகளையுடைய கள்வரான காதலனின் பணிவான இனிய சொற்களே, நிறை பண்பைக் கொண்டுள்ள பெண்ணின் மனத்தை அழிக்கும் படைக் கருவிகள் என்கிறார்.

அவரே 'கொண்கன் முயக்கற்றம் பார்க்கும் பசப்பு' என்றிருக்கிறார். விளக்கு அணைந்தபின் வரக் காத்திருக்கும் இருள்போலத் தலைவனுடைய தழுவலின் முடிவைப் பசலை எதிர்பார்த்துக் காத்திருக்கிறதாம். கொண்கன், பன்மாயக் கள்வன் என்பவை, ஆண்டாளும் அக்கமகாதேவியும் அடிக்கடி தம்முடைய உள்ளத்தில் ஒளித்துக்கொண்ட காதல் சொற்கள். 'யாமம் உய்யாமை நின்றன்று / காமம் பெரிதே களைஞரோ இலரே' என்று வெள்ளிவீதியார் நற்றிணையில்(335) பிதற்றுவார். 'திங்கள், குளிர் நிலவைப் பொழிகிறது. கடலலைகள் ஓயாது ஆரவாரம் செய்கின்றன. தாழை மலரின் வாசம் எங்கும் பரவி ஏக்கத்தைப் பெருக்குகிறது. போதாத குறைக்கு அன்றிலும் யாழே உய்யுமாறு பாட்டிசைக்கிறது. இவற்றையெல்லாம்

கேட்டுக்கொண்டிருக்கையில் ஏற்கெனவே என்னுள் புகுந்த காமநோய் கூடுகிறது. இருந்தும் என்னசெய்வது, அவனில்லையே' என்பதாகப் பாடல் முடியும். யாமம் உய்யாமை என்னும் தொடரில் வெள்ளிவீதியார் தன்னுடைய மொத்த ஏக்கத்தையும் முடிந்து வைத்திருக்கிறார்.

ஓர் இராஜா, தன்னுடைய நாட்டில் அடிக்கடி ஏரி, குளங்களில் உடைப்பு ஏற்பட்டு, அப்பாவி மக்கள் அவதியுறுகிறார்களே என வருத்தத்தோடு கரையோரத்தில் அமர்ந்திருப்பார். அப்போது அந்த வழியே போகிற ஒருவன், 'ஏன் இராஜா கன்னத்தில் கை வைத்து அமர்ந்திருக்கிறீர்கள்' என்பான். அதற்கு அவர், 'அவ்வப்போது பெருமழை அடித்து ஏரி, குளங்கள் உடைப்பெடுத்தால் பரவாயில்லை. எதுவுமே இல்லாமல் உடைத்துக்கொள்கிறதே, அதை எண்ணித்தான் உட்காந்திருக்கிறேன்' என்பார்.

அத்துடன் அவர், 'அதுசரி நீ எங்கே போய்க் கொண்டிருக்கிறாய்?' என்பார். அவனோ, 'எனக்குச் சில தேவைகளும் சந்தேகங்களும் இருக்கின்றன. கடவுளைப் பார்த்து அதைத் தீர்த்து வைக்கும்படி கேட்கப் போகிறேன்' என்பான். 'அப்படியா' என்ற இராஜா, 'போவதுதான் போகிறாய் எனக்கும் சேர்த்து, என்னுடைய சந்தேகத்திற்கான பதிலைச் சேர்த்துக் கேட்டு வருகிறாயா?' என்பார். அவனும் சரியென்று சொல்லிவிட்டுக் கிளம்புவான். அவன்தான் கடவுளைப் பார்க்கப் போகிறானே நாமும் இணைந்துபோவோம் என்று யோசிக்கவில்லை. என்றுதான் இராஜாக்கள் அப்படியெல்லாம் மக்களுக்காக உடனே யோசித்து முடிவெடுத்திருக்கிறார்கள்?

அடுத்தவரை ஏவுவதுதானே அவர்கள் வேலை. அவர் அங்கே உட்கார்ந்துகொள்ள, மறுநாள் அதே இடத்திற்கு அவன் வருவான். 'என்னப்பா, மழையே இல்லாமல் ஏன் ஏரி, குளங்கள் உடைகின்றதெனக் கடவுளிடம் கேட்டாயா?' என்பார். அவனும் கேட்டேன் இராஜா, 'உங்களுக்கு இரண்டு மகள்களாமே. இருவருக்கும் நீங்கள் இன்னும் திருமணம் செய்து வைக்கவில்லையாமே. அந்த ஏக்கத்திலும் தவிப்பிலும் அவர்கள் விடும் பெருமூச்சுதான் ஏரியையும் குளங்களையும் அவ்வப்போது உடைத்துவிடுகிறதாம்' என்பான். 'கடவுளா சொன்னார்' என்பார். 'கடவுளும் சொன்னார்' என்று

சொல்லிவிட்டு, அவன் தலைமறைவாகிவிடுவான். இது ஒரு நாட்டுப்புறக் கதை. ஆனால், அக்கதை சொல்லும் உட்பொருள் உள்ளார்ந்த காமத்தை உணர்த்துவது. வெள்ளி வீதியாரின் இன்னொரு பாடலும் இத்துடன் இணைத்துப் பார்க்கத் தக்கது. 'அளிதோ தானே நாணே நம்மொடு' எனத் தொடங்கும் அக்குறுந்தொகைப்(149) பாடலில், 'காம நெரிதரக் கைந் நில்லாவே' என்னும் வரி குறிப்பிடத்தக்கது. கூடவே இருந்து வருத்திய நாணம் காமத்தால் கொஞ்சம் கொஞ்சமாக விலகிக் கொண்டிருக்கிறது. எப்படியெனில் பெருக்கெடுத்த வெள்ளம், கரும்பு வயலைக் காக்கப் போடப்பட்ட பூவேலியைக் கரைத்தும், அரித்தும் போகுமே அப்படி' என்கிறாள். அதாவது, காமம் தாக்கிய தாக்குதலில் பலகாலம் உடனிருந்த நாணம், எதுவுமே பேசாமல் எங்கேயோ போகிறதாம்.

காமம் கைமீறிப் போகையில், நாணத்தை அவளும், அவளை நாணமும் வைத்திருந்து என்ன பயன்? காமச் சுவரில் அடிக்கப்படும் காலத்தின் சுண்ணாம்பே காதல். சுரதா ஒரு கவிதையில் 'இருட்டுக்குச் சேலை தந்தாள்' என்று எழுதியிருப்பார். அதன் அடுத்த வரி என்னவென்று தெரிந்துகொள்ள அவருடைய 'உதட்டில் உதடு' நூலை மறுபடியும் வாசிக்க வேண்டும்.

உலகமெல்லாம் ஒரு பெருங்கனவு

பறப்பதுபோல ஒருவருக்குக் கனவு வந்தால் அக்கனவில் இருந்து அவருடைய சிந்தனைகளை ஓரளவு ஊகிக்கலாம் என இயான் வாலஸ் தெரிவிக்கிறார். சுதந்திரமான முடிவை எடுத்தவருக்கோ எடுக்கப்போகிறவருக்கோ அப்படி ஒரு கனவு வருமென்பதே அவர் கண்டுபிடிப்பு. ஆஸ்திரேலியாவைச் சேர்ந்த இயான் வாலஸ் உளத்தியலில் நிபுணத்துவம் மிக்கவர். இரண்டு இலட்சத்திற்கும் மேற்பட்டவர்களிடம் அவர் நடத்திய ஆய்வின் வழியே சில முடிவுகளை அறிவித்திருக்கிறார். அவை ஏற்புக்குரியவையா மறுப்புக்குரியவையா என்பவையெல்லாம் முக்கியமல்ல. ஆனால், அவருடைய ஆய்வின் முடிவுகள் கனவுகளுக்குப் பலன் உண்டு என்கின்றன.

கனவில் தோன்றக்கூடிய காட்சிகள், வெறுமனே தோன்றுவதில்லை. அவர் அவற்றை எண்ணங்களின் பிரதிபலிப்பாகவோ அமுங்கியிருந்த ஆசைகளின் வெளிப்பாடாகவோ எடுத்துக்கொள்ள வேண்டும் என்கிறார். முதல்முறை ஒருவரைச் சந்திக்கும்போது அவரை ஏற்கெனவே சந்தித்ததுபோல் தோன்றினால் அதுவுமே கனவுகளின்

கைங்கர்யமே என்கிறார். அது எப்படி என்பதற்கு அவர் கொடுத்துள்ள ஆதாரங்கள் பல பக்கங்களில் விரிகின்றன. கனவுகள் ஏன் வருகின்றன. அவற்றின் பின்னணியில் என்ன இருக்கின்றன என்பன பற்றித் தெரிந்துகொள்ளும் ஆவலும் ஆர்வமும் இல்லாமல் இல்லை. பிரச்சினை என்னவெனில் ஓர் ஆய்வாளரின் அவதானிப்புகள் இன்னொருவரால் மறுப்பிற்கு உள்ளாவதே. ஆண்டு பலவாகக் கனவுகள் குறித்த மர்மங்கள் தொடர்கின்றன. ஒருவருடைய கனவில் தோன்றும் காட்சி, இன்னொருவர் கனவில் தோன்றினாலும் இரண்டிற்கும் ஒரே அர்த்தமில்லை என்பதுதான் அதிலுள்ள சுவாரசியம்.

கனவுகளை ஆராய்வதென்பது ஆழ்கடலில் விழுந்த முதல் மழைத்துளியை அறிவது போன்றது. சங்க இலக்கியங்களில் தென்படும் கனவுக் காட்சிகளில் பலவும் ஈர்ப்புக்குரியவை. கண்ட கனவை ஈடேற்றிக்கொள்ளக் காதலனுடன் மகள் சென்றுவிட்டாள். அந்தத் துயரை ஒரு தாய் சொல்லும்போது, 'என்னால் கனவு காணவே முடியாத சூழ்நிலைக்கு என் மகள் என்னைத் தள்ளிவிட்டாள்' என்கிறாள்.

தன் கனவைச் சாத்தியப்படுத்திய மகள், தாயின் கனவைப் பறித்துக்கொண்டாள் என்பதில் உள்ள முரணை அகநானூற்றில் (55) மாமூலனார் யோசித்திருக்கிறார். 'வேவது போலும் வெய்ய நெஞ்சமொடு கண்படை பெறேன், கனவ' என்னும் வரியே அது. 'காய்ந்து செலற் கனலி கல்பகத் தெறுதலின்' எனத் தொடங்கும் அப்பாடலை மாமூலனார் எழுதியிருக்கிறார். மகள் தனக்கு விருப்பமானவனுடன் புறப்பட்டுவிட்ட செய்தியை ஊரார் வந்து தாயிடம் சொல்கிறார்கள்.

அதைக் கேட்டதும் அந்தத் தாய் என்ன சொல்கிறாள் என்பதே பாடலில் தென்படுவது. 'மலையையே பிளக்கும்படியான சூரிய வெப்பம், ஈந்து மரத்திலுள்ள குருகினை வருத்துகிறது. உளிபோன்ற கூரிய முனையுடைய பரற்கற்கள் அவ்வழியே நடப்போரின் கால்களைக் குத்திக் கிழிக்கின்றன. இன்ன நேரத்தில் இன்ன கேடு வருமென்பதை அறிய முடியாத மூங்கில் கரிந்து ஒழிகிறது. ஆனாலும், என் மகள் எல்லாவற்றையும் சமாளிக்கும் யானைபோன்ற வீரனுடன் போய்க்கொண்டிருக்கிறாள். அவள் அவனுடன்

யுகபாரதி □ 117

போய்விட்டாளே என்பதற்காக வருந்தவில்லை. நான் அவளைப் பிரிந்து உலையில் ஊதும் துருத்திபோல உள்ளம் மெலிந்து பெருமூச்செறிகிறேன். தீயில் வெந்து போகிற நெஞ்சத்துடன் கனவு காணவும் வழியற்றவளாகக் கிடக்கிறேன்' என்கிறாள். கனவு காணவே வழியற்ற நிலையில் வாழ்வதற்கு ஈடான சோகம் எதுவுமில்லை. இருவிதத்தில் அப்பாடல் முக்கியத்துவம் பெறுகிறது. ஒரு தாயின் புலம்பலாக அப்பாடல் தொடங்கினாலும், பாடலின் பிற்பகுதி ஒரு வரலாற்றுச் செய்தியைச் சொல்கிறது. 'சேரலாதனுக்கும் கரிகால் வளவனுக்கும் 'வெண்ணிப் பறந்தலை' எனும் இடத்தில் போர் நடக்கிறது.

அப்போரில் சேரலாதனைக் கரிகால்வளவன் வீழ்த்துகிறான். கரிகாலன் எய்த அம்பு, சேரலாதனின் முதுகைத் துளைத்து வெளியேறுகிறது. புறமுதுகில் காயம்பட்டுவிட்டால் அது போர்புரியும் வீரனுக்கு இழுக்கு. எனவே, சேரலாதன் தன்னுடைய வாளை நிலத்தில் குத்தியவாறு மேற்கொண்டு போரிடாமல் உண்ணாவிரமிருந்து மரித்துப்போகிறான். அதைக் கேட்ட சான்றோர்கள் அவன் உயிர்செல்லும் இடத்திற்கே போய்விட்டனர்' என்பது வரலாற்றுத் தகவல்.

அந்தத் தகவலை மாமூலனார் அத்தாயின் புலம்பலுடன் இணைத்து 'என் மகள் அவளுக்குப் பிடித்தவனுடன் போய்விட்டாள் என்னும் செய்திகேட்டு, சேரலாதனுக்காக உயிர்விட்டவர்களைப் போல நானும் இறந்துவிடாமல் இருக்கிறேனே' என நொந்துகொள்வதுபோல எழுதியிருக்கிறார். அவள் அவளுக்கானவனுடன் போய்விட்டாள் என்பதற்காக வருந்தவில்லை என்று முற்பாதியில் சொன்னவள், பிற்பாதியில் வேறுவிதமாகப் பேசுவதுதான் பாடலின் அழகு.

ஒருத்தி ஒருவனைத் தேர்ந்தெடுத்து உடன்போவது அகத்துறைக்குரியது. ஆனால், மாமூலனாரோ அதை விவரிக்கும்போது புறத்துறைக்குரிய போரையும் வரலாற்று நிகழ்வையும் இணைத்திருக்கிறார். அகத்தையும் புறத்தையும் இணைத்து எழுதப்பட்ட எத்தனையோ பாடல்களில் அது தனித்துத் தெரிவது. காதலும் வீரமுமே தமிழின் பண்பாடு எனில், இரண்டையும் இணைத்த ஒன்றாக இப்பாடல்

அமைந்திருக்கிறது. அகத்தைப் புறத்துடன் இணைத்ததுபோல் புறத்தையும் அகத்துடன் இணைத்த பாடல்கள் சங்க இலக்கியங்களில் இல்லாமல் இல்லை. அப்படி ஒரு பாடல் புறநூலான பதிற்றுப்பத்தில் இடம்பெற்றிருக்கிறது. 'வரை மருள் புணரி வான்பிசிர் உடைய' எனத் தொடங்கும் அப்பாடலைக் கவனித்தால் அதில் 'கவிர்ததை சிலம்பில் துஞ்சும் கவரி / பரந்து இலங்கு அருவியொடு நரந்தம் கனவும்' என்னும் வரிகள் வருகின்றன. அப்பாடல் இமயவரம்பன் நெடுஞ்சேரலாதனைப் புகழ்ந்து குமட்டூர்க் கண்ணனார் பாடியது. 'முள் முருக்க மரங்கள் அடர்ந்து வளர்ந்துள்ள இமயமலையின் பக்கத்தில் கவரிமாக்கள் நிம்மதியுடன் உறங்குகின்றன. கவரிமான்கள் அல்ல, கவரிமாக்கள் என்பதே சரி. அவ்வாறு அவை உறங்கும்போது பகற்பொழுதில் நீரருந்திய அருவியையும் அதன் பிறகு உண்ட நரந்தைப் புல்லையும் பற்றிக் கனவு காண்கின்றன' என்பதாகப் பாடலில் சொல்லப்பட்டிருக்கிறது.

உரையாசிரியர்கள் பல காலமாகக் கவரி என்பதற்கு மான் என்றே பொருள் கொண்டுள்ளனர். உண்மையில், கவரி என்னும் பெயரில் மான் இனமே கிடையாது. கவரி என்பது மாட்டினத்தைக் குறிக்கும் சொல். இமயமலைப் பகுதியில் மட்டுமே தென்படும் கவரி, தென்பகுதியில் உள்ளவர்களுக்கு எப்படித் தெரியவந்தது என்பதுதான் ஆச்சரியம். 'மயிர்நீப்பின் உயிர்வாழா கவரி மா' என்றுதான் வள்ளுவர் எழுதியிருக்கிறார்.

கவரிமாவைக் கவரி மான் என்று பொருள் கொண்டு, இல்லாத மானையே நம்முடைய உரையாசிரியர்கள் உற்பத்தி செய்துள்ளனர். சேரலாதன் ஆட்சி புரிந்த பகுதி, கவரிமாக்கள்கூட அமைதியாக உறங்கிக் கனவுகாணும் நிலையில் இருந்தன என்பதைக் காட்டவே குமட்டூர்க் கண்ணனார் அவ்வுவமையைக் கையாண்டிருக்கிறார்.

அரசர்களின் பெருமையைப் பேசுமிடத்தில் கவரிமாக்களின் கனவினைப் பேசியிருக்கிறார். அகமானாலும் புறமானாலும் கவிதைகளில் வாழ்வியல் தென்படுகின்றதா என்பதே முக்கியம். மெல்லுணர்வுகளை வெளிப்படுத்த எவ்வகையான படிமங்களையும் குறியீடுகளையும் கையாளலாம். ஏன்

படிமமோ குறியீடோ இல்லாமல் நேரடியான மொழியில்கூட எழுதலாம். நவீன கவிதைகள் ஏற்கெனவே வைத்திருந்த கட்டுப்பெட்டித் தனங்கள் அனைத்தையும் உடைத்துவிட்டன. உதாரணமாக வித்யாஷங்கரின், ‘அப்பத்தாவால் / காதாட்டாமல் பேசமுடியாது / போட்டுக் கழற்றி / அடகுவைத்த / பாம்பட நினைப்பில் / செத்த பின்னும் / காதாட்டிக்கொண்டே போனாள் / பாடையில்’ என்கிற கவிதை எத்தனையோ நினைவுகளைக் கிளறிவிடும். பாரம்பரியம், பழக்கம், நம்பிக்கை, பிரியம் என எதனுடனும் அக்கவிதையைப் பொருத்திவிடலாம். கனவுகளும் அப்படியானவையே.

குறிப்பிட்ட விஷயங்கள் மட்டுமே தொடர்ச்சியாகக் கனவுகளில் விரிவதில்லை. கனவு காணவே முடியாத நிலையுள்ள சங்கத் தாயை மாமூலனார் காட்டியதிலும் பார்க்க, கலித்தொகையில் (142) நல்லந்துவனார் ஓர் அற்புதத்தைக் கனவாகக் கற்பனை செய்திருக்கிறார். அறுபத்து ஆறு வரிகளை உடைய பாடல் அது.

அதில் வரும் ‘கனவினால் தோன்றினன் ஆகத் தொடுத்தேன்மன் யான் தன்னைப் பையெனக் காண்கு விழிப்ப யான் பற்றிய கை உளே மாய்ந்தான் கரந்து’ என்னும் வரிகள் கவனிக்கத் தக்கவை. ‘ஊர்க்காவலர்கள் உலாவரும் நள்ளிரவில், என் கனவில் அவன் வந்து தோன்றினான். அவனைத் தழுவி, மார்புடன் இறுக அணைத்துக்கொண்டேன். அந்த அணைப்பில் அளவில்லாத மகிழ்வையும் அடைந்தேன். அதன் பிறகு ஏக மகிழ்வை எவன் கொடுத்தானோ அவனைக் கண்களாலும் தழுவலாமே என யோசித்து விழித்தேன். ஆனால், அதுவரை என் கைக்குள் இருந்தவன், அதன்பின் திடுமென மறைந்துவிட்டான்’ என்கிறாள். அதே பாடலின் பிற்பகுதியில் அவனே நேரில் வந்து நிற்பதாகவும் வரும்.

எல்லாக் கனவுகளும் ஒருநாள் நினைவுகளை நோக்கி நகர்வனவே என்பதை நல்லந்துவனாரின் சொற்களில் வாசிக்க வேண்டும். ‘பாக்கியலட்சுமி’ திரைப்படத்தில் இடம்பெற்றுள்ள ‘மாலைப்பொழுதின் மயக்கத்திலே’ திரைப்பாடலை இத்துடன் சேர்த்துப் பார்க்கலாம். கண்ணதாசனின் அப்பாடல் வரிகள், ஒரு பெண்ணின் முழுக் காதலையும் ஏக்கத்தையும் அப்படியே வெளிப்படுத்திவிடும் தன்மையுடையவை. பி.சுசீலாவின்

குரலில், ‘இளமையெல்லாம் வெறும் கனவு மயம் / இதில் மறைந்தது சில காலம் / தெளிவுமறியாது முடிவும் தெரியாது மயங்குது எதிர்காலம்’ என்னும் வரிகளே தம்மை ஊக்கி, இசையமைப்பாளனாக ஆக்கியதென இளையராஜா பல நேர்காணல்களில் தெரிவித்திருக்கிறார்.

இன்னொருவர் கனவுடன் தன்னுடைய ஏக்கத்தையும் காதலையும் இணைத்துப் பார்ப்பதுதான் கலை இலக்கியங்களின் பயன். ஒருமுறை இலக்கியமென்றால் என்ன என்று புதுமைப்பித்தனிடம் கேட்டபோது, ‘இலக்கியம் மனிதனது மோகனமான கனவு. ஆனால், பயனற்ற கனவு என்று கொண்டு விடுவது சரித்திரத்திற்குப் பொருந்தாத கூற்று’ என்றிருக்கிறார். `மனத்தில் எழுந்ததோர் மாயக் கண்ணாடி’ என்னும் தொடரில் திருமூலர், கனவைத்தான் ‘மாயக் கண்ணாடி’ என்கிறாரோ எனத் தோன்றும்.

உண்மையான விளக்கம் வேறாயினும் எனக்கு அத்தொடரை அவ்விதம் பார்க்கப் பிடிக்கும். ‘மனத்தில் எழுந்ததோர் மாயக்கண் ணாடி / நினைப்பின் அதனில் நிழலையுங் காணார் / வினைப்பயன் போக விளக்கியும் கொள்ளார் / புறக்கடை இச்சித்துப் போகின்ற வாறே’ என அவர் எழுதியுள்ளதைக் கனவிற்கும் நினைவிற்குமான இடைவெளியாகவும் புரிந்துகொள்ளலாம். கனவு, நினைவு, உறக்கம் ஆகியவை அன்றாட வாழ்வில் மாறி மாறி நிகழ்கின்றன. கனவு நிலையில் காண்பவை மங்கிய தோற்றத்துடனே வெளிப்படுகின்றன.

விழிப்பு நிலையில் மட்டுமே அறிவு செயல்படுகிறது. ஆகவே, அவர் கனவை மாயக்கண்ணாடியாகவும் நினைவை அதில் வீழும் நிழலாகவும் சொல்வதாகக் கருதிக்கொள்ள இடமுண்டு. அவரே ‘ஐயைந்து பத்துடன் ஆனது சாக்கிரம் / கைகண்ட ஐயைந்தில் கண்டம் கனாவென்பார்’ என்றிருக்கிறார். நனவு நிலையில் உயிரானது முப்பத்தைந்து கருவிகளுடனும், கனவு நிலையில் கழுத்தாகிய கண்டத்தில் இருபத்தைந்து கருவிகளுடன் செயல்படுவதாகவும் கூறுகிறார். திருமந்திரத்தில் முப்பதிற்கும் மேற்பட்ட இடங்களில் கனவு குறித்து வருகிறது. முப்பத்தியொரு பாடல்க்ளில் ஒன்றில் மட்டும் ‘சொப்பனம்’ எனும் சொல் வருகிறது. 2167ஆம் மந்திரத்தில் வரக்கூடிய

‘சாக்கிர சொப்பனந் தன்னிடை மாமாயை’ எனும் தொடர் விரிந்த பொருளையுடையது. உடலில் உயிர் ஐந்து இடங்களில் நின்று இயங்குவதாகத் திருமூலர் தெரிவிக்கிறார். விழிப்பு, கனவு, உறக்கம், பேருறக்கம், உயிர்ப்படங்கல் என்கிற அந்த ஐந்தும் இயங்கும் தன்மையையும் முறைமையையும்கூடத் திருமூலர் அறிய முற்பட்டிருக்கிறார்.

விழிப்பு நிலையில் புருவத்தின் நடுவிலும், கனவு நிலையில் கழுத்துப் பகுதியிலும், உறக்கத்தில் இதயத்திலும், ஆழ்ந்த உறக்கத்தில் உந்தியிலும், உயிர்ப்படங்கலில் மூலாதாரத்திலும் உயிர் இயங்குவதாக அவர் கணித்திருக்கிறார். இன்றைய மருத்துவ அறிவியல் வளர்ச்சியில் அவர் கணித்துள்ளவை எந்த அளவிற்குப் பொருத்தமுடையன என்பதற்குள் போக எனக்கு விருப்பமில்லை. ஆனால், எத்தனையோ நூற்றாண்டுகளுக்கு முன்னரே அவர் உயிரியக்க நுட்பங்களை அறிந்து அவற்றை எழுதிவைக்க முனைந்திருக்கிறார் என்பது சாதாரண காரியமல்ல.

பன்னெடுங்காலம் அவர் வாழ்ந்தார் என்றும், பரகாய பிரவேசத்தை மேற்கொண்டே மந்திரங்களை இயற்றினார் என்றும் சொல்லப்படுவதை நம்புபவர் நம்பலாம். எனக்கு அவருடைய பல பதங்கள் நெருக்கமான உணர்வினைக் கொடுப்பவை. ‘என்னை இறைவன் நன்றாகப் படைத்தனன் / தன்னை நன்றாகத் தமிழ் செய்யுமாறே’ என்பது அவற்றில் ஒன்று. தமிழ் நிலப்பரப்பில் அவருடைய சொல்லாட்சிகள், அரசியல் மாற்றங்களுக்கே வித்திட்டவை என்பதைக் குறிப்பிடாமல் இருக்க முடியாது. ‘கனவின் நனவுபோல் காண்டல் நனவாம் / கனவினில் கண்டு மறத்தல் கனவாம்’ என்னும் மந்திரத்தில் இன்னும் சிலவற்றைத் தெளிவுபடுத்தியுள்ளார்.

கனவிலே ஒன்றை நனவுபோல் காணுதலே நனவு என்றும், அதே கனவில் ஒரு பொருளைக் கண்டு அதனை மறத்தல் கனவென்றும் சொல்லியிருப்பதைவிடவும் கனவிற்கும் நனவிற்குமான விளக்கத்தை அளிக்க முடியுமா என்ன? உண்மையில் புரியவே புரியாத இரண்டு விஷயங்களில் ஒன்று, கனவு. மற்றது, கடவுள். இரண்டுமே ஏதோ ஒருவிதத்தில் நம்மை இயக்குகின்றன. சரியோ தவறோ

அவைகுறித்த விவாதங்களும் சர்ச்சைகளும் எழாமல் இல்லை. எது எப்படியாயினும் கடவுளையும் கனவையும் ஹோமர் ஓர் அற்புதமான வாக்கியத்தில் இணைத்திருக்கிறார். அது, 'கடவுளின் தூதே கனவு' என்பது.

உண்மையும் காரணமும் தெரியாத எது ஒன்றையும் கடவுளுடன் இணைத்துவிடுவதே சரி. கேள்வியைக் கேள்வியாகவே வைத்திருக்க அதுவே உதவும். ஹோமரின் அந்த வாக்கியம், கடவுள் நம்பிக்கை இல்லாதவரையும் ஈர்த்துவிடக்கூடியது. கனவுகள் விநோதமான உணர்வுகளை ஏற்படுத்துபவை. நம்பிக்கையும் கனவுமே வாழ்வின் ஆதாரம் என்பதை நானும் ஒருமுறை சொல்வதில் தவறில்லை.

கனவோ நம்பிக்கையோ இல்லாத ஒருவர், சாதிக்க எதுவுமே இல்லை. 'அடிமனத்தில் தேங்கியிருந்த ஆசைகளின் வெளிப்பாடே கனவு' என்ற ஃபிராய்டின் கோட்பாடுகள், எளிய புரிதலுக்கு அப்பாற்பட்டவை. கனவு என்றதுமே எனக்கு மார்டின் லூதர் கிங்கின் 'எனக்கொரு கனவு இருக்கிறது' என்கிற உலகப் பிரசித்தி பெற்ற உரைதான் முன்வந்து நிற்கும். ஒரே நேரத்தில் கண்ணீரையும் ஆவேசத்தையும் வரவழைக்கும் அவ்வுரையை என் பதின்மத்தில் பலமுறை கேட்டு ஊக்கம் பெற்றிருக்கிறேன்.

எழுச்சிப் பேருரையெனில் அது எப்படி அமைய வேண்டும் என்பதற்கு அந்த ஓர் உரையே சரியான சான்று. 'இருளை இருளால் விரட்ட முடியாது' என்ற அவர், ஆப்பிரிக்கக் கறுப்பின மக்களின் கண்ணீரில் கரைந்தவர். களப்போரில் கறுப்பு மின்மினியாக ஒளிர்ந்து, இன்றுவரை வெளிச்சத்தைப் பரப்புபவர். அகிம்சையின் ஆகிருதியை மிகச்சரியாக உணர்ந்தவரும்கூட. லூதர் கிங் அவ்வுரையில் 'தாழ்ந்த மலைச்சரிவுகள் ஒருநாள் மேலெழும்பும். மலைகளும் குன்றுகளும் பள்ளமாகும். மூர்க்கமான நிலங்கள் சமவெளியாகும். வளைந்து நெளிந்த சாலை முகடுகள் நேர் சீராகும். எல்லாம் வல்ல கடவுளின் கிருபையால் மண்ணில் வாழ்பவர்களே, நீங்கள் சமத்துவத்தைப் பார்க்கும்படி எனக்கு ஒரு பிரம்மாண்டக் கனவு இருக்கிறது' என்றிருக்கிறார். விடுதலையை நேசிக்கத் தெரிந்த ஒவ்வொருவரையும் நம்பிக்கையுடன் போராட

வைக்கும் அவ்வரிகள், உள்ளார்ந்த அன்பில் விளைந்தவை. கனவுகளே மனிதர்களை வழிநடத்துகின்றன. 'கனவு நிலை உரைத்தல்' அதிகாரத்தில் பத்துக் கனவுகளை வள்ளுவர் பட்டியலிட்டிருக்கிறார்.

அந்தப் பத்தையும் தனித் தனியே யோசித்தால் மனத்தின் சூட்சமங்கள் மொத்தமும் விளங்கிவிடும். உதாரணத்திற்கு ஒரு குறளை எடுத்துக்கொள்ளலாம். 'நனவினால் நல்கா தவரைக் கனவினால் / காண்டலின் உண்டென் உயிர்' என்ற குறளில் (1213) கனவின் மேன்மையை வள்ளுவர் குறிப்பிடுகிறார். 'கனவிலாவது வந்து கருணை காட்டுவதால்தான் என்னுயிர் இன்னும் நிலைத்திருக்கிறது' என்று காதலி எண்ணுவதாகச் சொல்கிறார். நனவின் எதிர்ப்பதமே கனவு என்று சொல்லவில்லை.

கனவிற்கும் நனவிற்கும் தொடர்பிருப்பதாகச் சொல்கிறார். அடிமனத்தில் தேங்கியிருந்த ஆசைகளின் வெளிப்பாடே கனவு என்று ஃபிராய்ட் சொல்லுவதற்கு முன்பே அதை எழுதிவிட்ட பெருமை வள்ளுவருடையது. அதைவிட, அவர் அக்குறளின் வழியே காதலின் உச்சத்தையும் தொட்டிருக்கிறார். நினைவுகளோடு வாழ்வதே போதுமானது என எண்ணும் மனோநிலை, கனவின் மூலமே சாத்தியப்படுகிறது. இரண்டு சொற்களில் அன்பின் அல்லது வாழ்வின் நாடகத்தை நடத்திக் காட்டுபவராக வள்ளுவர் இருந்திருக்கிறார். என்னைப் பொருத்தவரை திருக்குறள், சங்கப் பாடல்களின் சுருக்கப்பட்ட வடிவம். சங்க இலக்கியத்தில் தென்படும் பல கூற்றுகள் அப்படியே குறளில் வருவதை ஆழ்ந்து வாசித்தவர்களால் அவதானிக்க முடியும்.

கனவு, உயிரையும் உணர்வையும் காப்பாற்றும் உளத்தியல் கருவி. அந்த ஒன்று மட்டும் இல்லையென்றால் மனிதர்கள் தம்முடைய எதிர்காலத்தின்மீதே நம்பிக்கையற்றுப் போய்விடுவர். இலக்கியத்தின் மையமும் அதுவே என்பதுதான் என் புரிதல். அகத்திலும் புறத்திலும் எழும் எண்ணங்கள் கனவுகளின் துணையில்லாமல் வருவதில்லை. கண்ணகி தேவந்தியிடம் தான் கண்ட கெட்ட கனவை 'கனாத்திறம் உரைத்த காதை'யில் வெளிப்படுத்தியிருக்கிறாள். பின் நிகழ்வனவற்றை முன்னரே கற்பனையாகவும் கனவாகவும்

மனம் வெளிப்படுத்திவிடுகிறது. சங்க இலக்கியத்தில் ஏராளமான கனவுகள் இடம்பெற்றுள்ளன. ஒருவிதத்தில் சங்க இலக்கியமே கனவுகளின் தொகுப்புகள்தாம். தமிழர்கள் தம்முடைய இலட்சிய வாழ்வைக் கனவுகளை வைத்தே கட்டமைத்திருக்கின்றனர். கண்கள் காட்ட மறுப்பதைக்கூடக் கனவுகள் காட்டிவிடும் எனும் நம்பிக்கை அவர்களிடம் இருந்திருக்கிறது. என்னை அதிகமும் ஆச்சரியப்படுத்துவது, விலங்குகளும் பறவைகளும்கூடக் கனவுகள் கண்டதாகச் சங்கப்புலவர்கள் சித்திரித்துள்ளதே.

ஒரு கடற்காகம் இறால்மீனை உண்பதுபோலக் கனவு காண்கிறது. கடற்காகத்தின் கனவை நண்டிடம் பகிர்ந்துகொள்ளும் தலைவி, அத்துடன் தன்னுடைய பிரிவாற்றாமையையும் சொல்லிவிடுகிறாள். அகநானூற்றில் (170) வரக்கூடிய அப்பாடல் 'கானலும் கழறாது; கழியும் கூறாது' எனத் தொடங்குவது. மதுரைக் கள்ளிற் கடையத்தன் வெண்ணாகனார் எழுதியது.

வெகுநாள்களாகத் தலைவனைக் காணவில்லை. தூது சொல்லவும் வழியில்லை. அவளோ கடற்கரையோர ஊரில் வசிப்பவள். அக்கடற்கரையில் கானலோ உப்பங்கழியோ தேன் சுரக்கும் புன்னைமரமோ வாய்திறந்து தன்னுடைய வேதனையைத் தலைவனிடம் போய்ச் சொல்லாது என்பதால் நண்டிடம் தன் கனவினை நாசூக்காகச் சொல்லி அனுப்புவதுபோலப் பாடலை வெண்ணாகனார் எழுதியிருக்கிறார். 'கடற்காகம் தன் இணையோடு இளைப்பாறுகையில் இறால்மீனை உண்பதுபோன்ற கனவில் மகிழ்ந்திருக்கிறது. அதுபோலவே நானும் அவர் கூடியிருந்த காலத்தே மலர்ந்த இன்பத்தைக் கனவாகக் கண்டுகொண்டிருக்கிறேன்' என்கிறாள்.

இருக்கும்போது நிகழ்ந்தவற்றை இல்லாதபோதும் நினைவூட்டுவனவே கனவுகள் என்பதை இதைவிட அழகாகச் சொல்ல முடியுமா எனத் தெரியவில்லை. நேரடியாகச் சொல்லாமல், ஒரு பாடலில் உள்ளுறை உவமமாகக் காட்டுவதுதான் சங்கப்பாடல்களின் தனித்துவம். தன் துக்க உணர்வை வெளிப்படையாகக் கூற இயலாத தலைவி, அதனை வெளிப்படுத்த ஒரு கடற்காக்கையின் கனவையும் அக்கனவைக் கூற நண்டையும் நாடியதுதான் பாடலில் பார்க்க

வேண்டியது. சங்கப்பாடல்களின் சொல்முறை தொடர்ச்சியைக் கடன் வாங்கியே கம்பரும் தன்னுடைய இராம காவியத்தைச் செழுமைக்குரிய படைப்பாகத் தந்திருக்கிறார். அசோகவனத்தில் சிறை வைக்கப்பட்டிருந்த சீதையை அரக்கியர்கள் காவல் காக்கின்றனர். அங்கே அவளுக்குத் துணையாகவும் அன்பாகவும் ஒருத்தி கிடைக்கிறாள். திரிசடை எனும் பெயருடைய அவள், அரக்கியர்களின் தலைவி. ஆனால், அன்பே உருவானவள். சீதைக்கு ஆறுதலாகவும் தேறுதலாகவும் இருக்கிறாள். சிக்குண்ட சீதை, தன் விருப்பங்களையும் வேதனைகளையும் அவளிடம் பகிர்ந்துகொள்கிறாள்.

அவளைப் பற்றிக் கம்பன் எழுதும்போது, ‘இருந்தனள் திரிசடை என்னும் இன்சொலில் திருந்தினாள்’ என்கிறார். ‘இன்சொலில் திருந்தினாள்’ என்னும் பதம் திரிசடையின் குணத்தை வெளிப்படுத்துவது. திரிசடையிடம் சீதை தன் உணர்வுகளை வெளிப்படுத்தும் போதெல்லாம் அவற்றைத் தாயுள்ளத்துடன் கேட்பவளாக அவளே இருக்கிறாள்.

ஒருமுறை இருவரும் பேசிக்கொண்டிருக்கின்றனர். அப்போது சில விஷயங்களைச் சீதை தனக்கே உரிய தன்மையுடன் புரியவைக்கிறாள். ‘மிதிலைக்கு இராமன் வந்தபோது என் இடக் கண் துடித்ததே அதேபோல இன்றும் என் இடக் கண் துடித்தது’ என்கிறாள். பெண்களுக்கு இடக் கண் துடித்தால் நன்னிமித்தக் குறி என்பது ஐதீகம். சீதை தன் உடலில் ஏற்பட்ட மாற்றங்களைத் திரிசடையிடம் விவரித்ததும், அதற்கு ஆதரவாகத் தான் கண்ட கனவு ஒன்றினைத் தெரிவிக்கிறாள். அக்கனவில் இரண்டு காட்சிகள் இடம்பெற்றுள்ளன.

முதல் காட்சி, ‘இராவணன் தலை நிறைய எண்ணெய் தேய்த்துக்கொண்டு பேய்களும் கழுதைகளும் பூட்டிய தேரில் தென் திசை நோக்கிப் போகிறான். அவனைத் தொடர்ந்து அவன் மகன்களும் சுற்றமும்கூடச் செல்கிறார்கள். அப்போது நகரில் இருந்த தோரணக் கம்பங்கள் ஒடிகின்றன. யானைகள் தம்முடைய தந்தங்கள் முறியக் கீழே சரிகின்றன. பூரணக் கும்பத்திலிருந்த புனித நீர் கள்ளைப் போல் வழிகிறது. மண்டோதரியின் கூந்தல் அவிழ்ந்துவிழ, அதிலிருந்து பொசுங்கும் வாடை வீசுகிறது. மங்கையரின் தாலியெலாம்

அறுந்து விழுகின்றன' என்பது. இரண்டாம் காட்சியோ இன்னும் அதிபயங்கரமானது. திரிசடை கண்ட அந்தக் கனவில், 'இரண்டு சிங்கங்கள் புலிக் கூட்டத்துடன் வந்து மதங்கொண்ட யானைகளுடன் போர் புரிகின்றன. போரில் யானைகள் கொத்துக் கொத்தாக மடிகின்றன. முரட்டு யானைகள் வீழ்ந்துவிட்ட அடர் வனத்திலிருந்து ஒரு மயில் மட்டும் மேலே பறந்து செல்கிறது. கூடவே, அந்த நேரத்தில் ஓர் அழகிய பெண், அடுக்குத் தீபத்தை ஏந்தியபடி விபீடணன் அரண்மனைக்குப் போகிறாள்' என்பதாகத் தோன்றுகிறது.

இராவணன் அரண்மனையிலிருந்து விபீடணனின் அரண்மனைக்குச் செல்லும் அந்தப் பெண் அடுக்குத் தீபத்தை ஏந்தியிருக்கிறாள் என்கிற கற்பனை, கம்பனின் கவித்துவம். தனக்கொரு நல்லது நடந்துவிடாதா என ஏங்கிக்கொண்டிருக்கும் சீதைக்குத் திரிசடையின் கனவு, எத்தகைய நம்பிக்கையைக் கொடுத்திருக்கும் எனச் சொல்ல வேண்டியதில்லை. யானைகள் போரில் மடிந்துவீழும் காட்சியைக் கம்பர் எழுதுகிறார் என்றால், கபிலரோ அதே யானைகள் எத்தகைய கனவுகளில் உழல்கின்றன என்பதைச் சொல்லியிருக்கிறார்.

கலித்தொகையில் (49) அப்பாடல் வருகிறது. காதலன் இரவில் வருவதாகச் செய்தி. அச்செய்தியை முன்வைத்துக் காதலி எண்ணுவதுபோல அமைந்த பாடல் அது. புலியைப் போரிட்டு வென்ற தளர்ச்சியுடன் யானை உறங்கிக்கொண்டிருக்கிறது. மலைச்சாரலில் உறங்கும் அந்த யானைக்குப் பெற்ற வெற்றியின் பெருமிதம் கனவில் வெளிப்படுகிறது. எனவே, அது உறங்கிய நிலையிலேயே அருகில் இருக்கும் வேங்கை மரத்தைப் புலி என்று நினைத்து முறித்துப் போடுகிறது.

எதார்த்தத்தில் இப்படி ஒன்று நிகழ்ந்தால் அதைத் திமிரென்றோ ஆணவமென்றோ சொல்லுவோம். அப்படி ஒரு வசை யானைக்கு வந்துவிடக் கூடாது என்பதற்காகவே கபிலர் மிக நுட்பமாக அதைக் கொண்டுபோய்க் கனவில் வைத்துச் சொல்கிறார். கனவு கலைந்த பிறகு அக்காட்சியைப் பார்க்கும் யானை, தன்னுடைய செயலுக்காக நாணிக்குறுகுவதாகப்

பாடல் விரியும். தலைவிக்காக அப்பாடலில் தோழி ஒன்றே ஒன்றைத்தான் தலைவனிடம் வலியுறுத்துகிறாள். அது என்னவெனில், 'கனவில் கண்ட காட்சிக்காக மரத்தையே முறித்துவீசும் யானை திரியும் மலை நாட்டின் வழியே தலைவியைச் சந்திக்க வராதே. முடியுமானால் இரவில் வருவதைத் தவிர்த்துப் பகலில் வா' என்பதுதான். 'கொடுவரி தாக்கி வென்ற வருத்தமொடு / நெடுவரை மருங்கின் துஞ்சும் யானை' எனத் தொடங்கும் அப்பாடல், கபிலரின் குறிப்பிடத்தக்க பாடல்களில் ஒன்று.

பாடலின் மேலதிக உட்பொருள், யானைக்குப் புலி பகை. அதுபோலக் களவுக்கு அலர் பகை. அலர் தோன்றியதும் தோழி தன் நிழலில் வாழும் தலைவியைக் காக்க எண்ணுகிறாள். தோழியின் பேச்சில் தலைவியின் மயக்கம் தெளிகிறது. காதல் கொண்ட ஆணுக்கும் பெண்ணுக்கும் இடையே உள்ள உறவை ஊர் மக்கள் பழித்துப் பேசுவதையே 'அலர்' என்னும் சொல் குறிக்கிறது.

காதலிப்பவர்கள் பற்றி ஊரார் உளறுவது ஒருபுறமிருந்தாலும், காதலர்கள் அல்லது மனமொத்த தம்பதியர் கனவுகளில் எப்படி உளறுவார்கள் என்பது பற்றியும் கலித்தொகையில் ஒரு பாடல் இடம்பெற்றிருக்கிறது. பாலை பாடிய பெருங்கடுங்கோ எழுதிய அப்பாடல் 'நெஞ்சு நடுக்குறக் கேட்டும், கடுத்தும், தாம் / அஞ்சியது ஆங்கே அணங்கு ஆகும்' (24) எனத் தொடங்குவது.

கணவனும் மனைவியும் ஆகச்சிறந்த அன்பிலே கலந்திருக்கின்றனர். ஒருவரை ஒருவர் நொடிப்பொழுதும் பிரிந்துவிட மனமில்லாது இணைந்திருந்தாலும், கணவனுக்குப் பொருள் ஈட்ட வேண்டிய சூழல் வந்துவிடுகிறது. வெறுமனே அன்பை வைத்துக்கொண்டு என்ன செய்வது? எந்த அன்பையும் வெளிப்படுத்தப் பொருள் வேண்டுமே என அவன் யோசிக்கிறான். ஆனாலும், அவளைப் பிரிவது அவனுக்கு உவக்கவில்லை. அதை அவளிடம் சொல்லவும் தயங்குகிறான். பிரிய வேண்டிய கட்டாயத்தை ஏற்கும் நிலையில் அவள் இல்லை என்பது அவனுக்கு நன்றாகவே தெரிகிறது. உதடுகள் மறைத்தாலும் உள்ளத்தால் அந்த உண்மையை மறைக்க

முடியவில்லை. எப்படியோ சமாளித்துக்கொண்டிருக்கிறான். எப்படியும் சொல்லித்தான் ஆக வேண்டும் என்கிற எண்ணம் அவனைத் துரத்துகிறது. என்றாலும், எப்படித் தொடங்குவது என்பதில்தான் சிக்கல்.

ஒரு நல்ல விஷயமோ கெட்ட விஷயமோ அதைச் சொல்வதற்கு முன் கேட்பவரின் மனநிலையை உணர்வதே அன்பு. எப்படி எடுத்துக்கொள்வார் எனத் தெரியாமல் எடுத்தேன் கவிழ்த்தேன் என்று இறங்கினால் விளைவுகள் விபரீதமாகிவிடும். எனவே அவன், அதற்கான சூழ்நிலையை உருவாக்குகிறான். வழக்கத்திற்கு மாறான மகிழ்ச்சியுடன் இருப்பதுபோலக் காட்டிக்கொள்கிறான்.

அத்துடன் நின்றால் பரவாயில்லை. திடீரென்று அவளை அவன் அளவிற்கு மீறிப் புகழவும் பாராட்டவும் தொடங்குகிறான். அவளுக்கு அது வித்தியாசமாகத் தோன்றுகிறது. அதுவரை இல்லாத புது மாற்றத்தை உணர்ந்துகொண்ட அவள், 'என்னது இல்லாத வழக்கமாக இருக்கிறதே' என எண்ணுகிறாள். அதை அவனிடமே கேட்டும் விடுகிறாள். எல்லாவற்றுக்கும் சிரிப்பையே பதிலாகத் தருபவன் அப்போதும் அப்படியே கடந்துவிட, அவளுக்கு அச்சம் ஏற்பட்டுவிடுகிறது. மிகையுணர்ச்சியில் சொல்லக்கூடிய சொற்களுக்கும், இயல்பாக வெளிப்படும் சொற்களுக்கும் உள்ள வேறுபாட்டை உணர்ந்தவளே அவள் என்பதால் அவளால் நிம்மதியாக உறங்கவும் முடியவில்லை.

இரவில் வெகுநேரம் உறங்குவதுபோல நடித்துக்கொண்டிருக்கிறாள். கணவனோ அருகில் அவளை அணைத்தவாறு ஆழ்ந்து உறங்குகிறான். உறக்கத்தில் அவன் ஏதோ முணுமுணுப்பது போலத் தெரிகிறது. துணுக்குற்ற அவள், அவன் என்ன பேசுகிறான் எனக் கூர்ந்து கேட்கிறாள். 'நீர் வேட்கையுற்ற யானை, அந்நீரைப் பருகுவதற்குக் கானலில் தோன்றும் பேய்த் தேரின் பின்னால் ஓடுமே அதுபோல நானும் அன்பான மனைவியைப் பிரிந்து போக வேண்டிய சூழல் வருகிறதே' என அவன் பிதற்றுகிறான். பொருளீட்டித் திரும்பும் நாள்வரை அவளால் தான் தரப்போகும் பிரிவையும் தனிமைத் துயரையும் தாங்க முடியுமா எனவும் அவனே அவனுக்குள் பேசிக்கொள்கிறான்.

அதைக் கேட்டு அவள் திடுக்கிடுகிறாள். விடிகிறது. மறுநாள் தோழியிடம்போய் நடந்தவற்றை விவரிக்கிறாள். `நேற்று என்னுடைய கணவர் உறக்கத்தில் என்னைப் பிரிவது பற்றிப் பிதற்றினார்' என்கிறாள்.

அத்துடன், 'அவர் எப்போது என்னைப் பிரிகிறாரோ அப்போதே என் உயிரும் பிரிந்துவிடும் என்று அவருக்குத் தெரியாதா' எனவும் தோழியைக் கேட்கிறாள். 'பொருளீட்டவே அவர் பிரிகிறார் என்றாலும், இந்த ஊர் அப்படியா அதை எடுத்து கொள்ளும். என்னைப் பிடிக்காமல்தான் அவர் பிரிந்தார் என்றும் கதைகட்டுமே. அதைக் கேட்டும் நான் உயிரோடு வாழ முடியுமா' என்றும் அடுக்கிக்கொண்டே போவதாக அப்பாடல் அமைந்துள்ளது. 'நொய்யார் நுவலும் பழிநிற்பத் தம்மொடு / போயின்று சொல், என் உயிர்' என்ற இறுதி வரிகள் கவனத்துக்குரியவை. 'அவரில்லாமல் நானில்லை. அவர் எப்போது பிரிவதாகக் கனவில் உளறினாரே அப்போதே நான் பாதி தொலைந்துவிட்டேன் என்பதை அவரிடம் போய்ச் சொல்லிவிடு' என்கிறாள்.

பாடலில் இடம்பெற்றுள்ள 'பேய்த்தேர்' என்னும் சொல், கானலைக் குறிக்கிறது. இல்லாத ஒன்றே கானல். கானலைப் 'பேய்த்தேர்' என்றதற்காகவே பெருங்கடுங்கோவைப் புகழலாம். சொற்களைச் சங்கப் புலவர்கள் தெரிவு செய்யும் அழகை வியந்துகொண்டே இருக்கலாம். கனவின் மூலம் ஒரு கெட்ட செய்தியைத் தலைவி பெறுகிறாள். கணவன் உறக்கத்தில் அவனையுமறியாமல் உளறிவிட்டான் என்றாலும், அதுவே அடுத்து அவள் எதிர்கொள்ள வேண்டியது.

பொதுவாகக் கனவில் விபரீதமாக ஏதேனும் தோன்றினால் அவற்றை இயல்பாக எடுத்துக்கொள்ளும் வழக்கம் நம்மிடமில்லை. காப்பியத்திலோ புராணத்திலோ தென்படும் கெட்ட கனவுகள், பின் வருவனவற்றை முன்கூட்டியே அறிவிக்கும் உத்தியாகப் பயன்படுத்தப்பட்டுள்ளன. இந்த உத்தி, நாட்டார் பாடல் மரபில் இருந்து வந்திருக்கலாம் என்கின்றனர். 'வீரபாண்டிய கட்டபொம்மன்' திரைப்படத்தில் 'போகாதே போகாதே என் கணவா / பொல்லாத சொப்பனம் நானும் கண்டேன்' என்றொரு பாடல் இருக்கிறது. திரையில் வந்த அந்தப் பாடல் 'வீரபாண்டிய கட்டபொம்மு கதைப்

பாடல்’ பிரதியைத் தழுவியே எழுதப்பட்டது. திரைக்கும் இசைக்கும் ஏற்பச் சிற்சில மாற்றங்களை அப்பாடலை எழுதிய கு.மா. பாலசுப்ரமணியம் செய்திருக்கிறார். நாட்டுப் பாடலின் உத்தியை உள்வாங்கிக்கொண்ட அவர், திரையிசைக்குத் தக்கவாறு மேலதிகக் கற்பனைகளையும் வழங்கியிருக்கிறார். ‘குளிக்க மஞ்சள் அரைக்கையிலே / கம்புக்கரிபோலப் போகக் கண்டேன் / கறிக்கு அரைக்கும் மஞ்சளை நான் கட்டைக் கரிபோலப் போகக் கண்டேன்’ என்றெல்லாம் வரக்கூடிய வரிகள், அதிர்ச்சியை ஊட்டுபவை.

கட்டபொம்மன் கதைப்பாடல் போலவே ‘இரவிக்குட்டிப் பிள்ளைப் போர்’ பாடலிலும் இதே மாதிரியான வரிகள் வந்துள்ளன. நாஞ்சில் நாட்டு வீரனாக அறியப்படும் இரவிக்குட்டிப் பிள்ளை, பகைவர்களால் கொல்லப்பட்டிருக்கிறான். அவன் கொல்லப்படுவதற்கு முந்தைய நாளில் அவனுடைய தாயும் மனைவியும் கெட்ட நிமித்தங்களைக் கனவில் கண்டதாகக் கதாசிரியர் எழுதியிருக்கிறார். சங்க இலக்கியத்தில் ஏறக்குறைய நாற்பத்து நான்கு கனவுக் குறிப்புகள் வருவதாகத் தமிழறிஞர் ச.வே.சுப்ரமணியன் கணக்கிட்டிருக்கிறார். அவர் ஆய்வில் வெளிவந்துள்ள ‘இலக்கியத்தில் கனவுகள்’ நூல் குறிப்பிடத் தக்கது.

டால்ஸ்டாயின் ‘குற்றமும் தண்டனையும்’ கதையுமே ஒரு கனவில் இருந்துதான் தொடங்கும். கதையில் வரும் அக்ஸனோவ் வழக்கம்போல் தான் நடத்திவரும் கடைகளைக் கவனிக்கக் காலையில் கிளம்புவான். அப்போது அவன் மனைவி, ‘இன்று ஒரு நாள் மட்டும் நீங்கள் வெளியே போக வேண்டாமே’ என்பாள். அதற்கு அக்ஸனோவ் ‘ஏன்’ என்று கேட்பான்.

முதலில் சொல்லத் தயங்கிய மனைவி, ‘என்ன பயமோ அது எனக்கே புரியவில்லை. நான் கெட்ட கனவு கண்டேன், அதுமட்டும்தான் எனக்குத் தெரியும். நீங்கள் நகரத்திலிருந்து திரும்பி வந்ததாகக் கனவிலே கண்டேன். ஆனால், நீங்கள் குல்லாவை எடுத்ததும் உங்கள் தலைமுடி பூராவும் ஒரேயடியாக நரைத்துப் போயிருந்தது’ என்று முந்தினம் தான் கண்ட கனவை அவனுக்கு விவரிப்பாள். அக்ஸனோவ்

அந்தக் கனவையோ அவள் சொன்னதையோ பெரிதாக எடுத்துக்கொள்ளாமல் கிளம்புவான். அதன்பிறகு அவன் செய்யாத குற்றத்திற்குச் சிறைப்படும் சூழல் ஏற்படும்.

இருபத்தாறு ஆண்டுகள் சிறையிலேயே கழிக்க நேரும். நரைத்த தலைமுடியுடன்கூட அவன் மனைவி அவனைக் காணாமலேயே மரித்துவிடுவாள். 'மனைவியின் சொல்லைக் கேட்டு வீட்டிலேயே அன்று ஒருநாள் இருந்திருந்தால் இந்தச் சிக்கல் தனக்கு வந்திருக்காதே' என அக்ஸனோவ் எண்ணுவதாகவும் கதையில் ஓரிடத்தை டால்ஸ்டாய் யோசித்திருப்பார். பெண்களின் சொற்களுக்கு எப்போதுமே அவர் கதைகளில் தனி இடம் உண்டு. அன்பும் இணக்கமும் உடையவர்களின் சொற்களுக்கு மதிப்புண்டு. ஏனெனில், அந்தச் சொற்கள் உள்ளார்ந்த உண்மையின் வெளிப்பாடு.

கனவு பலித்துவிடுவதாகத்தான் டால்ஸ்டாய் அக்கதையை எழுதியிருக்கிறார். அபாண்டமாகப் பழிசுமத்தப்படும் அக்ஸனோவ், சிறைக்கூடத்தில் செய்யும் பணியும் கருணையும் உண்மையான குற்றவாளியின் உள்ளத்தை உருக்கிவிடும். ஆனாலும், அவர் வாழ்வே ஒரு கெட்ட கனவாக மாறிவிடுவதுதான் சோகத்திலும் சோகம். அக்கதையை வாசித்துவிட்டு அதன் பிறகு எனக்கு வந்த கனவுகளை எல்லாம் ஆழ்ந்து யோசிக்கத் தொடங்கினேன் என்பது வேறு விஷயம். அதற்காகவே நாகூர் ரூமி மொழிபெயர்ப்பில் வந்த ஃபிராய்டின் `கனவுகளின் விளக்கம்' நூலை வாசிக்க நேர்ந்தது.

அந்நூலில் 'கனவுகளின் நதிமூலம்' என்றோர் அத்தியாயம் இருக்கிறது. அதில்வரும், 'ஒவ்வொரு கனவும் அதற்கு முந்தைய நாள் அனுபவங்களோடு ஏதோ ஒரு புள்ளியில் இணைகிறது' என்ற வாக்கியம் இன்றுவரை மறக்கவில்லை. கனவுகளை உளத்தியலுடன் இணைத்தே பேசியும் எழுதியும் வருகிறோம். ஆனால், அந்நூலில் 'கனவுகளின் உளவியல்' என்றே ஒரு பகுதி உண்டு. புரியவே புரியாத விஷயத்தை ஃபிராய்ட். பல்வேறு ஆதாரங்களுடன் அந்நூலில் விளக்க முற்பட்டிருக்கிறார். சம்பவங்களைச் சங்கிலியாக அடுக்கி, அவற்றின் வெளிப்பாடுகளே கனவுகளாக விரிகின்றன என அவர் விவரித்தாலும், அவையெல்லாம் வாசிக்கும்போது

மட்டுமே துலங்கின. இப்போது எதுவுமே நினைவில் இல்லை. கனவில் வரக்கூடிய காட்சிகளைவிட, கனவைப் பற்றிய விளங்கங்கள் இருக்கின்றனவே அவை, சிக்கலானவை. ஏன், எதற்கு, எப்படி என்கிற ஆராய்ச்சிகள், கனவுகளைப் பொருத்தவரை முடிவிற்கே வராது என்றுதான் நினைக்கிறேன்.

'கனாக் கண்டேனடி தோழி' என்று ஆண்டாள் பாடிய பாசுரங்களை விவரித்தால் கட்டுரை மேலும் நீண்டுவிடும் என்பதால் விட்டுவிடுகிறேன். 'தோரணம் நாட்ட, காளை புகுத, அந்தரி சூட்ட, காப்பு நாண் கட்ட, அதிரப் புகுத, கைத்தலம் பற்ற, தீவலம் செய்ய, அம்மி மிதிக்க, பொரி முகந்து அட்ட, மஞ்சனம் ஆட்ட' என ஆண்டாள் கண்டிருக்கும் கனவுகள், அளவில் மட்டுமல்ல அன்பிலும் மிகப் பெரியவை.

அந்தணருக்கு மகளாக வளரும் ஒருத்தி, ஆயிரம் யானைகளின் ஊர்வலத்துடன் தனக்குத் திருமணம் நடக்கப் போவதாகக் கனவு காண்பதுதான் காதலின் உச்சம். பக்தியின் மேன்மை. வரிவரியாக யோசித்தால் ஆண்டாளின் கனவுகளில் ஒன்றைக்கூட நம்மால் தொட முடியாது. உள்கசியும் அன்பிலும் காமத்திலும் அவளுடைய கனவுகள், ஆன்மிகத்தின் அந்தப்புரத்தைக் காட்டுபவை. ஒருவருடைய கனவு இன்னொருவருக்கு எதைக் காட்டுகிறது என்பது மிகப் பெரிய செய்தி.

இந்த இடத்தில் 'பறவைக்குத் தெரியாது / தன் இறகு எங்கோ ஒரு குழந்தைக்கு / பொக்கிஷமாய் இருக்கும் செய்தி' என்னும் ரவிக்குமாரின் கவிதையை நினைக்கவும் இணைக்கவும் தோன்றுகிறது. 'அவிழும் சொற்கள்' எனும் மிகச் சிறிய அக்கவிதை நூலில், 'தர்க்கத்தின் கண்கள் தூங்கும்போது மட்டுமே கனவுகளின் காலடி ஓசை கேட்கத் தொடங்குகிறது' என்னும் அழகிய வாக்கியத்தை அணிந்துரையாக மனுஷ்யபுத்திரன் வழங்கியிருக்கிறார். சின்னச் சின்ன விஷயங்களே பெரிய சிந்தனைகளையும் கனவுகளையும் தோற்றுவிக்கின்றன. எப்போதும் மரத்தில் தொங்கியபடியே இருக்கும் வாவல் என்கிற வௌவாலுக்குள்ளும் ஒரு கனவு புதைந்திருப்பதை நற்றிணையில் *(87)* நக்கண்ணையார்

குறிப்பிடுகிறார். 'உள் ஊர் மா அத்த முள் எயிற்று வாவல்' எனத் தொடங்கும் பாடலே அது. தோழியிடம் தலைவி சொல்வதுபோல் அமைந்தது. 'தலைவனுடைய நாட்டில் பெரிய அடிப்பகுதியைக் கொண்ட ஒரு புன்னைமரம் இருக்கிறது. அப்புன்னை மரத்தில் குளிர்ச்சி மிகுந்த அரும்புகள் மலர்ந்துள்ளன. அம்மலர்களிலிருந்து உதிர்கின்ற பூந்தாதுகள், கடற்கரைக் கிளிஞ்சல்கள்மேல் பனித்துளிகளைப் போல் உதிர்கின்றன. அத்தகைய அழகு நிரம்பிய கடற்கரையோரம் ஒரு சிறுகுடிலில் பகற்பொழுதில் நான் தூங்கிக்கொண்டிருந்தேன். அப்போது எனக்கொரு கனவு வந்தது. அது, சாதாரணக் கனவன்று.

அந்தக் கனவு எப்படிப்பட்டதென்றால் அதே ஊரில் அமைந்துள்ள மாமரத்தில் முள் போன்ற பற்களை உடைய வெளவால், உயரமான கிளையில் தொங்கியபடியே சோழர் குடியில் பிறந்து, ஆர்க்காட்டில் வீற்றிருக்கும் அழிசி என்பவனின் பெருங்காட்டில் புளிப்புச்சுவை மிகுந்த நெல்லிக்கனியைத் துய்த்ததுபோலக் கனவு காணுமே அதுமாதிரி' என்கிறாள்.

வெளவால் பகல் பொழுதில் உண்ட நெல்லிக்கனியை இரவில் கனவு கண்டதாகக் கற்பிதம் செய்யும் அவள், 'களவுக் காலத்தில் குறிப்பிட்ட இடத்தில் தலைவனுடன் இன்புற்றதை மீண்டும் கனவில் ஒருமுறை நினைத்துக்கொண்டேன்' என்கிறாள். அடிமனத்தில் தேங்கியுள்ள ஆசையே கனவாக வெளிப்படுகிறது என்பதுதான் நக்கண்ணையாரின் சொற்கள் அறியத் தருவன. கனவுகளையும் கற்பனைகளையும் உள்ளடக்கி மலையாளத்தின் மூத்த கவி, கல்பற்றா நாராயணன் ஒரு கவிதை எழுதியிருக்கிறார். சிங்கம் எனும் தலைப்பில் அமைந்த அக்கவிதை 'நிஜமான சிங்கம் / எப்போதும் தன் ஆகிருதியைக் / காட்டியவாறே இருக்காது / சித்திரங்களிலும் / சிற்பங்களிலும் / கண்டிராதவர்களின் கற்பனைகளிலும் / இருக்கும் சிங்கமோ / எப்போதும் இருந்துகொண்டு இருக்கிறது / சிங்கமாகவே' என்பது. கனவுகளில் இருந்து உருத்திரளும் காட்சிகளை நிஜத்திலும் காண்பதற்கான போராட்டமே வாழ்க்கை எனத் தோன்றுகிறது. கனவுகளின் கைகளை இறுகப் பற்றிக்கொண்டு நடந்தால் நடைமுறையில்

எல்லாவற்றையும் சாத்தியப்படுத்திவிடலாம். 'உலகெலாம் ஒரு பெருங்கனவு அஃதுளே / உண்டு உறங்கி இடர் செய்து செத்திடும் / கலக மானிடப் பூச்சிகள் வாழ்க்கையோர் / கனவிலும் கனவாகும்' என்று பாரதியே எச்சரித்தாலும், கனவிலிருந்து விடுவித்துக்கொள்ள முடிவதில்லை. அவனே இன்னோர் இடத்தில் 'கனவு மெய்ப்பட வேண்டும்' என்று கேட்டிருக்கிறான். உண்மையில், கனவுகளைத் துறந்துவிட்டால் வாழ்க்கையில் கண்டு களிக்க வேறு என்னதான் இருக்கிறது?

தேர்க்கால் நண்டுகள்

சங்க இலக்கியங்களை ஆங்கிலத்தில் மொழிபெயர்த்துள்ள வைதேஹி ஹெர்பர்ட் அமெரிக்காவில் வசித்தாலும், தூத்துக்குடியைப் பூர்வீகமாகக் கொண்டவர். பழந்தமிழ் இலக்கியங்களில் அவருக்கு உண்டான ஆர்வத்தையும், அதை ஆங்கிலத்தில் மொழிபெயர்த்து உலகத்தின் கைகளுக்குத் தரவேண்டுமென்கிற யோசனையும் எப்படி வந்ததென்று எழுத்தாளர் அ.முத்துலிங்கத்திற்கு அவர் அளித்துள்ள நேர்காணலில் தெரிவித்திருக்கிறார்.

சங்க இலக்கியங்களில் தென்படும் உவமைகளே அவரை முதலில் கவர்ந்திருக்கின்றன. அரசனை விவரித்தாலும் அன்பைப் பரிமாறினாலும் இயற்கையை அவற்றுடன் இணைத்துச் சொல்லும் அழகே அவரை ஈர்த்துள்ளது. மருத்துவத்துறையில் மேலாளராக இயங்கிவரும் அவர் அதே நேர்காணலில் இரண்டு உவமைகளைக் குறிப்பிட்டுச் சொல்லியிருக்கிறார். ஒன்று, ‘காவலர்களின் அம்பு குத்தி, விலங்கின் உடம்பில் வழியும் இரத்தம்போலக் கண்கள்’ என்ற நற்றிணை உவமை. மற்றொன்று, ‘மரணவீட்டில் நெஞ்சில் அடித்துக்கொண்டு அழும் பெண்களின் கைவளையல்கள் வாழைப்பூவைப்போல்

உதிர்ந்துகிடக்கிறது’ என்னும் புறநானூற்று உவமை. இரண்டுமே இயல்பான உவமைகளில்லை. அம்பு பட்ட விலங்கின் இரத்தம், மரணவீட்டில் உடைந்த வளையல் ஆகிய இரண்டும் துயரிலும் தேடும் அழகியல் என்னும் வரையறைக்குள் வருகின்றன. வலியும் அழுகையும் பரவும் ஓரிடத்தில் அவற்றின் பிரக்ஞை சிறிதுமின்றி ஒருவர் எழுதவும் பேசவும் முடியுமானால் அவருடைய மனோநிலை அபூர்வமானது.

எந்த இடத்தில் எதைப் பேச வேண்டுமோ அதைப் பேசாமல் வேறொன்றை முதன்மைப்படுத்துபவர் மனிதகுலத்திற்கே விரோதியானவர் என்கிற பார்வையிலும் பிழையில்லை. கலையும் இலக்கியமும் எதற்காக என்கிற கேள்வியிலிருந்தே மேற்குறித்த இரண்டு சிந்தனைகளும் அரும்புகின்றன. ஆனால், நம்முடைய சங்கப் பாடல்களில் பெரும்பாலான உவமைகள் இயல்புக்கு மீறியவை. ஏழு நண்டுகள் மிதித்த அத்திப்பழம்போல் என்றோர் உவமை குறுந்தொகையில்(24) வருகிறது. பரணர் எழுதிய அப்பாடல், காதலியின் மனத்துயர் ஏழு நண்டுகளால் நசுக்கப்பட்ட அத்திப்பழம்போல் என்கிறது.

உள்ளத்துத் துயரெலாம் ஊராரின் சொற்களால் விளைவதே. காதலன் வருவதாகச் சொல்லிவிட்டுப் பிரிந்திருக்கிறான். அவளும் காத்திருக்கிறாள். அவர்கள் இருவரிடமும் காத்திருத்தல் குறித்த சங்கடமோ பிரச்சினையோ ஒன்றுமில்லை. ஆனால், ஊராரோ அவன் வரப்போவதில்லை என்று வம்பு பேசுகிறார்கள். ஏங்கிக் கிடப்பவள் ஏமாந்து போகப் போகிறாள் என்பதுபோல அவர்கள் பேசுவது, ஏழு நண்டுகள் மிதித்த அத்திப்பழம்போல அவள் இதயத்தை நசுக்குகிறது என்கிறார். ‘எழுகுளிர் மிதித்த ஒருபழம் போலக் / குழையக் கொடியோர் நாவே’ என்று அவர் எழுதியுள்ளதை வெறுமனே வாசித்தால் சுவையில்லை. நண்டிற்கும் சிலந்திக்கும் எட்டுக்கால்கள். ஏழு நண்டுகள் மிதித்தன என்றால் ஐம்பத்து ஆறு கால்களால் மிதிபட்ட அத்திப்பழம் என்று புரிந்துகொள்ள வேண்டும்.

அதுவும் அந்தப் பழம், காய்வெட்டில்லை. நன்றாகக் கனிந்திருக்கிறது. கனிந்த பழத்தை நண்டின் கால்கள் ஒருசேர மிதித்தால் என்னவாகும் என்பதை யோசித்தால்தான் அப்பெண்ணின் அவஸ்தையை அறிய முடியும். அவன்

வரவில்லை என்றோ அவன் ஏமாற்றிவிடுவானென்றோ அவள் வருத்தப்படவில்லை. ஊரார் பேசும் பழிச் சொற்களாலேதான் அவள் வேதனை மிகுந்து வெம்பிக்கிடக்கிறாள். பழிச்சொற்கள், பாதகமான விளைவுகளை ஏற்படுத்துபவை. எழுகுளிறா, எழுகளிறா என்பதில் பாடபேதமுள்ளது. குளிர் என்பதற்கு நண்டு என்னும் பொருளும் உண்டு.

களிறு என்றால் யானை. ஏழு யானைகள் மிதித்தால் ஒரு சின்னஞ்சிறிய அத்திப்பழம் உருக்குலைந்து ஒன்றுக்கும் ஆகாமல் போய்விடும். எனவே, அது எழுகளிறாக இருக்க வாய்ப்பில்லை. பாடலில் குழைய என்கிற சொல் வந்திருப்பதால் எழுகுளிறு என்பதே சரி. உ.வே.சா., எழுகுளிர் என்பதற்கே உரையெழுதியிருக்கிறார். இலக்கியங்களை வாசிக்கும்போது இவ்வாறான பாடபேதங்களைக் கருத்திற்கொள்ளவேண்டும். சுவடிகளை நகலெடுத்தவர்கள் போதிய பொறுப்பில்லாமல் ஓரிரு வார்த்தைகளை மாற்றியிருந்தாலும் மொத்தப் பாடலின் பொருளும் சிக்கலுக்குரியதாக மாறிவிடும்.

ஊராரின் சொற்களுக்குப் பயந்தே நாம் நம்முடைய நடவடிக்கைகளை வடிவமைத்திருக்கிறோம். சொல்லப்போனால் வாழ்வையேகூட. ஊரோடு ஒத்துவாழ்வது வேறு. ஊரார் பேச்சுக்குப் பயந்து வாழ்வது வேறு. ஒருமுறை நடிகர் சந்திரபாபுவிடம், ‘ஊரோடு நீங்கள் ஒத்து வாழ்ந்தால் என்ன’ என்றதற்கு’ அவர், ‘என்பார்வையில் பலரும் என்னைவிட அறிவில் குறைந்தவர்களாக இருக்கிறார்கள். அவர்கள் பார்வையில் நான் பைத்தியக்காரனாக இருக்கிறேன். ஒருசிலர்தான் அத்திபூத்தாற்போல் அறிவில் சிறந்தவர்களாக இருக்கிறார்கள். அவர்கள் என்னைப் புரிந்துகொள்கின்றனர்’ எனச் சொல்லியிருக்கிறார். மேலோட்டமாகப் பார்த்தால் அகந்தைமிக்க ஒரு கலைஞனின் சொற்களாக அவை தோன்றும். ஆனால், அவர் அனுபவத்தில் அப்படி. எப்போதாவது பூப்பதுதான் அத்தி. எனக்குத் தெரிந்த ஒரு நாட்டார் கதை, அத்தி பூத்தாலும் காய்க்காத கவலையைச் சொல்கிறது.

சீனிமுத்து அம்மன் கோயில், நெல்லை மாவட்டத்திலுள்ள வடுகச்சிமதில் கிராமத்தில் அமைந்திருக்கிறது. அந்தக் கோயிலின் முற்றத்தில் ஓர் அத்திமரம். வழக்கம்போல் கோயிலின் முற்றத்தில் ஏதோ ஒரு மரம் இருக்கத்தானே

செய்யும் எனக் கடந்துவிட முடியாது. ஏனெனில், அந்த மரத்தை முன்வைத்தே ஒரு பெருங்கதையை அவ்வூர் மக்கள் சொல்கிறார்கள். பருவகாலத்தில் அம்மரம் பூத்தாலும், இன்றுவரை அப்பூக்களில் காய் பிடித்ததே இல்லையாம். காரணம், சீனிமுத்து அம்மன். வடுகர் அரச குடும்பத்தைச் சேர்ந்த சீனிமுத்து, அடுத்த ஊரைச் சேர்ந்த இளைஞர் ஒருவனைக் காதலித்திருக்கிறாள்.

அவனும் செல்வச் செழிப்பான அரச குடும்ப வகையறாவைச் சேர்ந்தவன்தான். எங்கோ எப்போதோ சிலமுறை ஒருவரை ஒருவர் பார்த்துள்ளனர். பார்த்தவுடனேயே காதல்போல ஒன்று அரும்பியிருக்கிறது. ஆனால், இருவருமே அதை வாய்திறந்து சொல்லிக்கொள்ளவில்லை. வெகுநாள் இதயத்திலேயே வைத்துள்ளனர். ஒருகட்டத்தில் சீனிமுத்துவிற்குப் பொறுக்க முடியாத அளவிற்குக் காதல் மிகுந்துவிட்டது. அரச குடும்பத்துப் பெண் என்பதால் என்ன நடந்தாலும் பரவாயில்லை என்று, தன்னுடைய படைவீரர்களை அனுப்பி, அந்த இளைஞனைப் பல்லக்கில் தூக்கிவரச் சொல்கிறாள்.

படைவீரர்களும் கையில் மாலையுடன் அவனைக் கடத்திவரப் புறப்படுகிறார்கள். அந்த இடைப்பட்ட தருணத்தில் வரப்போகிறக் காதலனுக்காகச் சீனிமுத்து, தன்னை அலங்கரித்துக்கொள்கிறாள். அரண்மனையில் சேமித்திருந்த ஆபரணங்களை அணிந்து காத்திருக்கிறாள். ‘அதோ வரப்போகிறான், இதோ வரப்போகிறான்’ எனக் காத்திருந்தவள், நிலைகொள்ளாமல் உப்பரிகையை எட்டி எட்டிப் பார்க்கிறாள். அந்தப் பார்வையில் அவளுடைய காதலும் கனிவும் வெளிப்பட்டிருக்கின்றன.

கண்கள் கீழ்நோக்க, கற்பனைகள் மேல்நோக்க அவள் அங்குமிங்கும் தயிர் மத்தாய்த் தளும்பியிருக்கிறாள். திட்டமிட்டபடியே படைவீரர்கள் அவனைக் கடத்திக்கொண்டு பல்லக்கில் திரும்பும்பொழுது அந்த இளைஞன், ‘நீங்கள் எல்லாரும் யார், ஏன் என்னைப் பல்லக்கில் தூக்கிக்கொண்டு வருகிறீர்கள்’ என்றிருக்கிறான். அப்போது படைவீரர்கள், ‘இது எங்கள் அரசியின் உத்தரவு’ என்றுள்ளனர். ‘அரசியின் உத்தரவா, அப்படியெனில் அந்த அரசி யார்?’ என்றும் கேட்டிருக்கிறான். சீனிமுத்துவின் பெயரைச் சொன்னதும் அவனுக்கு ஒன்றுமே

புரியவில்லை. கடத்திவரச் சொன்னதற்கு என்ன காரணமென்றும் அந்த இளைஞன் விசாரிக்கிறான். படைவீரர்கள், 'அம்மாவிற்கு உங்கள்மீது அன்பு' என்றிருக்கின்றனர். மறுபடியும் அவன் அதை நம்ப முடியாமல் உண்மையிலேயே 'சீனிமுத்துதான் என்னைக் கடத்திவரச் சொன்னதா' என்கிறான். அவர்கள் ஆமென்று சொல்லி, 'பகையாளிகள் கடத்திவரச் சொன்னால் மாலையுடனா அனுப்புவார்கள்' என்கின்றனர்.

குழம்பிப்போன இளைஞன், ஒரு பெண் காதலுக்காகத் தன்னைக் கடத்திவிட்டாள் என்கிற பழிச்சொல்லிற்கு ஆளாகிவிட்டோமே என அந்த இடத்திலேயே மரித்துவிட்டதாகக் கதையின் முற்பகுதி சொல்லப்படுகிறது. எத்தனையோ கதைகளில் ஆண், பெண்ணைக் கடத்தியிருக்கிறான். அப்போதெல்லாம் பழிச்சொல்லாகப் படாத ஒன்று, அந்த இளைஞனுக்கு இந்தச் செயல் பெரும்பாடு படுத்தியிருக்கிறது. தனக்குமே காதலுண்டுதான் என்றாலும், அதைத் தாமல்லவா முன் எடுத்துச் செய்திருக்க வேண்டும் என எண்ணுகிறான்.

அதைவிட, ஒரு பெண்ணால் தான் கடத்தப்பட்டோம் என்பதை மரியாதைக் குறைச்சலாகவும், ஆண்மைக்கே இழுக்கு என்பதாகவும் அந்த இளைஞன் கருதியிருக்கிறான். படைவீரர்கள் கையில் எடுத்துப்போன மணமாலை, பிணமாலையாக அவன் கழுத்தில் மாட்டப்பட்டிருப்பதைக் கண்ட சீனிமுத்து, அதே இடத்தில் இறந்துவிட்டதாகக் கதையின் பிற்பகுதி முடிகிறது. அதன்பின் இருவருமே சிறுதெய்வங்களாகிவிடுகின்றனர். அவர்களின் நினைவாக நடப்பட்ட கல்தூண் வழிபாட்டுக்குரிய கோயிலாக மாறுகிறது. அங்கே நட்ட அத்திமரம் பூக்கிறது.

பூத்தாலும் அது காய்களைக் கொடுக்காமல் போவதற்குக் காரணம், பூத்த சீனிமுத்து காய்க்காமல் கண்மூடியதால்தானாம். 'தெய்வமே சாட்சி' நூலில் இக்கதையைச் ச. தமிழ்ச்செல்வனும் குறிப்பிட்டிருக்கிறார். 'கதை என்பது உண்மையை ஒட்டிப் புளுகுவது' என்பார் புதுமைப்பித்தன். சீனிமுத்துவின் கதையில் எதுவரை உண்மை, எது எது பொய் என்பதை ஆராயத் தேவையில்லை. பிறருடைய நம்பிக்கையை ஆராய்வது போன்ற நாகரிகமற்ற செயல் எதுவுமில்லை. சீனிமுத்து காதலித்த அல்லது சீனிமுத்துவைக் காதலித்த

அந்த இளைஞனுக்கு ஊராரின் சொற்கள், பழிச் சொற்களாகத் தோன்றியதற்கு அவனுடைய ஆண் ஆதிக்க மனமே காரணமென்று புரிகிறது. உண்மைக்குப் புறம்பான சொல்லல்ல. உண்மையை உணராமல் தம்போக்கில் சொல்லப்படும் சொல்லே பழிச்சொல். பழிச்சொல்லுக்குப் பயந்த ஒருத்தியின் இதயம், நண்டு நசுக்கிய அத்திப்பழம்போல் தெரிவதாகப் பரணர் எழுதியதும் எனக்கு ஐங்குறுநூற்றில் ஓரம்போகியார் எழுதிய 'கள்வன் பத்து' நினைவிற்கு வந்தது.

களவன், அலவன் என்பவை நண்டிற்கான மாற்றுச் சொற்கள். களவனை, கள்வன் என்றும் சொல்வர். அப்பாடலில் 'தாய்சாப் பிறக்கும் புள்ளிக் கள்வனோடு / பிள்ளை தின்னும் முதலைத்து அவனூர்' என்று வரக்கூடிய பகுதிகள் கவனிக்கத் தக்கவை. இடம்பெற்றுள்ள பத்துப்பாடல்களுமே இரசிக்கத்தக்கன. என்றாலும், எனக்குத் 'தாய்சாப் பிறக்கும்', 'பிள்ளை தின்னும் முதலை' என்கிற பதங்களே கவனத்தை ஈர்த்தன. ஒருவன்மீது காதல் வந்துவிட்டால் அவனையும் அவன் ஊரையும் புகழ்ந்து பேசுவதுதான் வழக்கம். ஆனால், இந்தப் பாடலில் தென்படும் காதலியோ வேறுமாதிரி சொல்கிறாள். அவளைக் காதலித்தவன் வெகுநாள்களாக வருவதில்லை.

காதலுற்றிருந்த நேரத்தில் கொஞ்சிக் கூத்தாடியவன் எங்கே போனானென்றே அவளுக்குத் தெரியவில்லை. தூதுவிட்டுப் பார்க்கிறாள். தோழியிடமும் அவனுடைய அடாத செயல்களை அளந்தளந்து மாய்ந்துபோகிறாள். தோழியோ அவன் இன்னொரு பெண்ணிடம் ஈடுபாடு காட்டுவதாகத் தெரிகிறதே எனும் தகவலைச் சொல்கிறாள். அதைக்கேட்ட தலைவிக்குக் கோபம் பொத்துக்கொண்டு வருகிறது. தன்னைப் புறக்கணித்தவனை அல்லது நிராகரித்தவனை வசையால் அர்ச்சிக்கிறாள்.

இறுதியில் அவளே ஒரு முடிவிற்கு வந்து, அவனைப் பற்றி தனக்குத் தெரியாதா என்கிறாள். அந்தத் தெரியாதா எனும் அங்கலாய்ப்பில் அவனுடைய ஊரைச் சிறுமைப்படுத்துகிறாள். இயல்பான காட்சியை, அவள் எப்படிப் புரிந்துகொள்கிறாள் என்பதுதான் பாடலை அழகாக்குகிறது. இயல்பான காட்சியை ஓரம்போகியார் உணர்த்தும் விதத்திற்காகவே பலமுறை படிக்கலாம். நண்டுடன் இணைந்த பத்துக்காட்சிகள். பத்திலும்

பத்துவிதமான உணர்வுகள் கடத்தப்பட்டுள்ளன. அதில், எனக்கு 'தாய்சாப் பிறக்கும் புள்ளிக் களவன்' தனித்துத் தெரிகிறது. ஒருவரைப் பற்றித் தெரிந்துகொள்ள அவருடைய ஊரையும் உறவையும் நட்பையும் தெரிந்துகொள்ள வேண்டும் என்பர். அதுபடியே பாடலும் அமைந்திருக்கிறது. அந்த ஊரில் தாயைக் கொன்றுவிட்டே நண்டுகள் பிறக்கின்றன என்றும், பெற்ற பிள்ளையையே பிடித்துத் தின்னும் முதலைகள் உள்ளன என்றும் அவள் சொல்கிறாள். ஈவோ இரக்கமோ அற்ற அந்த ஊர்க்காரன் வேறு எப்படி இருப்பான் என்பதுபோல.

தாய் நண்டின் சாவிலிருந்துதான் சேய் நண்டு இந்தப் பூமிக்கு வருவதாகச் சொல்லப்படுவது அறிவியல்பூர்வமாக நிரூபிக்கப்படவில்லை. ஆனால், இலக்கியங்கள் பலவற்றில் இந்தச் செய்தி தொடர்ச்சியாக வருவதைக் கவனிக்கலாம். ஔவையார்கூட 'நண்டு, சிப்பி, வேய், கதலி நாசமுறும் காலத்தே / கொண்ட கருவே அழிக்கும் கொள்கைபோல்' எனச் சொல்லியிருக்கிறார். அவர், தன்னுடைய பூப்பில் பூர்வீகத்தை அழித்துவிடுபவையாக நான்கைப் பட்டியலிட்டிருக்கிறார்.

நண்டு, சிப்பி, மூங்கில், வாழை இந்த நான்கும், தாயின் சாவிலிருந்தே தன் தலையை நிமிர்த்துகின்றன. உற்ற பெண்ணை மறந்துவிட்டு மற்ற பெண்மீது மையல் கொள்கிறவனுடைய கல்வி, செல்வம், ஞானம் ஆகிய மூன்றும் காணாமல் போய்விடும் என்பதே ஔவையின் நீதியுரை. நண்டு, சிப்பி, வேய், கதலி பாடலுக்கு ந.மு. வேங்கடசாமியார் 'பிறர்மனை விரும்பாமை' எனும் தலைப்பில் உரையெழுதியிருக்கிறார். ஐங்குறுநூற்றுக் காதலி அவன்மீது காதலுற்றபோது அதே ஊரில் இருந்த நண்டுகளையும் முதலைகளையும் பற்றித் தெரியாமலா இருந்திருப்பாள்? தெரியும். தனக்கு ஆகவில்லை என்னும்போதுதான் சிறு தவற்றையும் பேரவலமாகப் பேசத் தோன்றும்.

தாய் சாகப் பிறக்கும் நண்டுடைய காதலனின் ஊர் மோசமானது என ஐங்குறுநூற்றுத் தலைவி சொல்லியதற்கு மாற்றாக, அதே நண்டுகளை வைத்து ஓர் ஊரின் சிறப்பை மதுரை மருதன் இளநாகனார் எழுதியிருக்கிறார். அகநானூற்றில்(380) தோழியும் தலைவியும் பேசிக்கொள்கிறார்கள். தலைவியிடம் தோழி சொல்கிறாள், 'சில நாள்களுக்கு முன் தேரில்

வந்த அவன், 'உங்களுடைய ஊர் எது' என்று கேட்டான். நான் பதில் எதுவும் சொல்லவில்லை. அதன் பிறகும் ஒருநாள் வந்தான். அப்போது கடற்கரையோர நாவல் மரத்தடியில் பழுத்து விழுந்த கனியைக் கவ்விக்கொண்டு ஒரு நண்டு தன்னுடைய வளைநோக்கிப் போவதைப் பார்த்தான். பார்த்தவன், இதுவல்லவா இல்லறப்பண்பென்று நெகிழ்ந்தான்' என்கிறாள். 'இதோ இன்றும் அதே தேரில் அவன் வந்துகொண்டிருக்கிறான். இனியும் தாமதிக்காமல் நீ போய் உன் உள்ளத்தில் உள்ளதைக் கூறிவிடு, நான் அதுவரை வெண்ணிற மணற்குன்றின் பின்னால் ஒளிந்து கொள்கிறேன்' என்கிறாள்.

முதலில் அவன் அவர்களுடைய ஊரைக் கேட்டிருக்கிறான். பிறிதொரு நாளில் வளையில் இருக்கும் பெண் நண்டிற்குக் கரையிலிருக்கும் ஆண் நண்டு, இரைகொண்டு போவதைப் பார்த்து இல்லறப் பண்பே இதுதானென்று பாராட்டியிருக்கிறான். இந்த இரண்டு காட்சிகளை விவரித்த மருதன் இளநாகனார், அதற்குமேல் எதையுமே சொல்லவில்லை. ஓர் ஊரில் ஓரறிவுடைய உயிர்களே இத்தனை இணக்கத்துடன் இருக்கிறதென்றால் ஆறறிவு கொண்டவர்களைப் பற்றிச் சொல்லவும் வேண்டுமோ எனும் மனக்குறியைச் சொல்லாமல் விட்டிருக்கிறார்.

நாவற்பழத்தை இரையாக நண்டுகள் உட்கொள்ளும் என்பதும், ஆண் நண்டு பெண் நண்டிற்கு இரை தேடி எடுத்துச்செல்லும் என்பதும் பாடலின் குறிப்பு. ஐங்குறுநூற்று காதலிக்கு நண்டு கொடூரமாகத் தெரிகிறது. அகநானூற்று தோழிக்கோ அற்புதமாகத் தோன்றுகிறது. வித்தியாசமான பார்வைகளை முன்வைப்பதுதானே இலக்கியத்தின் அடிப்படை?

'சுவரில்லாத சித்திரங்கள்' படத்தை அடுத்து கே. பாக்யராஜ் இயக்கிய 'மௌன கீதங்கள்' திரைப்படத்தில், 'டாடி டாடி ஓ மை டாடி' என்றொரு பாடலை மூத்த பாடலாசிரியர் முத்துலிங்கம் எழுதியிருக்கிறார். அதில் 'கரையோர நண்டெல்லாம் / தான் பெற்ற குஞ்சோடு / அன்போடு ஒன்றாக / விளையாடுதே' என்று எழுதப் போக அது, அந்தக் காலத்தில் பெரும் சர்ச்சையாகவும் விவாதமாகவும்

ஆகியிருக்கிறது. பிறக்கும் போதே தாயை இழந்துவிடும் நண்டு எப்படி அதன் தாயோடு விளையாடும் என்பதுதான் கேள்வி. விவசாயக் குடும்பத்திலிருந்து வந்த முத்துலிங்கம் அதற்கு வயல் நண்டுகளை எல்லாம் உதாரணம் காட்டிப் பதிலளித்திருக்கிறார்.

குஞ்சு பொரிக்கும்போது சில நண்டுகள் இறந்துவிடுவதால் எல்லா நண்டுகளுமே அப்படித்தான் என்று கருதக் கூடாது. பிரசவத்தில்கூடத் தாய்மார்கள் சிலர் இறந்துவிடுகிறார்கள். அதற்காக எல்லாத் தாய்மார்களும் இறந்துவிடுவர் என்றா சொல்ல முடியும்? பாடல் காட்சியில் சில நண்டுகள் கரையோரத்தில் ஓடுவதாகக் காட்டப்பட்டிருக்கிறது. பாடலைப் பாடுபவன் சிறுவன் என்பதால் பெரிய நண்டைத் தாயாகவும், சிறிய நண்டைச் சேயாகவும் அவன் கருதிக்கொள்கிறான் எனவும் சமாளித்திருக்கிறார். 'திரைப்பாடலை அறிவியல் கண்ணோட்டத்திலும், இலக்கியக் கண்ணோட்டத்திலும் பார்க்காமல் அந்தச் சிறுவனின் கண்ணோட்டத்தில் பாருங்கள்' என அவர் கேட்டிருக்கிறார்.

நண்டுகளை யோசித்தாலே எனக்கு உலோச்சனாரின் நற்றிணைப் பாடல் (11) ஒன்று நினைவிற்கு வராமல் போகாது. மிக அருமையான பாடல். 'பெய்யாது வைகிய கோதை போல' எனத் தொடங்கும் அப்பாடல் நற்றிணையில் பதினொன்றாம் பாடலாக வருகிறது. தோழியிடம் தலைவி குறைப்பட்டுக் கொள்கிறாள். 'என்னதான் அவனுக்கு என்மீது காதல் இருப்பது உண்மையென்றாலும், அதற்காக இப்படியா காலத்திற்கும் காக்க வைப்பது. இன்றில்லை, என்றுமே அவன் சொன்ன சொல்லுக்கும் நேரத்திற்கும் சரியாக நடந்துகொண்டதில்லை' என்கிறாள்.

அதற்குத் தோழி, 'அப்படியெல்லாம் அவனைப் பற்றித் தவறாக நினைத்துவிடாதே. இருக்கின்ற கால நிலையையும் சூழலையும் புரிந்துகொள்' என ஆறுதல் படுத்திவிட்டு ஒரு காட்சியை விவரிக்கிறாள். 'இது இரவுநேரம். இந்த நேரத்தில் அவன் தேரில் வருவதென்றாலும் கடற்கரை ஓரமாகத்தான் வரவேண்டும். நிலவு வெளிச்சத்தைக் கொண்டே பாதையை அனுமானிக்க வேண்டும். இரவும் நிலவும் வந்துவிட்டால் கடலில் இருக்கும் நண்டுகள் சும்மா இருக்காது. அவை,

கரையொதுங்கி விளையாடத் தொடங்கிவிடும். அவனோ தேரில் அதே பாதையில்தான் வரவேண்டியுள்ளது. உன்மீதுள்ள காதலில் அவன் தேரை வேகமாக ஓட்டினால் தேர்க்காலின் அடியில் நண்டுகள் சிக்கிக்கொள்ள நேருமில்லையா. அதன் பொருட்டே அவன் மிக மெதுவாக வர நேர்கிறது' என்கிறாள். கொண்டவள்மீது மட்டும் அன்பு செலுத்துவது அன்பே இல்லை. கூடியிருக்கும் அத்தனை உயிரினங்கள்மீதும் அன்பு செலுத்துவதே ஆகப்பெரும் அறமென்று தமிழ் சொல்கிறது. 'புணரி பொருத பூமணல் அடைகரை / ஆழி மருங்கின் அலவன் ஓம்பி / வலவன் வள்பு ஆய்ந்து ஊர / நிலவு விரிந்தன்றால் கானலானே' என்னும் வரிகள் சுவைக்க இனிமையானவை.

'ஆழி மருங்கின் அலவன் ஓம்பி, வலவன் வள்பு ஆய்ந்து ஊர' என்கிறார். ஒவ்வோர் அடியையும் அளந்து வைப்பதுபோலத் தேரை அவன் ஆய்ந்து செலுத்துகிறானாம். தாமதமாக வருகிறானே என்று தவித்த தலைவியை, தோழியின் வார்த்தைகள் சாந்தப்படுத்துகின்றன. அன்பையும் காதலையும் சங்க இலக்கியம்போல அள்ளி நிறைத்த உலக இலக்கியம் வேறொன்று இல்லையென்றே நினைக்கிறேன். தமிழ்மீதுள்ள பற்றினாலோ தமிழிலக்கியத்தை வாழ்வாக வைத்திருப்பவன் என்பதாலோ சொல்லவில்லை.

வைதேஹி ஹெர்பெர்ட் சொல்வதுபோலச் சங்க இலக்கியத்தில் இடம்பெற்றுள்ள உவமைகள், எதிர்பாராத உணர்ச்சிகளை ஏற்படுத்துகின்றன. ஐங்குறுநூற்றில் 'தொண்டிப்பத்து' பகுதியில் ஒரு சிறு குறிப்பு உண்டு. அவனுடைய ஊர்பற்றிய வர்ணனைதான் அதுவும். நண்டுகள் தாக்குவதால் இறால் மீன்கள் கரையேறி வந்து துள்ளுகின்றனவாம். அதேபோல்தான் காதலில் தலைவியும் அவனுடைய நினைவுகளின் தாக்குதலால் நிலைகொள்ளாமல் தவிக்கிறாளாம்.

ஓரம்போகியார், கடற்கரையின் ஓரத்திலேயே நின்று எங்கேயும் போகாமல் எல்லாவற்றையும் கவனித்திருப்பார்போல. நண்டு, மீன், நத்தை, முத்து என ஒன்றைக்கூட விடாமல் பாட்டாக்கித் தந்திருக்கிறார். காதலனின் தேர்க்காலில் நண்டுகள் சிக்கிவிடுமோ என உலோச்சனார் அஞ்சியிருக்கிறார். ஆனால், வெண்கண்ணனாரோ அகநானூற்றில்(130) வேறுவிதமாகச்

சொல்கிறார். தலைவனை அவனுடைய தோழன் தேற்றுகிறான். எப்போதும் நீ அவள் நினைவுடன் வாழ்வது முறையன்று என்கிறான். அதற்குத் தலைவன், அவள் எப்படிப்பட்ட அழகையும் நாட்டையும் உடையவளென்று உனக்குத் தெரியாது. அவள் வாழும் ஊரிலுள்ள கடற்கரையில் கழிமுள்ளின் மொட்டோடு தாழைமொட்டு பொருந்தியிருக்கும். அதுமட்டுமன்று, தாழம்பூவின் நறுமணம் அடித்தபடி இருக்கும் புலால் நாற்றத்தையே போக்கிவிடுவதாக அமைந்திருக்கும். அதைவிட, அலைகள் கொண்டுவந்து கொட்டும் முத்துகள் அக்கரையில் நடந்துவரும் குதிரைகளின் கால்களைக் காயப்படுத்திவிடும் என்கிறான்.

முழுகித்தான் முத்தெடுக்க வேண்டும். ஆனால், தலைவனோ அலைகளே முத்துகளைக் கொண்டுவந்து கரையில் கொட்டும் என்கிறான். குதிரைகளின் நடையைத் தடுக்கும் அளவிற்கு முத்துகள் இருக்கின்றன என்பதைக் கண்டதால்தான் அவருக்கு வெண்கண்ணனார் எனப் பெயர் வைக்கப்பட்டதோ என்னவோ? மிகை உணர்ச்சியாக அல்லது உயர்வு நவிற்சியாக இருந்தாலும் அந்த உவமை, இரசிக்கவும் நினைக்கவும் சுவையாக இருக்கிறது.

எது ஒன்றையும் நம்முடைய கண்கள் எப்படிப் பார்க்கின்றன என்பதே முதன்மையானது. உலோச்சனாரின் அந்தப் பாடல் தமிழரின் அறம்குறித்த பார்வையை முன்வைக்கிறது. நண்டுகள் தேர்க்காலில் சிக்கி இறந்துவிடுமோ என்கிற அவனுடைய அச்சம், உயிரிரக்கச் சிந்தனையிலிருந்து உருவாவது. அறமென்றால் என்ன என்பதற்குத் திருவள்ளுவர், 'மனத்துக்கண் மாசிலன்' என்கிறார். மனத்துக்கண் என்றால் மனத்துள், மனம்சார், மனம் வழி, மனத்திடம், மனத்தின் மேல் என்றே உரையாசிரியர்கள் பொருள் கண்டுள்ளனர்.

'கண்' என்பது ஏழாம் வேற்றுமை உருபு. நன்னூல் நூற்பா 302ன்படி, 'கண், கால், கடை, இடை, தலை, வாய், திசை, வயின், முன், சார், வலம், இடம், மேல், கீழ், புடை, முதல், பின், பாடு, அளை, தேம், உழை, வழி, உழி, உளி, உள், அகம், புறம், இல், இடப்பொருள் உருபே' என்று வருகிறது. எனக்கோ கண்ணை ஏன் உடலுறுப்பாகக் கருதி பொருள் கொள்ளக் கூடாதென்று தோன்றிற்று. அப்படிப்

பொருள்கொண்டாலும் அக்குறள், புதிதாகவே அமைகிறது. நமக்குத் தோன்றும்விதத்தில் எது ஒன்றையும் யோசித்துப் பார்ப்பதில் தவறில்லை. மனத்துடன் கையையோ காலையோ நாசியையோ இணைக்காமல் கண் என்று அவர் சொல்வதற்குக் காரணம் இல்லாமல் இல்லை. அகத்தின் அழகை முகத்தில் அறியலாம் என்பர். முகமென்றால் கண்தான். ஒருவடைய மனம், எத்தகைய தன்மையுடையதெனக் கண்களை வைத்தே தீர்மானிக்கலாம்.

கண்களில் தூசி விழுந்தால் எது செய்யவும் தேவையில்லை. கொஞ்சநேரம் பொறுத்திருந்தால் போதும். விழுந்துவிட்ட தூசியைத் தாமாகவே அவை வெளியேற்றிவிடும். மனமும் அத்தகையதே. ஒரு தவறான சிந்தனையோ குற்றமோ உள்ளத்தில் எழுந்துவிட்டால் சிறிது நேரத்தில் அதுவே அது தவறெனச் சொல்லிவிடும். மனசாட்சியென்கிறோமே அது ஒருபோதும் தீயதைத் தேக்கிக்கொள்ள அனுமதிப்பதில்லை. நல்லதையும் கெட்டதையும் பகுத்துப்பார்க்கும் ஆற்றல் அதற்குண்டு. கண்ணில் தூசியும் மனத்தில் மாசும் தாமாகவே வெளியேறிவிடும் தன்மையுடையன என்பதால்தான் மனத்துக்கண் என்று வள்ளுவர் வரைந்திருக்கிறார்.

உலோச்சனார் தேர்க்காலில் நண்டுகள் சிக்கிவிடக் கூடாது எனத் தலைவன் மெதுவாகத் தன்தேரைச் செலுத்தினான் என்பதை மாறன் பொறையனார் வேறுவகையில் சிந்தித்திருக்கிறார். ஐந்திணை ஐம்பதில்(42) வரக்கூடிய அப்பாடல் 'கொடுந்தாள் அலவ குறையாம் இரப்பேம்' எனத் தொடங்குவது. 'வளைந்த கால்களைக் கொண்ட நண்டே, எப்போதும் நீங்காத ஒலியையுடைய கடலுக்கு உரியவனான என் தலைவன் நெடிய தேரேறி என்னைப் பிரிந்து சென்றான்.

அவன் சென்ற தேரின் சக்கரங்கள் பதிந்துள்ள வழிச்சுவடுகளைக் கண்கள் கண்டபடியே அவனுடைய நினைவில் உழலவேண்டும். ஆகவே, அவற்றின் மீது ஊர்ந்துசென்று அழித்துவிடாதே' என்கிறாள். வந்தவனின் வழிச்சுவடுகளில் நண்டுகள் சிக்கிவிடுமோ எனப் பதறிய ஒருத்தியைவிட, அவன் திரும்பிச்சென்ற சுவடுகளை நண்டுகளே அழித்துவிடாதீர்கள் என்பதில் காதலின் மிகுதியை உணரலாம். உள்ளெழும் காதலைக் கண்கள் காட்டிவிடும்

என்பர். சங்க இலக்கியங்களோ காதலர்களின் கண்களில் மட்டுமல்ல, நண்டுகளின் கால்களிலும் தலைவனின் காதலிருப்பதாகக் காட்டுகின்றன. அக்பர் அவையில் முதன்மை அமைச்சராக இருந்த பீர்பால் அந்தக் காலத்திலேயே உலகப் பிரசித்தி பெற்றவர். அவரைச் சந்திக்கவும் பேசவும் ஏனைய அரசர்களும் விரும்பியுள்ளனர். ஒருமுறை பாரசீக அரசர், பீர்பாலைச் சந்திக்க விரும்பி, ஒரு கடிதத்தை அக்பருக்கு எழுதுகிறார். அக்பரும் சில பரிசுப் பொருள்களைக் கைகளில் கொடுத்து, அவற்றைப் பாரசீக அரசரிடம் சேர்ப்பிக்குமாறு பீர்பாலை அனுப்பி வைக்கிறார்.

பல இரவுகளும், பல பகல்களும் கடந்து பீர்பால் பாரசீகத்தைச் சேர்கிறார். பாரசீக அரசரோ பீர்பாலின் அறிவுக்கூர்மையைப் பரிசோதிக்க எண்ணுகிறார். அக்பர் அவையிலிருந்து பலரையும் கவர்ந்த பீர்பால் உண்மையிலேயே மதியூகம் மிக்கவர்தானா எனச் சோதிப்பதில் அவருக்கு ஆர்வம் எழுகிறது. பீர்பால் அரசவைக்கு வருகிறார். வந்தால் அரசவையில் ஒரே மாதிரி உடையணிந்து ஐவர் அமர்ந்திருக்கின்றனர். ஐவரில் யார் உண்மையான அரசர் என்பதைப் பீர்பால் கண்டுபிடிக்க வேண்டும். அந்த ஐவரில் ஒருவர்தான் அரசராக இருக்க முடியும்.

ஆனால், பீர்பாலால் அதைக் கண்டுபிடிக்க முடியாதவாறு ஒரே உடையணிந்து, ஒரே மாதிரியான மகுடங்களை, ஒப்பனைகளைத் தரித்து அவர்கள் அமர்ந்திருக்கிறார்கள். தயங்கிய பீர்பால், கொஞ்சநேரம் ஐவரையும் கவனிக்கிறார். பிறகு ஒருவரிடம் போய் அக்பர் அளித்த பரிசுப் பொருள்களைக் கொடுக்கிறார். பீர்பால் கொடுத்தவரே உண்மையான அரசர். ஐவரில் பீர்பால் சரியானவரை எப்படிக் கண்டுபிடித்தார் என்பதில் அங்குள்ள அனைவருக்கும் ஆவல் ஏற்படுகிறது. அதைப் பீர்பாலிடமே கேட்கின்றனர்.

பீர்பால் மிகச் சாதாரணமாக 'ஐவரின் கண்களையும் வைத்தே கண்டுபிடித்தேன்' என்கிறார். 'உண்மையானவரின் கண்களில் அரச கம்பீரமும் ஒளியும் தென்பட்டன. ஏனையவர்களின் கண்கள் அங்குமிங்கும் அலைந்தபடி நின்றன. ஐந்துபேரில் நான்கு பேரின் கண்களும் உண்மையான அரசரின் கண்களை நோக்கியே வட்டமிட்டன. அதைவைத்தே உண்மையான

அரசரைக் கண்டுபிடித்தேன்' என்கிறார். கண்களைப் புரிந்துகொண்டால் உண்மையையும் உணர்ந்துகொள்ள முடியும். உள்ளத்தில் ஒளியுண்டாயின் வாக்கிலும் பார்வையிலும் அது வெளிப்படும். அம்மூவனார் என்றொரு புலவர். நற்றிணையில் மட்டும் பத்திற்கும் மேற்பட்ட அவருடைய பாடல்கள் இடம்பெற்றுள்ளன. அவற்றில் 35ஆவது பாடல் ஈர்ப்புடையது. பொதுவாக நண்டுகள் ஒன்றின் காலை இன்னொன்று வாரிவிடக் கூடியதென்னும் கருத்து பரவியுள்ளது. இனப்பற்று இல்லாமைக்கும் நண்டுகளை உதாரணமாகக் காட்டும் நிலையும் உண்டு. அது உண்மையில்லை என்பதையே அம்மூவனார் 'பொங்கு திரை பொருத வார் மணல்' பாடலில் காட்டுகிறார்.

ஒரு கடற்கரை. அதன் அருகில் அழகிய நாவல்மரம். நாவல்மரத்திலிருந்து ஒரு பழம் கனிந்தோ காற்றிலோ கீழே விழுகிறது. உடனே வண்டுகள் எங்கிருந்தோ பறந்துவந்து அப்பழத்தை மொய்க்கின்றன. அது பழமென்பதற்காக மொய்க்கவில்லையாம். நாவற்பழமும் தன் இனமே என்னும் பாசத்தில் வந்து மொய்ப்பதாகப் பாடலடிகள் சொல்கின்றன. அதே நேரத்தில் நண்டுகளும் கரையேறிவந்து அப்பழத்தைத் தன் இனமென்று உரிமை கொண்டாடத் துணிகின்றனவாம். வண்டுகளும் நண்டுகளும் நாவல்பழம் தன் இனமே என மாறி மாறிச் சண்டையிட்டுக் கொள்வதைப் பார்த்த நாரை, சண்டையைத் தீர்க்க நெருங்கி வந்தது என்கிறார்.

நாவல்பழம், வண்டு, நண்டு மூன்றையும் பார்த்தவர்களால் மட்டுமே அப்பாடலைப் புரிந்துகொள்ள முடியும். ஒரு பழத்திற்கு அடித்துக்கொள்ளும் ஆன்மிகக் கதை நினைவிற்கு வந்தால் நான் பொறுப்பில்லை. பழத்தை யார் பறித்துக்கொள்வது என்பதில் முகிழ்த்த பிரச்சினை ஆரிய, திராவிடப் போர்வரை நீண்டு செல்வது.

இன்றைய வல்லாதிக்க நாடுகள், சின்னஞ்சிறிய நாடுகளை வண்டுகளாகவும் நண்டுகளாகவும் கருதித் தம்மை நாரையாக எண்ணிக்கொள்ளும் நிகழ்வுகளும் நடந்தேறுகின்றன. நாரையின் நாட்டாண்மையில் வண்டுகளும் நண்டுகளும் அமைதியாயின என்று அம்மூவனார் எழுதுகிறார். ஒரு பாடல் எந்தக் காலத்திற்கும் பொருந்தக்கூடியதாக அமைவதுதான்

சிறப்பு. சங்கப் பாடல்களில் எதை எடுத்துக்கொண்டாலும் அதை இந்தக் காலத்தின் நிகழ்வுகளுடன் பொருத்த முடியும். அவற்றில் இடம்பெற்றுள்ள உவமைகள், இப்பவும் பார்க்கக்கூடியவையாக இருக்கின்றன. வைதேஹி ஹெர்பட்டின் முழு மொழிபெயர்ப்பை நானின்னும் வாசிக்கவில்லை. நேரம் கிடைக்கும் போதெல்லாம் கவனிக்கிறேன். ஒவ்வொன்றையும் மிக நுட்பமாகப் புரிந்து உரை எழுதியிருக்கிறார். பாடபேதங்களையும் குறிப்பிட்டு அவர் எழுதியுள்ள உரைகள், பாராட்டுக்குரியவை. உள்ளார்ந்த ஈடுபாட்டுடன் செய்திருக்கிறார். உவமைகள் பெரும்பாலும் வாசிப்பவரின் இரசனையையும் அறிவையும் பொருத்தே சுவை தருகின்றன. தட்டையாகப் புரிந்துகொள்பவர்களால் ஆழ்ந்த பொருளை உணர முடியாது.

அள்ளூர் நன்முல்லையார் எழுதிய குறுந்தொகைப்(157) பாடலில் ஓர் உவமை, ‘வாள்போல் வைகறை வந்தன்றால் எனவே’ என வருகிறது. காதலி, கூரிய வாள்போல் காலைப்பொழுது வந்து என்னையும் என் காதலனையும் பிரித்துவிட்டது என்கிறாள். ‘குக்கூ வென்றது கோழி அதன்எதிர் /துட்கென் றன்றென் தூய நெஞ்சம் / தோடோய் காதலர்ப் பிரிக்கும் / வாள்போல் வைகறை வந்தன்றால் எனவே’ என்னும் அப்பாடலில் கோழி கூவியதாக எழுதவில்லை.

குக்கூ என்று கூவியதாக வர்ணிக்கிறார். அதாவது, கோழி குயில்போலக் கூவியதாம். சுகமான கூடுதலில் கோழியின் கொக்கரக்கோவும் குயிலின் இனிமையுடன் காதில் விழுகிறது. அந்தக் கூவலில் துடுக்குற்று, கண்கள் விரிகின்றன. தூயநெஞ்சினை தூஉ நெஞ்சம் என்னும் அழகிய சொல்லால் நன்முல்லையார் குறித்திருக்கிறார். தூய்மையில் தோய்ந்த நெஞ்சம் எனவும் பொருள் கொள்ளலாம்.

அந்தக் கூவலை அடுத்து வரக்கூடிய காலை வெயில் இருக்கிறதே அது வாள்போல வெட்டுகிறது என்கிறாள். ‘மொட்டுகளே மொட்டுகளே’ என்றொரு பாடல், ‘ரோஜாக்கூட்டம்’ திரைப்படத்தில் இடம்பெற்றிருக்கிறது. அதில் ஒருவரி, ‘உன் நெற்றியில் வேர்வை கண்டவுடன் / நான் வெயிலை வெட்டப் பார்ப்பேன்’ என்று வைரமுத்து எழுதியிருக்கிறார். கடற்கரை மணலில் உன் பெயரை

எழுதிவைக்கையில் அலைவந்து அழித்ததென்றால் அந்த அலையைக் கொல்லப் பார்ப்பேன் என்றும் அப்பாடலில் சில வரிகள் உண்டு. இயற்கையை வெட்டவும் கொல்லவும் இன்றைய கவிஞர்கள் கற்றுக்கொண்டதே சங்கப் பாடல்களின் வழியேதாம். இந்திக் கவிஞர் ஆதித்ய பிரதாப் சிப் வியட்நாமைப் பற்றி எழுதும்போது 'அக்கம் பக்கம் வசந்தமில்லை / ஒரு / கபாலத்தின் மீது வண்ணத்துப் பூச்சி என்று எழுதியுள்ளார்.

கபாலத்தின் மீது வண்ணத்துப்பூச்சி என்பதை இயல்பான உவமையாக எடுத்துக்கொள்ள இயலாது. வியட்நாமின் வரலாற்றையும் அம்மக்களின் துன்பங்களையும் புரிந்தால்தான் அக்கவிதை நம்மைத் தொடும். உவமைகளை வெறும் அணியாகவோ இலக்கணமாகவோ பயன்படுத்தாமல் கருத்தை அடிக்கோடிடவும், காட்சியைப் பெருக்கிக்காட்டவும் பயன்படுத்த வேண்டும். சங்கப் பாடல்களில் எங்கேயும் பிழையான உவமைகள் தென்படுவதில்லை. காத்திருந்து காரியங்களை நிறைவேற்றுபவன் கொக்கினைப் போல இருத்தல் வேண்டுமென்பதைக் 'கொக்கொக்க கூம்பும் பருவத்து மற்றதன் / குத்தொக்க சீர்த்த இடத்து' என்னும் உவமையில் வள்ளுவர் விளக்கியுள்ளதை இரசிக்கலாம்.

கொக்கொக்க, குத்தொக்க ஆகிய இரண்டு பதங்களையும் வாய்விட்டு வாசிக்கையில் எழும் ஓசைநயம் உயர்வுடையது. வைதேஹி ஹெர்பெட்டை நேர்கண்ட எழுத்தாளர் அ.முத்துலிங்கம், நண்டுகளால் மிதியுண்ட அத்திப்பழத்தை விவரிக்க இராமாயணத்தை மேற்கோள் காட்டியிருக்கிறார். விபீடணன் சீதையைக் கொண்டுவந்து இராமன் முன் நிறுத்துகிறான்.

அப்போது இராமன், 'தர்மம் காப்பது என் கடமை. எம் குலத்திற்கு நேர்ந்த அபகீர்த்தி களையப்பட்டு என் வீரம் நிரூபிக்கப்பட்டுவிட்டது. இனி நீ சுதந்திரமானவள். உன் விருப்பம் என்னவோ அதைச் செய்யலாம். நீ இலட்சுமணனையோ பரதனையோ வரித்துக்கொள்ளலாம். வானர மன்னன் சுக்கிரீவனுடனோ இலங்கை அரசன் விபீடணனுடனோ போகலாம். எல்லாம் உன் விருப்பம்' என்கிறான். சீதைக்கு முழுச் சுதந்திரத்தைக் கொடுத்ததுபோல

அவ்வரிகள் தோன்றினாலும், சொல்லத் தகாத வார்த்தைகளே அவை. தன்னுடன் வாவென்று சொல்லாத இராமன், அந்த இடத்தில் உலகம் என்ன சொல்லும் என்பதை யோசித்தே தீக்குளித்து வரும்படி கேட்டுக்கொள்கிறான். அவளும் தீக்குளித்துத் தன்னை நிரூபிக்கிறாள். இராமனே ஆனாலும் ஊர்ச்சொல்லுக்குப் பயந்தே அக்காரியத்தைச் செய்ய நேர்ந்தது என்பது அவர் எழுதியுள்ள குறிப்பு. கூடவே, நைஜீரிய எழுத்தாளர் சினுவா ஆச்சிபியின் புகழ்பெற்ற 'திங்க்ஸ் ஃபால் அப்பார்ட்' நாவலில் இருந்தும் ஒரு காட்சியைத் தந்திருக்கிறார். ஐம்பதிற்கும் மேற்பட்ட மொழிகளில் பெயர்க்கப்பட்ட அந்நாவல், பெரும் ஈர்ப்புக்குரியது. தமிழிலேயே 'சிதைவுகள்' எனும் தலைப்பில் இரு மொழிபெயர்ப்புகள் வந்துள்ளன. ஒன்று, என்.கே. மகாலிங்கம் பெயர்த்துள்ள நூல். காலம் வெளியீடு. மற்றொன்று, எதிர்வெளியீட்டின்மூலம் வந்துள்ள நூல். அதைப் பேராசிரியர் ச. வின்சென்ட் பெயர்த்திருக்கிறார்.

இரண்டு கிராமங்களுக்கு இடையே பகை. பிரச்சினை பெரிதாகாமல் தடுக்க இகெமெஃபுனா என்னும் பையனை ஒரு கிராமம் இன்னொரு கிராமத்திற்குப் பணயமாகத் தருகிறது. அந்தப் பையனை ஒக்கொங்கோ எனும் மல்யுத்த வீரன் தன் மகனைப் போலவே வளர்ந்து வருகிறார். ஒரு கட்டத்தில் இகெமெஃபுனாவைக் கொலை செய்யக் குறிப்பிட்ட ஊர் முடிவு எடுக்கிறது. ஆனால், ஒக்கொங்கோவால் அதை ஏற்க முடியவில்லை.

வளர்ப்புத் தந்தையாக அதை அவரே தடுத்திருக்க வேண்டும். ஆனால், குத்துப்பட்ட இகெமெஃபுனா கதறும்போது அவருமே கூரிய வாளால் அவனை வெட்டி வீழ்த்துவார். பணயமாக வந்தவனுக்கு ஆதரவாக நடந்து, அவன் உயிரைக் காப்பாற்றினால் ஊர் என்ன சொல்லுமோ என்கிற எண்ணத்தால் அவரும் கொலைச் சதியில் ஈடுபடுவதாகக் காட்சி. சொற்கள் எப்போதுமே சிக்கலானவை. இந்தக் கட்டுரையை வாசிப்பவர்கள் என்ன சொல்வார்களோ எனும் அச்சம் எனக்கும் இருக்கத்தானே செய்கிறது? பாராட்டினாலும் பழிசொன்னாலும் அருணகிரியார்போலச் சொல் அற, சும்மா இருக்க முடிவதில்லை.

உள் ஒளிரும் வார்த்தைகள்

தொண்ணூறுகளின் பிற்பகுதியில் வெளிவந்து கவனம்பெற்ற ப.கல்பனாவின் 'பார்வையிலிருந்து சொல்லுக்கு' நூலில் எனக்குப் பிடித்த பல கவிதைகள் உள்ளன. அந்நூல் வெளிவந்த சமயத்தில் நானும் நண்பர்களும் அக்கவிதைகள் குறித்து நிறையப் பேசியிருக்கிறோம். அதில், `கிளிக்கதை' என்றொரு கவிதையுண்டு. பெண் வாழ்வைப் பிரதிபலிக்கும் அற்புதமான கவிதை. சின்னஞ்சிறிய மகளுக்கும் தாய்க்குமான உரையாடலாக விரியும் அக்கவிதை, நேர்த்தியும் நிதர்சனமும் நிரம்பியது. எதார்த்தத்தை எழுத்தில் கொண்டுவருவது சாதாரணக் காரியமில்லை. பிரச்சாரத் தொனியில்லாமல் பேச வேண்டியதைப் பொட்டிற் அறைந்தாற்போலத் தெரிவிக்கும் நுட்பம் அக்கவிதையில் கூடி வந்திருக்கும்.

அக்கவிதை தந்த உந்துதலில் காலந்தோறும் பெண், இலக்கியங்களில் எப்படிச் சித்திரிக்கப்பட்டிருக்கிறாள் என அறியும் ஆவல் ஏற்பட்டது. ஒருநல்ல கவிதை மேலதிக எண்ணங்களையும் தொடர்ச்சியையும் தரவேண்டும். கல்பனாவின் கிளிக்கதை, சங்க இலக்கியத்தில் ஆங்காங்கே தென்படும் மெல்லிய பெண்குரலைக் கேட்க வைத்தது.

ஈனஸ்வரத்தில் எழுப்பப்பட்ட அக்குரல், எனக்குள் ஏற்படுத்திய அதிர்வுகள் அதிகம். இலக்கியங்களில் பெண்கள், வகைவகையாக வர்ணிக்கப்பட்டிருக்கிறார்கள். அந்த வர்ணனைகளை வாசித்தால் ஓர் ஆணால் அவள் எந்த அளவிற்குப் பூஜிக்கப்பட்டிருக்கிறாள் என்பதுபோலத் தோன்றும். உலகத்திலேயே ஆகப்பெரும் சமத்துவத்தைப் பெண்ணிற்கு வழங்கிய ஒரே சமூகம், தமிழ்ச்சமூகமே என்றுகூட எண்ணும் வாய்ப்புண்டு. ஆனால், உண்மை அதற்கு நேர்மாறானது.

எழுத்தில் ஒருமாதிரியும் இயல்பில் இன்னொரு மாதிரியுமே அவள் அணுகப்பட்டிருக்கிறாள். 'பார்வையிலிருந்து சொல்லுக்கு' எனும் தலைப்பிலுள்ள கவிதை, ஒரு தொலைபேசி அழைப்பு வந்ததும் அதை எடுத்துப்பேசும் பெண்ணை அதே வீட்டிலுள்ளவர்கள் எத்தனை சந்தேகத்துடன் பார்க்கிறார்கள் என்பது பற்றியது. கைப்பேசிகள் பரவலாகாத காலத்தில் வெளிவந்த அக்கவிதை, ஒட்டுமொத்தக் குடும்ப உறவுகளின் சிக்கலான மனநிலையைத் தோலுரித்துக் காட்டுவது.

எளிய சொற்களே என்றாலும், அக்கவிதை தந்த காத்திரத்திலிருந்து என்போலப் பலரும் மீளாதிருக்க வாய்ப்புண்டு. 'நிறம், அளவு, வடிவம், தன்மை / எதுவும் தெரியாமல் / நானெப்படி நடப்பது / உங்கள் செருப்பை அணிந்து' என்றொரு கவிதையில் கல்பனா கேட்டிருப்பார். அக்கேள்விக்கு வயது, மூவாயிரம் ஆண்டுகள். தொன்மைமிக்க தமிழும் வாழ்வும் துலங்கும் கேள்விகளில் அதுவும் ஒன்று.

பெண்ணின் உணர்வுகளைப் பெண்ணே எழுதும்போதுதான் துல்லியமாகப் வெளிப்படுகின்றன. ஆண் பார்வையிலிருந்து ஒன்றைப் பார்ப்பதற்கும் அதையே ஒரு பெண் எழுதுவதற்கும் வித்தியாசமில்லாமல் இல்லை. தொண்ணூறுகளுக்குப் பின் நவீன கவிதைகளின் போக்குகளைப் பெருமளவு மாற்றியதில் பெண் கவிஞர்களின் பங்கு மிகுதி. கவிஞர்களில் என்ன ஆண், பெண் என்று சிலர் கேட்கலாம். அது, தனி விவாதம். ஏற்கவேண்டியதை விட்டுவிட்டு எதற்கெடுத்தாலும் விவாதத்தில் இறங்குவதில் எனக்கு உடன்பாடில்லை. 'பார்வையிலிருந்து சொல்லுக்கு' என்னும் கல்பனாவின் நூல் தலைப்பை முதன்மைப்படுத்தியே சங்க இலக்கியத்தில்

பெண்களின் வாழ்வையும் வார்த்தைகளையும் தொகுத்துத் தர எண்ணினேன். ஒரு சொல், பார்வையிலிருந்தே கட்டமைகிறது. சங்கப் புலவர்கள் தம் பார்வையில் பட்டதை அப்படியே சொல்லாக்கிவிடவில்லை. கூடுதலாகச் சிலவற்றை இணைத்தே தந்திருக்கிறார்கள். அறிந்த அவர்கள் ஆக்கி அளித்துள்ள சொற்களில் பெரும்பகுதி ஆணிற்கான வக்காலத்துகளாகவே எனக்குப் படுகின்றன. 'நின்னினும் சிறந்தனள்' என்றொரு தொடர் ஐங்குறுநூறில்(292) வருகிறது.

அன்பான மனைவி வீட்டில் இருக்கும்போதே இன்னொருத்தியை வீட்டிற்கு அழைத்துவரும் தலைவன் சொல்லக்கூடிய தொடர் அது. அந்தத் தொடரை எதிர்கொள்ளும் மனைவியின் மனநிலையைக் கற்புடனும் அதுவே அன்றைய சூழலெனவும் அப்பாடல் காட்டுகிறது. முதல் மனைவியின் ஒப்புதலுடனே இரண்டாவது திருமணமோ இன்னொருத்தியுடனான உறவோ ஓர் ஆண் கொள்ளமுடியும் என்பதைப் படித்தபோது எனக்கு அதிர்ச்சி ஏற்பட்டது. கணவனுக்கு அல்லது தலைவனுக்கு எது பிடித்தாலும் அது தனக்கும் பிடித்ததாகக் காட்டிக்கொள்ளும்படியே ஒரு பெண் நிர்ப்பந்திக்கப்பட்டிருக்கிறாள்.

பெண்ணுரிமை, பெண் விடுதலை போன்றவை அந்தக் காலத்துப் பெண்களின் எண்ண ஓட்டங்களில் இருந்திருக்குமா என்பதே சந்தேகம். சங்ககாலப் பெண் வாழ்க்கையில் தீம்பாலும் தேனும் திரண்டெழுந்து ஓடியதுபோலவோ சகல கௌரவத்துடன் அவள் நடத்தப்பட்டாள் என்பதுபோலவோ காட்டும் காட்சிகளில் உண்மையில்லை. ஆணுக்காக ஒரு பக்கம் பத்தினி, பதிவிரதை, கற்புடையாள், குலமகளிர் எனும் கற்பிதங்களை உருவாக்கியவர்கள், இன்னொரு பக்கம் இற்பரத்தை, காமக்கிழத்தி, சேரிப் பரத்தை, நயப்புப் பரத்தை போன்ற சொற்களையும் உண்டாக்கியுள்ளனர்.

எந்தெந்தப் பெண்கள் கொண்டாடப்படுகிறார்களோ அந்தந்தப் பெண்கள் சிறுமைப் படுத்தப்பட்டும் உள்ளனர். ஓர் ஆணின் உடலிச்சைக்கு இரையாக்கப்படும் பெண்ணிற்கு விதவிதமான இழிபெயர்களைச் சூட்டியிருக்கின்றனர். வீட்டில் ஒருத்தி இருக்கும்போதே இன்னொருத்தியை அழைத்துவரும் ஆண், முதல் மனைவியின் வாயாலே 'நின்னினும் சிறந்தனள்'

என வந்தவளை வரவேற்று வாழ்த்த வைத்திருக்கிறான். உரையாசிரியர்கள் அதற்கு வெவ்வேறு விளக்கங்களைத் தந்திருக்கின்றனர். எனக்கு அப்பாடலை வாசித்த மாத்திரத்தில் பார்வையிலுள்ள சிக்கலை ஒரு தொடர், எவ்வளவு அழகாக நியாயப்படுத்துகிறது என்றே தோன்றிற்று.

புதிதாகத் தனக்குக் கீழாகவோ மேலாகவோ ஒரு பெண் அழைத்துவரப்படுகிறபோது அந்தப் பெண்ணின் மனம் என்ன பாடு பட்டிருக்கும் என்பதை உரையாசிரியர்கள் எங்கேயும் குறிக்கவில்லை. அதுவே அக்காலத்தைய மரபென்றும், வழக்கமென்றும் கடந்துள்ளனர். இன்றையப் பெண்ணியப் பார்வையிலிருந்து அதை அணுக முடியாதுதான். என்றாலும், அந்த மனநிலை எத்தகைய சிக்கலுக்குரியது? ஆணுடைய தேவைகளையும் ஆசைகளையும் பொருட்படுத்த வேண்டிய இடத்தில் நிறுத்தப்பட்டிருக்கும் பெண், தனக்குரிய குரலை வெளிப்படுத்தவே இல்லையா என்பதுதான் கேள்வி. எழுதுபவர்கள் ஆண்களாக இருக்கும்பட்சத்தில் பெண்களின் தவிப்புகளும் சங்கடங்களும் பெரிதுபடுத்தப்படாது போயிருக்கின்றன.

அதே ஐங்குறுநூற்றில்(203) ஒரு பெண் தன்னுடைய கணவனுக்காக, 'தேன் மயங்கு பாலினும் கலங்கலுற்ற நீர் இனிது' எனச் சொல்வதாக வருகிறது. திருமணம் முடிந்த தலைவியை அவளுடைய தோழி சிறிது காலம் கழித்துச் சந்திக்கிறாள். அப்போது அவள், 'அந்த ஊரில் குடிக்கும் தண்ணீர் உரிய சுவையுடனும் நிறத்துடனும் இருக்காதே' என்கிறாள். அதுமட்டுமில்லை, 'நம்முடைய ஊரிலும் வீட்டிலும் எப்போதும் தேனையும் பாலையும் குடித்து வளர்ந்த நீ அந்த நீரை எப்படித்தான் குடிக்கிறாயோ' எனவும் கேட்கிறாள். அதற்குத் தலைவி சொல்கிறாள், 'அவர் இருக்கும் இடமே எனக்கு இனிமையானது. எனவே, அந்தக் கலங்கலுற்ற நீரும் எனக்குத் தேனாகவும் பாலாகவும் இனிக்கிறது' என்கிறாள்.

மான்கள் குடித்த படித்துறை நீர், கலங்கியும் கறுத்தும் இருக்கிறது. அதைத்தான் அவள் குடித்துவிட்டுத் தேனாகவும் பாலாகவும் இனிக்கிறது என்கிறாள். ஒரு பெண் தன்னுடைய இயல்பைச் சுருக்கிக்கொண்டு, நேரும் இடைஞ்சலை

வெளிப்படுத்தாமல் வாழ்வதுதான் இல்லறத்தின் விதி என்பதை அப்பாடல் வரிகள் உணர்த்துகின்றன. மனமொத்த இல்லறத்தில் கலங்கல் நீரென்ன, உப்பு நீர்கூடச் சுவையே என்பது வேறு விஷயம். தேன் மயங்கு பாலினும் கலங்கல் நீர் இனிதெனச் சொல்லுபவள், அதை முதல்முறை பருகும்போது முகம் சுளித்திருப்பாளே அதுபற்றி ஏதேனும் பாடல் எழுதப்பட்டிருக்கிறதா என்பதை ஆராய வேண்டும்.

புலவர்களைவிடவும் உரையாசிரியர்களே ஆபத்தானவர்கள். போகிறப் போக்கில் புலவர் ஒரு காட்சியை விவரித்தால் அதற்கு அவர்கள் கொடுத்திருக்கிற முட்டுகள் இருக்கின்றனவே அவை முரட்டுத்தனமானவை. 'ஈன்ற பொழுதின் பெரிதுவக்கும் தன் மகனைச் / சான்றோன் எனக் கேட்ட தாய்' குறளுக்குப் பரிமேழகர் ஒரு விசித்திரமான உரையை எழுதியிருக்கிறார். அதாவது, மகனுடைய சான்றாண்மையை அவளே தெரிந்துகொள்ள வழியில்லை. காரணம் அவள் அறியாமையுடையவள்.

தன்னுடைய மகன் மிகப்பெரிய சான்றோன் என்று பிறர் சொல்வதைக் கேட்டே தெரிந்துகொள்ளும் நிலை அவளுடையது. எனவேதான் வள்ளுவர் 'கேட்ட தாய்' என எழுதியிருப்பதாக விளக்கம் சொல்லியிருக்கிறார். வள்ளுவர் எதன் நிமித்தம் 'கேட்ட தாய்' என்னும் சொல்லைப் பயன்படுத்தினாரோ தெரியவில்லை. ஆனால் பரிமேலழகரின் அந்த உரை, உவக்கவில்லை. சான்றாண்மை எனும் சொல்லிற்குக் கூர்மை, வீரம் ஆகிய பொருள்களும் உண்டு.

அப்படி வைத்துப்பார்த்தால் களத்தில் போரிடும் ஆகச்சிறந்த வீரனென்று பிறர் வந்து சொல்வதைக் கேட்ட தாய், பெரிதும் அகம் மகிழ்ந்தாள் என்றாகிறது. போர்க்களத்திற்குச் செல்லும் வாய்ப்பு பெண்ணிற்கில்லை. எனவே, அதுபற்றிப் பிறர் சொல்வதையே அத்தாய் கேட்க வேண்டும். 'அறியாமையின் கேட்ட தாய்' என்று பரிமேழலகர் எழுதியுள்ள பின்னணியை வேறு யாராவது பேசியிருக்கிறார்களா தெரியவில்லை. அதேபோலத் 'தெய்வம் தொழாஅள் கொழுநன்' என்னும் குறளுக்கும் பல்வேறு விளக்கங்கள் உள்ளன. 'வான்புகழ் கொண்ட மேலான ஒருவர் என்பதற்காக வேறு எவரையும் பின்பற்றி நடக்காமல், தன் கணவனை மட்டுமே எண்ணி

அவனுக்கு ஏற்றபடி அவனைப் பின்பற்றி நடப்பவள் பெய்ய வேண்டும் என விரும்பும் காலத்தே மழைபெய்யும்' என்று நாவலர் உரையெழுதியிருக்கிறார். கணவனை மதித்து நடப்பவள் பெய்யென்றால் வானம் உடனே மழையைப் பொழிந்துவிடும் என்பதுபோலவும் மேலோட்டமான உரையைப் பலர் எழுதியுள்ளனர். கலைஞர் இன்னும் ஒருபடி மேலே போய் தம்முடைய இயக்கத்தின் சார்பில் நின்று எழுதியிருக்கிறார்.

அவர், 'கணவன் வாக்கினைக் கடவுள் வாக்கினைவிட மேலானதாகக் கருதி அவனையே தொழுதிடும் மனைவி பெய் என ஆணையிட்டவுடன் அஞ்சி நடுங்கிப் பெய்கின்ற மழையைப்போலத் தன்னை அடிமையாக எண்ணிக் கொள்பவள் ஆவாள்' என்றிருக்கிறார். அது அடிமைத்தனமே என்றவர், கடவுளைவிட என்று எழுதியிருப்பதையும் கவனிக்க வேண்டும். கடவுளே இல்லையென எழுதும் இடத்தை அக்குறள் தரவில்லை. வள்ளுவரின் சொற்களை எப்படியும் புரிந்துகொள்ள வாய்ப்புண்டு. 'தொழு' என்னும் சொல்லிற்கு இணைதல், சேர்தல் எனும் பதங்களும் பொருளாக அமைவதால் அதனடிப்படையிலும் அர்த்தங்கொள்ளலாமென வி.இ. குகநாதன் எழுதியுள்ளார்.

அந்த ஒரு குறளுக்கு அவர் எழுதியுள்ள மிக விரிவான உரை, 'வினவு' இணைய தளத்தில் கிடைக்கிறது. பல்வேறு தரவுகளை மேற்கோள்காட்டி அவர் அளித்துள்ள விளக்கம் ஏற்கத்தக்கது. உண்மையில், ஒரு பாடலை நாம் சமூக எதார்த்தத்திலிருந்தும், பொதுப் புத்தியிலிருந்துமே பொருள் கொள்கிறோம். பெண் குறித்த நம்முடைய பார்வைகளும் அத்தகையனவே. பாலின வேறுபாடுகள் குறித்து நம்முடைய நினைவிலி மனத்தில் எப்படிப் பதிந்துள்ளனவோ அவையே படைப்புகளிலும் பார்வைகளிலும் பிரதிபலிக்கின்றன. உரையாசிரியர்கள் துணையில்லாமல் ஒரு பாடலை எப்போது புரிந்துகொள்ளத் தொடங்குகிறோமோ அப்போதே நாம் முழுமையான இலக்கிய வாசகராக ஆகிறோம்.

பெண், ஆணைத் தொழுது நடக்க வேண்டும் என்பது இயல்பான கருத்தாகத் திணிக்கப்பட்டிருக்கிறது. ஒரு பொய் தொடர்ந்து சொல்லப்படுவதால் அது உண்மையாகவும்

தொன்மையான கருத்தாகவும் ஆவதாக வரலாற்று ஆய்வாளர்கள் சொல்வதுண்டு. 'தென்னிந்தியக் குலங்களும் குடிகளும்' என்கிற அரிய நூலை எழுதிய எட்கர் தர்ஸ்டனும் இதே கருத்தை வழிமொழிந்திருப்பதை நினைவூட்டலாம். வரலாற்றிலும் சமூகத்திலும் பெண்களின் பங்கு எவ்வாறிருந்தது என்பதை அந்நூலில் அறியலாம். ஒருபுறம் 'இறைவி'யாகத் தொழுதல், இன்னொருபுறம் 'பொதுவி'யாக இகழ்தல் என்னும் நிலையே இருந்திருக்கிறது.

பெண்ணைத் தொழுதேற்றும் சிறுதெய்வ வழிபாடு குறித்துப் பத்திரிகையாளர் வெ. நீலகண்டன் 'தெய்வ மனுஷிகள்' என்னும் நூலை எழுதியிருக்கிறார். தமிழகத்தின் பல மாவட்டங்களில் தெய்வமாக்கப்பட்ட பெண்களைப் பற்றிய அரிய தகவல்கள் அந்நூலில் இடம்பெற்றுள்ளன. கதைகளாகவே சொல்லியிருக்கிறார். ஆனாலும், அக்கதைகளின் ஊடே வாழ்வையும் பண்பாட்டையும் இணைத்திருக்கிறார். ஆணவக்கொலை தொடங்கி சமூகத்தில் பெண்ணிற்கு இழைக்கப்படும் அத்தனை கொடுமைகளும் அப்பதிவுகளில் காணக் கிடைக்கின்றன.

ஒரு பெண் எப்போது தொழுவதற்குரிய தெய்வமாக ஆக்கப்படுகிறாள் என்றால் அது அவள் கொல்லப்படும்போதே என்னும் உண்மை சுடுகிறது. அறிமுகமில்லாத ஓர் ஆணுடன் பேசிவிட்டாள் என்பதற்காக உயிருக்குயிரான தங்கையைக் கொன்றுவிடும் அண்ணனின் கதை அதிலுண்டு. ஆதிக்கவெறிபிடித்த அரசனின் சொல்லிற்குக் கட்டுப்பட மறுத்து, அவன் தோட்டத்தில் விளைந்த மாம்பழத்தை உண்டதால் மரண தண்டனை விதிக்கப்பட்ட பெண்ணின் கண்ணீரும் அப்பதிவுகளில் பேசப்பட்டிருக்கிறது.

எல்லாக் கதைகளின் முடிவிலும் பாதிக்கப்பட்டவளே தெய்வமாக்கப்பட்டிருக்கிறாள். உண்மை எதுவென்று தெரிந்தபிறகு மக்கள் அந்தப் பெண்களைத் தெய்வமாகத் தொழத் தொடங்கியுள்ளனர். குற்ற உணர்ச்சியில் பீறிடுவதுதான் பக்தியோ என்னவோ? பால்யத்திலேயே விவாகம் முடிந்த ஒரு பெண் பருவம் எய்தியதும் கட்டிய கணவனைச் சேர அலங்கரிக்கப்படுகிறாள். முதலிரவுக்கான சகல சடங்குகளும் நடந்தேறுகின்றன. அவளும் வெகுநாள் சுமந்த கனவுகளையும்

யுகபாரதி ☐ 159

கற்பனைகளையும் ஏந்தியபடி அறைக்குள் நுழைகிறாள். அச்சமும் ஆசையும் கலந்த அவள், கொண்டவனை நெருங்கும்போது பொசுக்கென்று கணவன் பூமியில் சரிந்து விழுகிறான். எதுவும் புரியாமல் அழத் தொடங்குகிறாள். வெளியே நின்றிருந்தவர்கள் ஓடிவந்து அவன் இறந்துவிட்டான் என்கிறார்கள். கத்திக் கதறிக் கூப்பாடு போடுகிறாள். காரணம் புரியாமல் கல்லாக உறைகிறாள். கணவனைக் காட்டுக்குத் தூக்கிப்போகும் காரியங்களைத் தொடங்குகின்றனர். அந்த நேரத்தில் அவளும் ஈமத்தீயில் இறங்க வேண்டுமெனக் கட்டளையிடுகிறார்கள்.

கண்ணீரைக்கூடத் துடைக்கத் தெரியாமல் துவண்டிருந்த அவளுக்கு, ஊராரின் சொற்கள் எரிச்சலூட்டுகின்றன. மகளின் துக்கத்தைத் தாங்கிக் கொள்ள முடியாத தந்தை, எவ்வளவோ தடுத்துப் பார்க்கிறார். ஆனாலும், அவளும் அதே தீயில் உடன்கட்டை ஏறும் நிலை ஏற்படுகிறது. ஊராரால் உடன்கட்டை ஏற்றப்பட்ட 'நல்லம்மா' என்கிற அந்தப் பெண், பட்டுக்கோட்டையை அடுத்த தாமரங்கோட்டையில் தெய்வமாக நிற்கிறாள்.

அதே காட்சியை மதுரைப் பேராலவாயர் எழுதிய புறநானூறு (247) பாடலிலும் காணலாம். அப்பாடலில் பெருங்கோப்பெண்டு, தன் கணவனுடைய ஈமத்தீயில் வீழ்ந்து உயிர் துறந்த சோகம் சொல்லப்பட்டிருக்கிறது. 'யானை தந்த முளிமர விறகின்' எனத் தொடங்கும் அப்பாடல், எதார்த்தமும் எழுத்தும் வேறில்லை எனக் காட்டுவது. இறந்துபோன கணவனுக்காக இளமையை எரித்துக்கொள்ளும் துயரமென்பது எக்காலத்தும் ஏற்புடையதன்று. பேராலவாயர் அந்தச் சூழலை வருத்தம் தோய்ந்த வார்த்தைகளில் விவரித்திருக்கிறார். பெண் தெய்வத்தின் கோயில் முற்றத்தில், யானை கொண்டுவந்த காய்ந்த விறகில் வேடர்கள் தீமூட்டுகிறார்கள்.

மூட்டிய தீயின் ஒளியில் மடப்பம் பொருந்திய மான்களின் கூட்டம் உறங்கிக்கொண்டிருந்தது. அங்கே குரங்குகள் தீயைக் கிளறி ஆர்ப்பரித்து, மான்களை உறக்கத்திலிருந்து எழுப்புகின்றன. ஓயாது முரசு ஒலிக்கிறது. காவல் நிறைந்த பெரிய அரண்மனையிலிருந்து கணவனைப் பிரிந்த பெருங்கோப்பெண்டு, நீர் வழியும் கூந்தல் முதுகில் புரள,

தனியாளாக மனத்துயருடன் தீயில் இறங்கக் கிளம்புகிறாள். மரண தண்டனைக் கைதியை அழைத்துப்போவதுபோல அக்காட்சியைப் பேராலவாயர் எழுதியிருக்கிறார். கணவன் இறந்துபோனால் அதன்பின் ஒரு பெண்ணிற்கு வாழ்வே இல்லை என்பதன்று, வாழவே தகுதியில்லை என்பதுதான் அந்தக் காலத்து அறமாகக் கருதப்பட்டிருக்கிறது.

பெருங்கோப்பெண்டு தீயில் இறங்குமுன் பலர் தடுக்கிறார்கள். அதற்கு அவள் கூறிய மறுமொழி, அதே புறநானூறில் 246ஆவது பாடலாக வருகிறது. மரணத்திற்கு முன்னான சாசனமாக அவளே அப்பாடலை எழுதிவைத்துவிட்டுப் போயிருக்கிறாள். அவள் ஓர் அரசி. ஆனாலும், அவளுமே உடன்கட்டை ஏறி உயிரைத் துறந்திருக்கிறாள். பல்சான்றீரே எனப் பாடலைத் தொடங்கிய அவள் ‘கணவனுடைய ஈமத்தீயில் இறங்குவதைத் தடுக்க எண்ணுபவர்களே என்னை விட்டுவிடுங்கள். இப்போது ஓடிவந்து தடுக்க எண்ணும் நீங்கள், பிறகு எனக்காக எதுசெய்யவும் இயலாதவர்கள். கணவனை இழந்து கைம்பெண்ணாக நிற்பவளை இந்தச் சமூகம் என்ன கதிக்கு ஆளாக்குமென்று எனக்குத் தெரியும்.

நெய் கலவாத பழைய சோற்றை உப்பில்லாமல் எள் துவையலுடன் தின்ன வேண்டிய நிலையையே தரும். ஆடையோ அணிகலனோ என் விருப்பம்போல் அணிவதற்கு வழியிருக்காது. பட்டு மஞ்சத்தில் துயின்ற என்னை, சிறிய கற்களால் ஆன படுக்கையில் பாயுமில்லாது உறங்கச் சொல்லும். எதிர்வரும் துயரங்களைவிட இது ஒன்றும் பெரிதில்லை. இப்போதே மரித்துவிட்டால் இடர்களிலிருந்து ஓரளவேனும் தப்பித்துக் கொள்ளலாம். உயிர் வாழ்ந்து சிறுகச் சிறுகச் சாவதைவிட, ஒரே அடியாகப் போய்ச் சேர்வது மேல்’ என்கிறாள். பெண்ணை இந்தச் சமூகம் ஆணின் நிழலாகவே அணுகியிருக்கிறது.

பிறந்தவீட்டில் வசதியாக வாழ்ந்திருந்தாலும், கணவனுக்காக உள்ளொடுங்கிய உணர்வினைத் தருவித்துக்கொள்வதே இல்லறத் தகுதியாகப் பார்க்கப்பட்டிருக்கிறது. ‘பிரசம் கலந்த வெண் சுவைத் தீம்பால்’ எனும் பாடலில் போதனார் ஒரு பெண்ணின் இல்லறக் குணங்களாகச் சிலவற்றை எழுதியிருக்கிறார். நற்றிணையில் நூற்றுப்பத்தாம் பாடலாக

வரக்கூடிய அதில், கணவனின் வீட்டுச்சூழலை நிதானித்துத் தன் மகள் ஒருவேளையே உணவு உண்கிறாள். பாலும் தேனும் பருப்பரிசியுமாக உண்டு வளர்ந்தவள், கொண்டவனுக்காகத் தன்னைக் குறுக்கிக்கொள்கிறாள். பெற்றோர்கள் உதவுகிறோம் என்றாலும், கணவனுடைய திறனுக்கும் தகுதிக்கும் இழுக்கு என்பதால் பெற்றுக்கொள்ள மறுக்கிறாள். வறுமையிலும் இன்பம் காணக்கூடிய மகளின் உள்ளம் எங்களை உற்சாகப்படுத்துகிறது' என்பதாகப் போதனார் எழுதியிருக்கிறார்.

கணவனுடைய வட்டத்திற்குள் வாழ்வதே நியதி. தன்னுணர்ச்சிகளுக்கும் தனித்துவத்திற்கும் அங்கே இடமே இல்லை. ஆண், பெண் என்கிற பாலின வேறுபாடுகள் கறாராகக் கடைப்பிடிக்கப்பட்டுள்ளன. கிடைத்துள்ள பாடல்களை வைத்துக்கொண்டு ஒட்டுமொத்தச் சமூகத்தின் நிலையும் அதுவே என்று வரையறுக்க வாய்ப்பில்லை. என்றாலும், ஓரளவு ஊகிக்க முடிகிறது.

பரிபாடலில்(20) வரக்கூடிய ஒரு பாடல், ஓர் ஆணுக்கு அக்காலத்தில் இருந்த சுதந்திரத்தை அளந்து பார்க்க உதவும். நல்லந்துவனார் எழுதிய அப்பாடலில் வரும் தலைவன் மனைவிக்குத் தெரியாமல் இன்னொரு பெண்ணுடன் உறவில் இருக்கிறான். கார்காலம் தொடங்குவதற்குள் வந்துவிடுவேன் என்றவன் வரவில்லை. தலைவி சோகத்தில் ஆழ்ந்திருக்கிறாள். அதுபற்றித் தோழிக்கு மிகுந்த கவலை ஏற்பட, தலைவனுக்குப் பாணன்மூலம் தூது அனுப்புகிறாள்.

பாணனோ, 'நீ வரவில்லை என்று உன் தலைவி சோகத்தில் இருக்கிறாள்' எனச் சொல்லாமல், 'வைகையில் புதுவெள்ளம் பெருக்கெடுத்து ஓடுகிறது. மக்களெல்லாரும் மகிழ்ச்சியோடு அதில் விளையாடக் கிளம்பிக்கொண்டிருக்கிறார்கள்' என்கிறான். ஊரின் கொண்டாட்டத்தை எடுத்துச்சொன்னால் உடனே அவன் வீட்டையும் மனைவியையும் நினைத்துப் புறப்படுவான் என எண்ணுகிறான். அதுபோலவே தலைவனும் ஆர்வத்துடன் ஊருக்குக் கிளம்புகிறான். பாடலில் வரும் ஊரின் வர்ணனைகள் அபாரமானவை. கார்காலம் என்பதால் அடைமழை பெய்யத் தொடங்கிவிட்டது. அந்த மழைநீர், புலியைத் தந்தத்தால் குத்திச் சாய்த்த யானையின் இரத்தக்

கறைகளைக் கழுவுகிறது. ஊர் மக்களெல்லாரும் அவசர அவசரமாக வைகையில் நிகழவுள்ள திருவிழாவை இரசிக்கப் புறப்படுகிறார்கள். அம்மாவினுடைய கைவளையல்களையும் இன்னபிற அணிகலன்களையும் மகள்களும், மகள்களின் ஆபரணங்களை அம்மாவும் மாற்றி மாற்றி அணிந்துகொள்வதாக நல்லந்துவனார் காட்சிப்படுத்தியிருக்கிறார். அவசரத்திலும் உற்சாகத்திலும் அவர்கள் மேற்கொள்ளும் காரியங்கள் நகைப்புக்குரியன. அங்கே அவர்கள் ஒவ்வொரு பெண்ணும் என்னவிதமான அணிகலன்களை அணிந்து வந்திருக்கிறார்கள் என்பதைப் பார்க்கிறார்கள். ஒருவருக்கொருவர் உற்றுப்பார்த்து வியக்கிறார்கள்.

அப்போது அந்தக் கூட்டத்தில் ஒரு பெண் அணிந்துள்ள கைவளையல்கள் தலைவியினுடையவையெனத் தெரிந்துவிடுகின்றன. அந்தப் பெண்ணைத் தொடர்கிறார்கள். அவளோ ஏனைய பெண்கள் பார்ப்பதைக் கண்டதும், கூட்டத்தில் போய் ஒளிந்துகொள்கிறாள். தலைவியின் கைவளையல்களே அவை எனப் பார்த்ததும் தெரிந்துகொள்கிறார்கள் எனில், எந்த அளவிற்கு அவர்கள் தலைவியை நெருங்கியவர்கள் என்பதை விளங்கிக்கொள்ளலாம். பெண்கள் அணிகலன்களை அணிந்துகொள்வதிலும் சூட்சமங்கள் இருக்கின்றன.

தன்னுடைய அணிகலன்களைவிட, அடுத்த பெண் அணிந்துள்ள அணிகலன்களில் பெண்களுக்கு எப்போதுமே அதீதக் கவனமுண்டு. அதுபடி, ஒளிந்துகொண்ட பெண்ணை ஊர்ப்பெண்கள் துரத்துகின்றனர். ஒருகட்டத்தில் அவளை நெருங்கிவிடுகின்றனர். அவளும் வேறுவழியில்லாமல் சிக்கிக்கொள்கிறாள். சிக்கிக்கொண்டவளின் பக்கத்தில் தலைவன் நிற்கிறான். மாதவிமீது மாளாத மையல் கொண்ட கோவலன்கூட, எந்தச் சந்தர்ப்பத்திலும் கண்ணகியின் காற்சிலம்பைக் கொண்டுபோய் மாதவியிடம் கொடுக்கவில்லை.

வறுமை பீடித்தபோது அதை ஒரு வணிகனிடமே விற்றான். ஆனால், பரிபாடல் தலைவனோ தலைவியின் கைவளையல்களை ஒரு பரத்தையின் கைகளில் சேர்த்திருக்கிறான். விசாரணையில் தலைவியின் கைவளையல்களே அவை என்பதை அணிந்திருந்த 'அந்த' அவளும் மறுக்கவில்லை. வெட்கத்தில் கூனிக்குறுகிப் போகிறாள். ஊர்ப்பெண்கள் அவளை வைகிறார்கள்.

‘காசுக்காகவும் நகைக்காகவும் எங்களுடைய தலைவியின் வாழ்க்கையில் மண்ணள்ளிப் போடுகிறாயா’ என்கின்றனர். அவளும் ஒருகட்டம்வரை பொறுத்திருக்கிறாள். பிறகே பேசுகிறாள். ‘கொடுத்த இன்பத்திற்கான கூலியாகவே அதை நான் பெற்றிருக்கிறேன். தலைவியைத் தவிர்த்துவிட்டு வந்தவனைக் கேட்க வேண்டிய கேள்வியை எல்லாம் ஏன் என்னிடத்தில் கேட்கிறீர்கள்’ என்கிறாள்.

அதுமட்டுமன்று, தலைவியின் தகுதியையும், கணவனைக் காக்க முடியாத இயலாமையையும் அவள் குத்திக் காட்டுகிறாள். அவளுடைய சொற்களைக் கேட்ட ஊர்ப்பெண்கள் வாயடைத்துப் போகவில்லை. மேலும் மேலும் அவளைச் சீண்டுகிறார்கள். கற்புடைய பெண்ணைக் கேவலப்படுத்தும் அருகதை அவளுக்கில்லை என்கின்றனர். ஐம்புலனுக்கும் உரியதான காம இன்பத்தைக் கடைச்சரக்காக்கி விற்கும் விலைமகளே என்றெல்லாம் அவர்கள் பேசுவதை விவரிக்க முடியாது.

அந்தப் பெண்ணைக் காமுகராகிய பன்றிகள் உண்ணும் வாய்த்தொட்டியென்றும், முதிராத கள்ளில் நீர் கலந்து மோகத்தை ஊட்டுவிக்கும் முதுசாடியென்றும் அவர்கள் சாடுவதை வேதனையுடன் அந்தப் பெண்ணும் விளங்கிக்கொள்கிறாள். அவளும் பதிலுக்குப் பதில் தலைவனை வைத்துக்கொண்டே ஆத்திரம் முழுவதையும் அவிழ்த்துவிடுகிறாள். உழவு எருது காணாமல் போய்விட்டால் அதை அப்படியே விட்டுவிடுவது வேளாளர்க்குப் பெருமை கிடையாது. அது எங்கே இருக்கிறது எனத் தேடிக் கண்டுபிடித்துக் கொண்டுவருவதே குலமரபு. அதுபடி, தலைவனை அவர்கள் தலைவியுடன் இணைக்கிறார்கள் என்பதுடன் பாடல் முடிவடையும்.

மிக நீளமான அந்தப் பாடல் இறுதியில் சொல்ல வருவது ஒன்றுதான். கற்புடைய குலப்பெண்ணிற்கு உரிய மரியாதை, காமக்கிழத்திக்கோ கவர்ந்துசெல்லும் பரத்தைக்கோ கிடையாது. தலைவனே தேடி வந்தாலும், அவன் உடலிச்சையைத் தீர்ப்பவள் தெருவிலே நிறுத்தப்படுவாள். எத்தனைச் சிக்கலை விளைவித்தாலும் தலைவனோ கணவனோ திரும்பிவந்தால் ஏற்றுக்கொண்டு வாழ்வை நடத்த வேண்டும். குடும்ப அமைப்பைச் சிதையவிடாமல் அதற்கேற்பத் தன்னை

வடிவமைத்துக்கொள்வதே பெண்ணிற்கு அழகு. சங்க இலக்கியத்தை மேலோட்டமாக வாசித்தால் அதில் அகமும் புறமும் ஆகச்சிறப்பாகச் சொல்லப்பட்டுள்ளன என்பதுபோலத் தெரியும். ஆனால், அவற்றை ஆழ்ந்துபார்த்தால்தான் மெல்லிய உறவுச் சிக்கல்களும் அவற்றுள் இருக்கின்றன என்பது பிடிபடும். உதாரணத்திற்கு ஆலங்குடி வங்கனார் எழுதிய பாடல் ஒன்றுண்டு. எழுதப்பட்ட காலத்தையும் சமூக அமைப்பையும் கூடவே ஓர் ஆணின் மனநிலையையும் தெரிந்துகொள்ள அப்பாடல் உதவும்.

குறுந்தொகையில் நாற்பத்து ஐந்தாவது பாடலாக வருவது. 'காலை யெழுந்து கடுந்தேர் பண்ணி / வாலிழை மகளிர்த் தழீஇய சென்ற / மல்ல லூரன் எல்லினன் பெரிதென / மறுவருஞ் சிறுவன் தாயே / தெறுவ தம்மவித் திணைப்பிறத் தல்லே' எனும் அப்பாடல் வாசிப்பு அனுபவத்தைத் தருவது. எப்போது விடியுமெனக் காத்திருந்தவன் போலத் தலைவன் எழுகிறான். எழுந்தவன் அலங்கரிக்கப்பட்ட தேரில் கிளம்புகிறான். வேலைக்கோ வேறு ஏதோ காரியத்திற்கோ இல்லை. அவன் அத்தனை அக்கறையுடன் தன்னைத் தயார்படுத்திக்கொண்டு கிளம்புவது பரத்தையின் வீட்டிற்கு. வீட்டிலே மனைவி இருக்கிறாள். இருந்தாலும் அவனுக்கு 'அந்த' அவள்மீது ஏதோ ஒரு மயக்கம். தினசரி இதையே வேலையாகவும் விருப்பமாகவும் செய்து வருகிறான்.

தலைவி தன்னுடைய தோழியிடம் இதுகுறித்துப் பேசிப்பேசி மாய்ந்துபோகிறாள். என்ன செய்வதென்று விளங்கவில்லை. ஆணுக்குப் புத்திமதி சொல்வது ஆகாது என்பதால் உள்ளுக்குள்ளேயே புழுங்கிக்கொண்டிருக்கிறாள். அவனோ எதைப் பற்றியும் யோசிக்காமல் பரத்தையின் வீடே கதியென்று கிடக்கிறான். காலங்கள் செல்கின்றன. ஒருகட்டத்தில் தலைவி, தலைவனுடைய தொடர் செய்கையினால் வேதனையுற்றுக் கோபித்துப் பிரிந்துவிடுகிறாள்.

செல்வம் மிக்க ஒருவனைத் திருமணம் செய்ததற்குப் பதில் ஏழை ஒருவனை ஏற்றிருக்கலாமோ என்றுகூட அவளுக்கு நினைக்கத் தோன்றுகிறது. ஓர் ஆணுக்குச் செல்வமும் சிறப்பும் சேர்கிறபோது அவன் இப்படியான காரியங்களில் இறங்குவதுதான் இயல்போ என்றுகூட எண்ணுகிறாள்.

என்ன செய்வது, என்ன இருந்தாலும் அவன் ஆணாயிற்றே என்று அமைதியாக அவள் தனித்து வாழத் தொடங்குகிறாள். அந்த நேரத்தில் தலைவனின் தூதுச் செய்தியுடன் ஒருவன் வருகிறான். செய்தி வேறொன்றுமில்லை. மறுபடியும் தலைவியிடமே தலைவன் வர விரும்புவதுதான். பழகப் பழகப் பாலும் புளிப்பதுபோலப் பரத்தையின் சகவாசம் அவனுக்குப் பிடிக்காமல் போகிறது. எனவே, திரும்பவும் தலைவியைச் சேர்ந்து வாழ விரும்புகிறான். முதலில் முடியவே முடியாது என மறுப்பவள், பிறகு வேறு வழியே இல்லாமல் உடன்பட்டு வாழச் சம்மதிக்கிறாள்.

அத்துடன் பாடல் முடிந்திருந்தால் பிரச்சினையில்லை. அப்பாடலில் ஆலங்குடி வங்கனார் என்ன எழுதுவார் தெரியுமா, 'தெறுவ தம்மவித் திணைப்பிறத் தல்லே' என்பார். அதாவது, தலைவியின் மனம் கலங்கக்கூடிய செயலைத் தலைவன் செய்தாலும், அதனை மறந்து ஏற்றுக்கொள்வது துன்பம். துன்பமே ஆனாலும், அது அந்தக் குடியில் பிறந்த பெண்ணிற்கே உரிய செயல் என்று அடிக்கோடிடுகிறார்.

ஒரு பெண் எல்லாத் துயரங்களையும் சகித்துக்கொள்வதுதான் வாழ்வின் எதார்த்தமா என்ற கேள்விக்குப் பதிலில்லை. பாடலில் 'வாலிழை மகளிர்' என்று பரத்தையைச் சொன்ன ஆலங்குடி வங்கனார், தலைவியைச் 'சிறுவனின் தாய்' என்று குறித்திருக்கிறார். தனித்திருந்தால் அந்தத் துன்பத்தை மறுபடியும் சகித்துக்கொள்ளத் தேவையில்லை. ஆனால், அவளோ ஒரு சிறுவனுக்குத் தாயாகவும் ஆகியிருக்கிறாள். ஆகவே, அவனுக்காகவேனும் தலைவனை ஏற்கத்தான் வேண்டும் என்பதுபோல முடித்திருக்கிறார்.

ஓர் ஆண் செய்யக்கூடிய அதே காரியத்தைப் பெண் செய்தால் சமூகம் ஏற்றுக்கொள்வதில்லை. இந்த இடத்தில் எழுத்தாளர் ஜெயகாந்தன் எழுதிய 'அந்தரங்கம் புனிதமானது' கதை நினைவிற்கு வருகிறது. அம்மாவைத் தவிர்த்து வேறொரு பெண்ணுடன் அப்பாவிற்கு இருக்கும் உறவைத் தெரிந்துகொள்ளும் மகன், அந்தச் சிக்கலை எப்படிக் கையாளுகிறான் என்பதை அவர் மிக ஆழமாகவே யோசித்திருக்கிறார். அக்கதையில் அவர் விவாதித்துள்ள அந்த விஷயம், நம்முடைய குடும்ப உறவுகளில் ஏற்படும்

தடுமாற்றங்களைச் சொல்வது. பண்பாட்டிற்கும் பக்குவத்திற்கும் இடையேயான மெல்லிய கோடு அது. அந்தக் கோட்டை அவர் அழகிய சித்திரமாக ஆக்கித் தந்திருக்கிறார். கதையை வாசித்தபோது எனக்கெழுந்த கேள்விகள் பல. விபரீதம் தெரிந்தே அம்மா ஏன் அப்பாவை ஒரு வார்த்தைகூடக் கேட்கவில்லை என்பதற்கு ஜெயகாந்தனே விளக்கமும் கொடுத்திருக்கிறார்.

பல வருடங்களுக்குமுன் வாசித்த கதை. என்றாலும், அக்கதையில், 'யார் மேலே நமக்கு ரொம்ப மதிப்போ அவங்க அந்தரங்கத்த மிக ஜாக்கிரதையா கௌரவிக்கணும்' என்ற வரிகள் இன்னுமே மறக்கவில்லை. ஒருவர் நெருக்கமாக இருக்கிறார் என்பதாலே அவருடைய அந்தரங்கத்திற்குள் பிரவேசிக்கும் உரிமை இன்னொருவருக்கு வந்துவிடுவதில்லை. கணவன், மனைவி என்றாலுமேகூட எல்லைகள் உண்டென்பதே அவர் வாதம். தனி மனித சுதந்திரம் என்கிற புள்ளியிலிருந்து அவர் அணுகிய அந்தப் பிரச்சினை, தமிழ்நிலப் பரப்பில் எல்லாக் காலத்திலும் இருந்து வந்திருக்கிறது.

ஒழுக்க விதிகளை உத்தேசித்து, ஒருவருடைய அன்பையும் சுதந்திரத்தையும் அலசி ஆராய்வது வீண் வேலை. சங்க காலத்தில் குடும்பம் என்கிற அமைப்பும், அது ஆண், பெண் இருவரிடையே ஏற்படுத்திய தாக்கமும் கொஞ்சமல்ல. 'கண்டிசிற் பாண பண்புடைத் தம்ம' எனத் தொடங்கும் குறுந்தொகைப் பாடல் தலைவனுக்கும் தலைவிக்கும் இடையே நிகழ்ந்த உரையாடலை விவரிக்கிறது. சிறிதுகாலம் தலைவியைப் பிரிந்து, வேறொரு பெண்ணுடன் உறவுகொண்டிருந்த தலைவன் திரும்பி வருகிறான்.

கணவனின் அடாத செயலில் தலைவி கோபமுற்றிருக்கிறாள். அவளுடைய அதீத பிரியமே அடங்காத கோபமென அவனுக்குத் தெரியும். எனவே, அவன் ஒரு பாணனை அனுப்பி, பிரச்சினையைத் தீர்த்துவைக்கச் சொல்கிறான். தான் திருந்திவிட்டதாகவும், மகன்மீதும் மனைவிமீதும் அதே அன்புடன் இருப்பதாகவும் தெரிவிக்கச் சொல்கிறான். பாணனும் அவன் சொன்னபடியே எல்லாவற்றையும் அவளிடம் போய்ச் சொல்கிறான். ஆனால், அவளோ ஏற்கவில்லை. ஏகவசனத்தில் எதையெதையோ பேசி அனுப்பிவிடுகிறாள். பாணனுக்கு

ஒன்றுமே புரியவில்லை. அவளுடைய நியாயங்களும் கோபங்களும் சரியென்றே பட, மேற்கொண்டு எதையும் பேசாமல் திரும்பிவிடுகிறான். காத்திருக்கிற தலைவனிடம் வந்து நடந்தவற்றை விவரிக்கிறான். தலைவனோ வேறு என்னதான் செய்வது எனப் பாணனிடமே யோசனை கேட்கிறான். அதற்கு அவன், 'நான் அறிந்தவரை அவள் உன்மீது கோபத்துடன் இருக்கிறாளே தவிர, அன்பில்லாமல் இல்லை. வேண்டுமானால் ஒன்று செய். முதலில் வீட்டுக்குப் போ. அவளுடைய அனுமதியைக் கோர வேண்டியதில்லை. எத்தனை கோபத்துடன் இருந்தாலும் உன் முகத்தைப் பார்த்தால் சகலத்தையும் அவள் மன்னித்து உன்னை ஏற்றுக்கொள்வாள்' என்கிறான்.

தலைவனும் பாணனின் சொற்படி வீட்டுக்குப் போகிறான். தலைவியோ ஆத்திரத்துடன் மேலும் சில அக்கினி வார்த்தைகளை அள்ளி வீசுகிறாள். பதில்பேசாமல் அனைத்தையும் கேட்டுக்கொண்ட தலைவன், அதன் பிறகு கட்டிலில் உறங்கிக்கொண்டிருக்கும் மகனை அணைத்தவாறு படுத்துக்கொள்கிறான்.

அந்தக் காட்சியைக் கண்ட தலைவி, அவன் மீதான கோபத்தைக் கைவிட்டு, அதற்கப்பால் அவளுமே அவனைத் தழுவிக்கொள்கிறாள் என்பதுடன் பாடல் முடிகிறது. முதலில் அவளுக்கு அவன்மீது இருந்த கோபம், தன்னை நிராகரித்துவிட்டு இன்னொருத்திமேல் எழுந்த காதலால் விளைந்தது. அது, காதலோ காமமோ எப்படி வேண்டுமானாலும் வைத்துக்கொள்ளலாம். முதலில் ஒழுக்கமென்கிற விதியை அவன் மீறியதாலும், உடனிருந்த தன்னையும் மகனையும் மறந்துவிட்டு யாரோ ஒருத்தியை நாடியதாலும் வன்சொல்லால் வைகிறாள். பிறகு அவளே கனிந்து, இடைவெளியை நிரப்பி இணைந்துகொள்கிறாள்.

பாடலை நுட்பமாகக் கவனித்தால் ஒன்று தெரியும், அவன் திருந்தியும் திரும்பியும் வந்துவிட்டான் என்பதால் அவள் ஏற்கவில்லை. தன்னுடைய மகன்மீது அதே அன்புடன் அவன் தென்படுகிறான் என்பதால்தான் ஏற்கிறாள். ஒரு பெண் தாயாக ஆனபிறகு தன்னுடைய எல்லா ஏக்கங்களையும் பிள்ளையிடமே காண்கிறாள். அது நிமித்தமே அடாத

கணவனின் அக்கிரமங்களையும் பொறுத்து அவனை ஏற்கிறாள். பேயனார் எழுதிய அந்தப் பாடலில் விரவியுள்ள சங்கதிகள், ஒரு தமிழ்ப்பெண்ணின் மன அமைப்பையும் வாழ்வியல் முறையையும் தெரிவிக்கின்றன.

குழந்தைக்காக ஒரு கொடூரக் கணவனைச் சகிக்க வேண்டுமா எனலாம். பரத்தையுடன் பொழுதுகளைக் கழித்த ஒருவன், எத்தனை பொறுப்பில்லாமல் நடந்துகொண்டாலும் கேள்வியே கேட்காமல் அவனைப் பொறுத்துக்கொள்ள வேண்டுமா எனவும் கேட்கலாம். எல்லாக் கேள்விகளையும் பேயனாரே கேட்டுத்தான் முடிவாக ஒன்றைச் சொல்லியிருக்கிறார். குடும்ப அமைப்பை எப்படியாவது காத்துவிட வேண்டும் என்கிற அக்கறையே அப்பாடலில் வெளிப்படுகிறது. ஜெயகாந்தனின் கதையிலும் இதே தொனிதான் வெளிப்படும். கணவனுக்கு இன்னொரு பெண்மீது ஈடுபாடும் காதலும் இருப்பது தெரிந்துமே கண்டுகொள்ளாமல் கடந்துபோகும் இரமணியம்மாள், குடும்பம் சிதைவதை எங்கேயும் விரும்பவில்லை. மகனைக் கண்டிக்கும் இடத்திலும் அவள் கணவனின் சுதந்திரத்தையும் கம்பீரத்தையுமே பேசுகிறாள்.

காதலித்தே தன்னைத் திருமணம் செய்துகொண்ட அவர், இன்னொரு பெண்ணிற்காகத் தன்னைத் தவிர்த்துவிடுவார் என எண்ணவில்லை. ஜூலியன் ஹக்ஸ்லீ நூல்களை வாசிக்கக்கூடிய இரமணியம்மாள், சர்வ ஜாக்கிரதையுடன் அப்பிரச்சினையைக் கையாள்கிறாள். ‘எனக்கும் வருத்தமிருக்கிறது. அதற்காக, மகனே ஆனாலும், எங்கள் இருவருடைய தாம்பத்தியத்திற்குள்ளும் அந்தரங்கத்திற்குள்ளும் வருவதற்கு உனக்கென்ன உரிமை இருக்கிறது’ என்கிறாள். இல்லறமென்கிற சொல்லிற்கு அந்தரங்கம், தாம்பத்தியம் ஆகிய இரு பெரிய பொருள்கள் உண்டு. அவிழ்க்க முடியாத ஆயிரமாயிரம் சிக்கல்களுடையதே குடும்ப அமைப்பு. அதை வகுத்தும் பகுத்தும் தீர்வையோ தீர்ப்பையோ எழுதுவது எளிதன்று.

ஜெயகாந்தனின் கதை திருமணத்திற்கு அப்பாலும் ஓர் ஆணின் சுதந்திரத்தைப் பேசுகிறதென்றால், ஆறுமுகத்தாயின் கதை ஒரு பெண்ணிற்கு இழைக்கப்பட்ட அநீதியை அலசுகிறது. சிறுதெய்வமாகிப் போன மனுஷிகளில் ஒருத்தியே ஆறுமுகத்தாய். அந்த ஆறுமுகத்தாய் நெல்லை

இராஜவல்லிபுரத்தை அடுத்த வண்ணான்பச்சேரி என்னும் கிராமத்தில் வழிபடும் தெய்வமாக மாறியிருக்கிறாள். அத்தெய்வத்திற்குச் சீப்பு, கண்ணாடி, ரிப்பன் ஆகியனவே படையலாக வைக்கப்படுகின்றன. ஆறுமுகத்தாயின் கதை வழக்கமானது இல்லை. வரம்பு மீறிய உறவைப் பேசுவது. திருமண வயதுவந்ததும் ஆறுமுகத் தாயிக்கு நல்ல மாப்பிள்ளையை அவர்கள் பெற்றோர் தேடத் தொடங்குகிறார்கள். ஆனாலும், ஒவ்வொரு முறையும் அது கைகூடாமல் போகிறது. காரணம் ஆறுமுகத்தாயேதான்.

எந்த மாப்பிள்ளை வந்தாலும் பிடிக்கவில்லை என்கிறாள். ஏதாவது ஒரு காரணத்தைச் சொல்லித் தட்டிக் கழிக்கிறாள். பெற்றோருக்கு எதுவுமே பிடிபடவில்லை. விசாரித்த பிறகுதான் விவரம் தெரிகிறது. ஆறுமுகத்தாயிக்கு அவளுடைய அக்கா கணவன்மீது ஈடுபாடு. இரண்டு குழந்தைகளுக்குத் தகப்பனாயிருக்கும் ஒருவன்மீது ஈடுபாடு கொண்ட ஆறுமுகத்தாயை அவள் அக்காவே கடுமையாகக் கண்டிக்கிறாள். பெற்றோர்கள் கெஞ்சிக் கூத்தாடி எப்படியாவது அக்காவிடம் சம்மதம் பெற முயல்கிறார்கள். ஆனாலும், அக்கா உறுதியாக மறுத்துவிடுகிறாள்.

பிரச்சினையை எப்படித் தீர்ப்பதென்று ஒருவருக்கும் விளங்கவில்லை. இறுதியில் ஒரு நல்ல நாளில் ஆறுமுகத்தாயை மலர்களாலும் ஆபரணங்களாலும் அலங்கரித்து வயல்வெளிக்குக் கூட்டிப் போகிறார்கள். அண்ணன்மார்களும் உடனிருக்க, வலுக்கட்டாயமாக அவள் வாயில் விஷம் ஊற்றப்படுகிறது. அவள் சாகவில்லை என்றாலும், அண்ணன்களில் ஒருவனே அவள் குரல்வளையை நெரித்துக் கொடூரமாகக் கொல்கிறான்.

ஊருக்குத் தெரிவதற்குள் ஆழக் குழிதோண்டி அங்கேயே புதைத்தும் விடுகிறார்கள். அக்காவின் கணவன்மீது காதலுற்ற அவளின் சாவிற்குப் பின் ஊரே வறண்டு போகிறது. சேர்ந்த செல்வமெல்லாம் தங்காமல் கரைந்துவிடுகிறது. நோய் நொடியென்று ஊரே பாழ்படுகிறது. எல்லாவற்றுக்கும் காரணம் ஆறுமுகத்தாயே எனக் கருதியவர்கள், பின்னர் அவளை வழிபடத் தொடங்கியதாகக் கதை சொல்லப்படுகிறது. ஆறுமுகத்தாயின் ஆசைக்குக் காரணமான அக்காவின் கணவரை அவர்கள் எதுவுமே செய்யவில்லை. இரண்டு குழந்தைகளைக்

காரணம் காட்டித் தப்பிக்கவிட்டிருக்கிறார்கள். ஒருத்தியைக் கொன்ற அண்ணன்மார்கள், இன்னொருத்தியின் வாழ்வைக் காப்பாற்றியது, குடும்ப அமைப்பைக் குலையாமல் வைத்திருக்கவே. ஆண் எது செய்தாலும் அவனைக் கண்டிக்கவோ தண்டிக்கவோ சமூகம் எண்ணுவதில்லை.

ஆறுமுகத்தாய் அக்காவின் வாழ்வில் அத்துமீறி நுழைந்துவிட்டதால் அப்படி ஒரு முடிவென்று கதைக்கு நீதியையும் நியாயத்தையும் வழங்கலாம். ஆண், பெண் இருவருக்கும் பொதுவான விதிகளோ வரைமுறைகளோ வகுக்கப்படாதபோது இப்படியான பிரச்சினைகள் நீடித்துக்கொண்டேதான் இருக்கும்.

எழுத்தாளர் கி.ராஜநாராயணின் 'தோற்றது' கதையை இத்துடன் இணைத்துப் பார்க்கலாம். 'கரிசல் காட்டுக் கடுதாசி'யில் அக்கதை இடம்பெற்றிருக்கிறது. தோழர் பி. எஸ். என்பவரின் பார்வையில் அக்கதை சொல்லப்பட்டிருக்கும். ஊருக்கு ஒதுக்குப்புறமாக இருக்கும் காட்டுக் கோயில் பேய்களும் பிசாசுகளும் உலவுவதாகப் புரளி. தோழர் பி.எஸ்., முற்போக்கானவர். மூடநம்பிக்கைகளுக்கு எதிராக முழங்குபவர். நாத்திகவாதியாக அறியப்படும் அவர் எதற்கும் அஞ்சாதவர். அவரிடம் ஊரிலுள்ள சிலர் நீங்கள் தைரியமானவர் என்றால் நிறைந்த நடுச்சாமத்தில் அந்தக் கோயிலை ஒட்டியுள்ள ஆலமரத்தில் நாங்கள் கொடுக்கும் கண்டாங்கித் துணியை ஏறிக் கட்ட முடியுமா எனப் பந்தயம் கட்டுகிறார்கள்.

தோழருக்கு அது பெரிய விஷயமாகப் படவில்லை. சாமி, பூதம் எல்லாமே கட்டுக் கதை என்கிறார். நிரூபிக்கவும் தயார் என்கிறார். பேசியபடியே நாள் குறிக்கப்படுகிறது. அவரும் துணிச்சலுடன் காட்டுக்கோயிலுக்குப் போகிறார். போனால் அங்கே அந்த நள்ளிரவில் கோயிலுக்குப் பின்புறத்தில் ஒரு பெண்ணும் ஆணும் கலவியில் ஈடுபடுவது தெரிகிறது. உறுதிப்படுத்திக்கொள்ள ஆலமரத்தில் ஏறுகிறார். அவர் ஊகித்தது ஊர்ஜிதமாகிறது. உற்றுக் கவனிக்கையில் அந்தப் பெண்ணையும் ஆணையும் தோழருக்கு முன்பே தெரிந்திருக்கிறது. பதறிப்போன அவர் கண்டாங்கித் துணியை மரத்தில் கட்டாமல் இறங்கிவிடுகிறார்.

ஏனெனில், அந்தப் பெண் இளவயதில் விதவையானவள். 'மாயம்மா' என்னும் பெயருடைய அந்தப் பெண், அருள் வருகையில் சாமியாடியாகவும், சாதாரண நேரங்களில் சாந்தமுடையவளாகவும் ஊராரால் பார்க்கப்படுபவள். அந்த ஆணோ சாதியால் தள்ளி வைக்கப்பட்டவன். இருவருக்கும் காதலென்று அந்தச் சம்பவம் அவருக்குக் காட்டுகிறது. பேய் இல்லையென்று நிரூபிப்பதைவிட, அந்தப் பெண்ணும் ஆணும் இணைந்திருப்பதே பெரிதென்று எண்ணுகிறார்.

கதையைக் கி.ரா. முடித்திருக்கும் விதம் அலாதியானது. 'உண்மையில் பேயும் பிசாசும் இருக்க வேண்டியது அவசியந்தான்' என்றிருப்பார். பேயிருப்பதாக நம்புவதாலே அவ்வூர் மக்கள் அங்கே வரத் தயங்குகிறார்கள். ஒருவேளை அது இல்லையென்று தெரிந்துவிட்டால் காதலர்களுக்குச் சிக்கலாகிவிடும். அவர்கள் சந்தித்துக்கொள்ளும் ஒரே இடமும் தன்னால் இல்லாமல் போகுமென்று தோற்பைத் தோழர் ஏற்றுக் கொள்கிறார்.

பார்வையிலிருந்து சொல்லுக்கு எத்தனையோ வந்துவிட்டன. இன்னும் சொல்லுக்குள் வராத காட்சிகளைக் கல்பனாக்களே எழுத வேண்டும். 'பேயின் சாயலெல்லாம் பெண் / பெண்ணின் சாயலெல்லாம் பேய் / பேயின் மொழியே கவிதை' என்று மாலதி மைத்ரி ஒரு கவிதையில் எழுதியிருக்கிறார். 'பேயின் மொழி விடுதலை / பூமிக்கு வெளியே நிற்கிறாள் நீலி' என்றும் அக்கவிதை நீள்கிறது. சொற்களைவிடப் பார்வைகள் வலுவானவை. பார்வையென்பது வேறொன்றுமில்லை. அது, சொற்களின் வெளிச்சம்

துளிர்க்கும் மரப்பாவை

இலக்கியக் கூட்டங்களில் ஆர்வத்துடன் பங்கெடுத்த காலத்தில் 'எது சிறந்த திரைப்படம்' என்பது பற்றியும் தெரிந்துகொள்ள முடிந்தது. அதிலிருந்து தொடங்கியதுதான், உலகத்தின் சிறந்த படங்களைத் தீவிரத்துடன் பார்த்துவிடுவது எனும் முயற்சி. இலக்கியம் வேறு, திரை அனுபவம் வேறு. ஆனால், இரண்டையும் ஒன்றேபோல் பொருட்படுத்தி தமிழ் எழுத்தாளர்கள் சிலர் எழுதுவதையும், பேசுவதையும் கவனிக்கலாம். அநேகமாகத் தமிழின் முன்வரிசைப் படைப்பாளிகள் அனைவருமே திரைப்படங்கள் குறித்து ஓரிரு கட்டுரைகளாவது எழுதியிருக்கின்றனர்.

எது சிறந்த திரைப்படம் என்கிற பார்வை, ஒரு கட்டத்தில் 'எது சிறந்த தமிழ்த் திரைப்படம்' என்னும் திசைக்குத் திரும்பியது. அம்மாதிரியான குழப்பங்கள் வரும்போதெல்லாம் அதற்குத் தெளிவுதரும் ஒருவராக எங்களில் எழுத்தாளர் தஞ்சை ப்ரகாஷ் இருந்தார். வயதிலும் அனுபவத்திலும் மூத்த அவர், எது ஒன்றிலும் தனித்த பார்வையுடையவர். எது சிறந்த தமிழ்த் திரைப்படம் என்கிற கேள்வி சாதாரணமானதுபோல் தோன்றினாலும், அதற்கு அவர்

மிக நுட்பமாகவும் விரிவாகவும் பதில் அளித்தார். அப்போது வெளிவந்திருந்த படங்களில் சிறந்ததாகப் பாரதிராஜாவின் ‘கருத்தம்மா’வைக் காண்பித்தார். எந்தவிதத்தில் என்று கேட்டதற்கும் அவரிடம் பதில் இருந்தது. ‘எது நம்முடைய பண்பாட்டையும் வாழ்வியலையும் சொல்கிறதோ அதுவே சிறந்தது’ என்னும் பதில் அவருடையது. அத்துடன் அவர் நிறுத்தவில்லை. ‘அந்தத் திரைப்படத்தில் கருத்தம்மா மரத்தைக் கட்டிக்கொண்டு அழும் காட்சி ஒன்றிருக்கிறது. அது திரைக்கதையின் சுவாரசியத்திற்கு யோசித்த காட்சியில்லை. நம்முடைய மரபையும் பண்பாட்டையும் சொல்வதே’ என்றும் தெளிவுபடுத்தினார்.

மரம் நம்முடைய பண்பாட்டுடன் கலந்தது. எப்படி என்பதை விளக்க அவரே, ‘விளையாடு ஆயமொடு வெண் மணல் அழுத்தி’ எனத் தொடங்கும் நற்றிணைப் பாடலை நினைவூட்டினார். வெறுமனே சொல்லிவிட்டுக் கடந்துவிடவில்லை. வரிவரியாக வார்த்தைகளைப் புரிந்துகொள்ள உதவினார். ‘ஒரு மரத்தைத் தங்கையாகப் பாவிக்க, தாயே சொல்லிக்கொடுத்திருக்கிறாள் பாருங்கள்’ என்றார். மண்ணையும் மரங்களையும் நேசிக்கத் தெரிந்த சமூகமே அறிவுடைய சமூகம்.

விளையாட்டுப் போக்கில் நட்டுவைத்த ஒரு புன்னைவிதை, மழையில் தாமாக முளைத்து துளிர்விடும்போது அதற்கு நெய்யையும் பாலையும் ஊற்றி மரமாக்கியிருக்கிறார்கள். அதுமட்டுமா, மரத்தைத் தங்கையாகத் தரிசித்தபடியால் காதலன் அம்மரத்தடியில் தழுவ வருகிறபோது தள்ளிவிடுகிறாளே அதுதான் மரபு. மரங்களுக்கு உயிருண்டு எனச் சொல்வதன்று, அவையே உறவுகள் என்றும் கொண்டாடிருக்கிறார்கள்’ என்பதுபோல அவர் அந்தச் சந்தர்ப்பத்தில் நிறையப் பகிர்ந்துகொண்டார்.

அதுமுதல் எந்தத் திரைப்படத்திலாவது கதாநாயகியும் கதாநாயகனும் மரத்தைச் சுற்றிவந்து பாடல்கள் பாடினால் அதை மோசமான திரைப்படமென்று முடிவு கட்டினேன். ஒரு நல்ல திரைப்படத்தின் அடையாளம், மரத்தைப் பற்றியதாக இருக்குமே அன்றி, மரத்தைச் சுற்றுவதாக அமையாது. புன்னைமரத்தைத் தங்கையாக எண்ணி, காதலனின் கையை

விலக்கிவிட்ட அதே நற்றிணையில் பெரும்வழுதி எழுதிய பாடல் ஒன்றும் இருக்கிறது. அது, தலைவியின் காதல் அவள் அம்மாவிற்குத் தெரியாதிருக்கக் கைகொடுத்த மரத்தைப் பற்றியது. இன்று அந்தப் பெரும்வழுதி இருந்திருந்தால் மிகச்சிறந்த திரை இயக்குநராக அறியப்பட்டிருப்பார். பொய்தாம் என்றாலும், ஒவ்வொரு காட்சியாக அவர் விவரித்துள்ள விதம் இருக்கிறதே அது அதி அபாரம். தலைவனைச் சந்திக்கும் தோழி, அவனிடத்தில் ஒரு சம்பவம் நடந்ததாகக் கதைவிடுகிறாள்.

நல்லவற்றுக்குக் கதைவிடுவது தவறில்லை. அந்தக் கதை, வெகு சுவையானது. தொடர்ந்து தலைவியை மணம் முடிக்காமல் காலந்தள்ளும் தலைவனைச் சரிகட்டுவதற்கான கதை. பொருள் ஈட்டிய பிறகே திருமணம் என்று அவன் சொல்லியிருக்கிறான். சொன்னவன், அந்தப் பொருளை ஈட்டும்வரை சும்மா இருந்தால் பரவாயில்லை. காதல் என்றைக்குத்தான் சும்மா இருந்திருக்கிறது. அவனும் அடிக்கடி இரவுகளில் அவளை வந்து சந்திக்கிறான். களவிலேயே காதல் வளர்கிறது.

ஊரில் ஒருவருக்கும் தெரியாமல் நள்ளிரவில் காடு, மலைகளைக் கடந்து வந்துபோகிறான். அடர்ந்த காட்டில் புலி, யானை என எத்தனையோ விலங்குகள் இருக்கின்றன. அவையெல்லாம் அவன் காதலுக்கு முன்னால் ஒன்றுமே இல்லை என்பதுபோல வருவதும் போவதுமாக இருக்கிறான். தலைவிக்கோ அச்சம், அவன் உயிருக்கு ஏதாவது ஆபத்து நேர்ந்துவிடுமோ என்றிருக்கிறது. எல்லாமே அவனைச் சந்திக்கும்வரைதான். சந்தித்த பிறகு இருவருமே களவில் ஈடுபட்டுக் காதலைத் துய்க்கிறார்கள். இந்தச் சூழலைத் தோழி கவனித்துவருகிறாள். இது இப்படியே நிகழ்வது இருவருக்குமே சிக்கலை உண்டாக்கும் என எண்ணிய தோழி, தலைவனைச் சந்திக்கிறாள். 'நேற்றுகூட ஒரு விபரீதம் நடந்துவிட்டது' என்கிறாள்.

அவள் பேச்சைத் தொடங்கியதுமே தலைவன் பதறிவிடுகிறான். திருடனுக்குத் தேள்கொட்டிய அவசரத்துடன் விபரீதத்தைத் தெரிந்துகொள்ள முற்படுகிறான். தோழி, 'யாருக்கும் தெரியாமல் சந்திப்பதாக இருவரும் நினைத்துக்கொண்டிருக்கிறீர்கள்.

ஆனால், நேற்று அவள் அம்மா கண்டுபிடித்துவிட்டாள் ’ எனப் பெரிய எம்டன் குண்டைத் தூக்கிப் போடுகிறாள். ‘என்னது அவள் அம்மாவிற்குத் தெரிந்துவிட்டதா?’ என்கிறான். துரிதமடைந்த தோழி, ‘ஆமாம் தெரிந்துவிட்டது. அம்மாவும் அதை நேரடியாகவே மகளிடம் கேட்டுவிட்டாள்’ என்கிறாள். ‘எப்படித் தெரியவந்தது’ என்றதும், `ஓ அதுவா.. அது ஒருமாதிரி தெரிந்துவிட்டது’ என உரையாடலை நீட்டிக்கிறாள். அவனுக்கோ நிலைகொள்ளவில்லை.

கணுக்காலில் உலைநீரை ஊற்றியதுபோல முகமே வெளிர, மறுபடி மறுபடி எப்படி எனக் கேட்கிறான். அப்போது தோழி, ‘தினமும் நீ நள்ளிரவில் காடு, மலை, மிருகம் என எல்லாவற்றையும் கடந்தே வருகிறாய். அப்படி வரும் உன்மீது காட்டிலுள்ள மலர்களின் நறுமணம் பசைபோல ஒட்டிவிடுகிறது. சந்திக்கவரும் நீ அத்துடன் நிறுத்தாமல் அவளை அணைத்தும் முத்தமிட்டும் போகிறாய். ஆரத்தழுவி நீ முத்தமிடும்போது உன் மீது ஒட்டியிருந்த வாசனை முழுவதும் அவள் ஆடையிலும் மேனியிலும் அப்பிக்கொள்கிறது. அந்த வாசனையை நுகர வண்டுகள் மொய்க்கின்றன. இது எப்போதும் நிகழ்வதுதான். நேற்றும் அதேபோலத் தலைவியின் உடலில் வண்டுகள் மொய்த்தன. அதை எதேச்சையாக அவள் அம்மா பார்த்துவிட்டாள். பார்த்ததோடு மட்டுமின்றி, இது எத்தனை நாள்களாக நடக்கிறது என்றாள். தலைவியால் பதில் சொல்ல முடியவில்லை. கலங்கிப்போய்விட்டாள்’ எனப் பேச்சைப் பெருமூச்சுடன் நிறுத்தி, இக்கு வைக்கிறாள்.

அந்த இக்கையும் சிக்கையும் தோழி நீக்குவதற்குள் அவனுக்குப் போதும் போதும் என்றாகிவிட்டது. ‘பிறகு என்னதான் நடந்தது’ என்கிறான். ‘நல்லவேளை அம்மா கேட்கும்போது அவள் அடுப்பங்கரை அருகே இருந்ததால் தப்பித்தாள், இல்லையெனில் கதையே கலவரமாகியிருக்கும்’ என்கிறாள்.

நம்மைப் போலவே அவனுக்குத் தோழி சொன்னது புரியவில்லை. ‘அவள் சிக்காமல் தப்பித்ததற்கும், அடுப்படியோரம் நின்றிருந்ததற்கும் என்ன சம்பந்தம். விவரமாகச் சொல்’ என்கிறான். அதற்கு அவள், ‘வழக்கமாகத் தலைவி குளித்துவிட்டு ஈரக்கூந்தலை உலர்த்தச் சந்தனக்

கொள்ளிக் கட்டையைப் பயன்படுத்துவாள். அம்மா கேட்டதும் கொள்ளிக்கட்டையைக் காட்டிய தலைவி, வண்டுகள் மொய்ப்பதற்கு இதுவே காரணமென்று ஒருவாறு சமாளித்தாள். இதையே வெகுகாலத்திற்குச் சொல்லிக்கொண்டிருக்க முடியாது. எனவே, விரைந்து வந்து அவளைத் திருமணம் செய்துகொள்' என்று தோழி கோரிக்கை வைக்கிறாள். தலைவியைத் தலைவனுடன் சேர்த்து வைக்கத் தோழி செய்த தந்திரமே அது. ஆனால், அந்தத் தந்திரத்தில் மூன்று விஷயங்கள் பிடிபடுகின்றன. காட்டைக் கடந்துவருகையில் மலர்களின் வாசனை உடலில் ஒட்டிக்கொள்வது, அந்த வாசனையை நுகர்வதற்கு வண்டுகள் மொய்ப்பது, சங்ககாலப் பெண்கள் முடி உலர்த்தச் சந்தனக் கட்டைகளைப் பயன்படுத்தினர் என்பது.

மூன்றுமே ஆச்சரியம் நிரம்பிய பதிவுகள். ஒரு தேர்ந்த நாடகத்துக்குரிய காட்சிகளுடன் அப்பாடலைப் பெரும்வழுதி படைத்திருக்கிறார். கற்பனையே ஆனாலும், அதை அவர் நிரல்படுத்திச் சொல்லியிருப்பதை இரசித்துக்கொண்டே இருக்கலாம். 'இது எத்தனை நாள்களாக நடக்கிறது' என்னும் அம்மாவின் கேள்வியில், அவளுடைய கடந்த காலக் காதல் நினைவுகளும் காட்டப்பட்டுள்ளன. கற்பியல், களவியல் ஆகிய இரண்டில் அம்மாவின் கேள்வி கற்பியலைக் காப்பாற்றுவதற்கான சமிக்ஞை.

புன்னை, சந்தனம் மட்டுமின்றி. இன்னும் அதுபோல எத்தனையோ மரங்கள் காதலின் சாட்சியாகச் சங்க இலக்கியத்தில் உள்ளன. ஒவ்வோர் அரசனும் தம் நாட்டுக்குக் காவல்மரமாக ஒரு மரத்தைத் தேர்ந்தெடுத்திருக்கிறான். அதன் பின்னணிகள் நீண்டவை. அரசுகளின் ஆகப்பெரும் அடையாளங்களில் மரமும் ஒன்று. தமிழின் முதல் சிறுகதையை எழுதிய வ.வே.சு., அக்கதைக்குக் 'குளத்தங்கரை அரசமரம்' என்றே தலைப்பு வைத்ததை இத்துடன் இணைத்துப் பார்க்கலாம். இந்தியாவில் பரவிய ஒவ்வொரு தத்துவத்திற்கும் ஆதாரமாக ஒரு மரம் சொல்லப்பட்டிருக்கிறது. சிவனுக்கு வில்வம், திருமாலுக்கு ஆலம், முருகனுக்குக் கடம்பம், புத்தருக்குப் போதி எனத் தத்துவத்திலும் பக்தியிலும் மரங்கள் உள்ளீடாக உறைந்துள்ளன. நம்முடைய

நாட்டார் மரபில் 'தச்சுக் கழித்தல்' என்றொரு சடங்கு மேற்கொள்ளப்படுவதுண்டு. புதிய மரத்தால் செய்யப்பட்ட பொருள்களில் வாழும் காட்டுத் தெய்வங்களையும், ஆவிகளையும், பேய்களையும் விரட்டுவதற்காகச் செய்யப்படும் சடங்கே அது. மரங்களில் தெய்வங்கள் வாழ்வதாகப் பண்டையத் தமிழர்கள் கருதியுள்ளனர்.

அகநானூற்றில்(309) ஒருபாடல், கருவூர் கந்தப்பிள்ளை சாத்தனார் எழுதியது. 'வயவாள் எறிந்து வில்லின் நீக்கி' எனத் தொடங்கும் அப்பாடலில் ஒருவரி, 'தெய்வஞ் சேர்ந்த பராரை வேம்பிற்' என்று வருகிறது. தோழி தலைவியின் பிரிவுத் துயரைக் போக்குவதற்கு 'நாமும் தலைவன் சென்ற பாதை வழியே சென்றால் என்ன' என்கிறாள்.

அதற்குத் தலைவி, 'தெய்வம் குடிகொண்டிருக்கும் பருத்த அடியினையுடைய வேம்பிற்குக் கொழுத்த பசுவைக் கொன்று பலியிட்டனர். அதன் குருதியைத் தூவித் தெய்வத்தை வணங்கினர். பின் அப்பசுவின் புலாலை வேகவைத்து உண்டனர். அவ்வாறு அவர்கள் உண்டுவிட்டுச் சென்ற அகன்ற பாறையில் யானை தன் முதுகினை உராய, அப்போது அடி கறுத்த இலவமரத்தின் வெண்பஞ்சு விதைகள், பனிபெய்வதுபோல் வீழ்ந்துகொண்டிருக்கும்' என்று கூறி, 'அந்த வழியில் நாம் எப்படிப் போவது' என்கிறாள். தலைவனின் பிரிவைப் பற்றிப் பேசும் தலைவி, வேம்பில் தெய்வம் உறைந்திருப்பதாகச் சொல்வது கவனத்திற்குரியது.

'உடையார் கதை' என்றொரு நாட்டுப்புறக் கதை உள்ளது. அது, மரத்தில் உறைந்துள்ள பூதத்தைப் பற்றியது. பிள்ளைப்பேற்றிற்கான அறையை ஏற்பாடு செய்ய ஓர் ஆசனி மரத்தை வெட்ட அவ்வூர் மக்கள் போகிறார்கள். முதல் வெட்டு விழுந்தவுடன் அம்மரத்தில் இருந்து ஒரு பூதம் வெளிப்படுகிறது. 'வெகுகாலமாக நான் இந்த மரத்தில் வாழ்கிறேன். என்னை வெட்ட வருகிறீர்களா' என மரமாகிய பூதம் ஆவேசத்துடன் கேட்கிறது. உடனே வெட்டப் போனவர்கள் பயந்துபோய்க் குறிகேட்கிறார்கள். அதில் அப்பூதத்திற்குச் சில பரிகாரங்கள் செய்யும்படி பதில் வருகிறது. ஆயிரத்திற்கும் மேற்பட்ட திமில் கெடா, சேவல், பொங்கல் பானை, தேங்காய், வாழைக்குலை என வரிசையாகப்

பூதம் கேட்பதையெல்லாம் செய்த பிறகும் பூதம் நரபலி கேட்கிறது. எல்லாவற்றையும் குறையில்லாமல் செய்தபிறகு இப்படிக் கேட்கிறதே என யோசித்தவர்களில் ஒருவன், சற்றும் தயங்காமல் தன் கையில் வைத்திருந்த சிறு உளியால் சுட்டுவிரலை வெட்டி வீசுகிறான். அதைப் பார்த்த பூதம் விரலையே வெட்டி வீசத் துணிந்தவன் நம்மை வெட்டாமல் போகமாட்டான் என அஞ்சி வேறொரு மரத்திற்குத் தாவியதாக அக்கதை முடிகிறது. தெய்வமும் பூதமும் மரத்தில் இருப்பதாக எண்ணுவது அல்லது நம்புவது தொன்மங்களின் தொடர்ச்சியே என்றுதான் பார்க்க வேண்டும். 'மந்திரமும் சடங்குகளும்' எனும் நூலில் பேராசிரியர் ஆ. சிவசுப்பிரமணியன் மரத்தைத் தமிழர்கள் தம்முடைய பண்பாட்டுச் சடங்குகளில் எவ்விதம் அணுகுகிறார்கள் என்பதை விரிவாக ஆய்வு செய்திருக்கிறார்.

பனைமரத்திற்கும் தமிழ்ச் சமூகத்திற்கும் இடையே உள்ள ஒட்டுதலையும் உறவையும் 'பனைமரமே பனைமரமே' நூலில் பேசியிருக்கிறார். ஆய்வுப் புலத்தில் அவருக்குமுன் அப்படி ஒரு தனித்த ஆய்வினை எந்த மரத்தைப் பற்றியும் வேறு எவருமே செய்யவில்லை என்பது குறிப்பிடத்தக்கது. நம்முடைய இலக்கியங்கள் மொத்தமும் பனை ஓலைகளில் எழுதப்பட்டவையே என்பதால் பனைமரத்திற்குத் தமிழ்ச் சமூகம் கூடுதல் மதிப்பை நல்குவதில் தவறில்லை.

பாடலாசிரியனாகப் பணியாற்றத் தொடங்கிய நாள்முதல் அடிக்கடி நினைவிற்கு வரூம் ஒரு பெயர், பெருஞ்சித்திரனார். ஏனெனில், அவர் ஒருவர்தான் சமூகத்திடம் தான் ஒரு 'வாணிகப் பரிசிலன் அல்லேன்' என அறிவித்துக் கொண்டவர். ஒவ்வொரு பாடலுக்கும் அதற்குரிய பணத்தைப் பெறும்போது அவருடைய 'குன்றும் மலையும் பலபின் ஒழிய' என்ற புறநானூற்றுப் பாடலை(208) எவர்க்கும் கேட்காதவாறு எனக்குள் நானே சொல்லிக்கொள்வேன்.

எழுத்தாளனுக்குச் சுயமரியாதை அவசியம். எழுத்தாளனுக்கு என்ன, எல்லாருக்குமே அதுதான் முதன்மை. எழுத்தாளர்கள் சிலர் தமக்குள்ள வீணான செருக்கிற்கும் கர்வத்திற்கும் பெருஞ் சித்திரனாரை உதாரணமாகச் சொல்லிக் கொள்வர். எனக்கோ அவர் யானையைப் பரிசாகப் பெற்று, அதைக் கொண்டுபோய் மன்னன் இளவெளிமானின் காவல் மரத்தில் கட்டினாரே

அது கம்பீரமாகத் தோன்றும். எழுத்திற்குப் பணமோ பரிசோ பெறுவதல்ல விசேஷம். அதை எப்படிப் பெறுகிறோம். எம்மாதிரியான மனநிலை உடையவரின் கையிலிருந்து பெறுகிறோம் என்பதே கணக்கு. பெருஞ்சித்திரனார் யார், அவர் என்ன செய்தார் என்பது தெரியாமல் நான் சொல்ல வருவது துல்லியமாகத் துலங்காது. புறநானூற்றில் பெருஞ் சித்திரனாரின் இரண்டு பாடல்கள் இருக்கின்றன. ஒன்று, 208ஆம் பாடல். மற்றது, 162ஆம் பாடல். இரண்டையும் தனித்தனியே வாசித்தால் சுவையில்லை. முதலில் இருநூற்று எட்டாவது பாடலை வாசித்து, அதன்பிறகு நூற்று அறுபத்து இரண்டாம் பாடலை வாசிக்க வேண்டும். இரு பாடலுக்கும் ஒரு தொடர்ச்சி உண்டு. பாடல்கள் முன்பின்னாக வந்துள்ளன. என்றாலும், ஒரு செயலின் தொடர்ச்சியே இன்னொன்றின் தொடக்கம் எனப் புரிந்துகொள்ள இடமுண்டு.

இளவெளிமானைச் சந்தித்து அவன் சிறப்புகளைப் பாடிப் பரிசில் பெறப் பெருஞ்சித்திரனார் போகிறார். புலவனுக்கே உரிய மிடுக்குடன் அரசவைக்குப் போனால் அங்கே அவருக்கு உரிய மரியாதை தரப்படவில்லை. வேறு பணியில் இருந்த இளவெளிமான், அவனுடைய தம்பியை அனுப்பிப் பரிசிலை வழங்க வைக்கிறான். பாடும் வரிகளை இரசிக்காமல் இன்னொருவர் மூலம் தரப்படும் பரிசிலை ஏற்க மனமில்லாது திரும்பிவிடுகிறார்.

ஒரு நல்ல கவிஞன் எழுதப்பட்ட வரிகள் எப்படி இரசிக்கப்படுகின்றன என்பதில்தான் கவனம்வைப்பானே தவிர, அந்தப் பாட்டிற்கு எவ்வளவு தருவார்கள் என்று எண்ணுவதில்லை. அரசனுக்கு முக்கியமான வேலை இருந்திருக்கலாம். கவிதையைக் கேட்டு இரசிப்பதற்கான மனநிலை அந்தத் தருணத்தில் இல்லையென்றுகூடத் தவிர்த்திருக்கலாம். அது பெருஞ்சித்திரனாரின் பிரச்சினையில்லை. வந்தாரை மதிக்காத செயல், பெருஞ் சித்திரனாருக்கு வருத்தம் அளிக்கிறது.

அவரின் கவலை, தன்னைச் சந்தித்து இரண்டு வார்த்தையேனும் இளவெளிமான் பேசியிருக்கலாமே என்பதுதான். ‘இன்னொருநாள் வாருங்கள், அப்போது பாடலைக் கேட்கிறேன்’ எனச் சொல்லியிருந்தால்

பரவாயில்லை. எதையுமே கேட்காமல் கவிஞர் வந்ததே பரிசில் பெறத்தான் என எண்ணி, தம்பியை அனுப்பியதுதான் அவரைக் கோபப்படுத்தியது. பெருஞ்சித்திரனாரின் பாடலிலுள்ள வரிகள், மிகு துயர் தோய்ந்தவை. படைப்பு மனமென்பதே அதுதான். 'காணாது ஈத்த இப்பொருட்கு யானோர் / வாணிகப் பரிசிலன் அல்லேன்; பேணித் /தினை அனைத்து ஆயினும் இனிதுஅவர் / துணைஅளவு அறிந்து நல்கினர் விடினே' என்னும் வரிகளில் 'காணாது' என்னும் சொல், வலிநிறைந்தது. 'என்னைப் பார்க்கக்கூட நேரமில்லாத உனக்கு' என்ற கோபமிருக்கிறதே அது, சாதாரணத் துக்கமன்று. அதன் பிறகு அவர் குமணனின் அரசவைக்குப் போகிறார்.

அங்கே அவருக்கு எதிர்பார்த்த மரியாதை கிடைக்கிறது. பாடலை உள்வாங்கிய குமணன் உயர்வான பரிசிலைத் தருகிறான். அவருக்கு மிகுந்த மகிழ்ச்சி. பரிசிலைப் பொருத்தவரை இன்னது தா என்று கேட்கும் வழக்கமில்லை. அரசனாகப் பார்த்துத் தருவதுதான். ஆனால், பெருஞ் சித்திரனார் தன்னை மதித்த குமணனிடம் கோரிக்கை வைத்து, அவனுடைய யானையைத் தரும்படி கேட்கிறார். அவனும் தருகிறான்.

அந்த யானையுடன் இளவெளிமானின் அரண்மனைக்குப் போகிறார். அங்கே ஒரு காவல்மரம் இருக்கிறது. அந்தக் காவல்மரத்தில் பரிசிலாகப் பெற்றுவந்த யானையைக் கட்டிவிடுகிறார். காவல்மரமென்பது ஓர் அரசன் தன்னுடைய பெருமையாகவும் கம்பீரமாகவும் கருதுவது. அதிலே பெருஞ் சித்திரனார் யானையைக் கொண்டுபோய்க் கட்டியதும், இளவெளிமான் பதறிவிடுகிறான். காவல்மரத்திற்கு அருகே நின்றபடி பெருஞ்சித்திரனார், இளவெளிமானைப் பார்க்கிறார். அந்தப் பார்வை அர்த்தம் நிறைந்தது. 'ஏழைப் புலவனென்று எண்ணித்தானே அன்று நீ அப்படி நடந்துகொண்டாய்' எனக் கேட்பது. 'பாட்டிற்கே பரிசில். பரிசிலுக்குப் பாடுபவனல்லன் நான்' என்பது.

எழுதிய வரிகள் புறக்கணிப்பிற்கு உள்ளாகையில் ஒரு புலவனோ கவிஞனோ என்ன பாடுபடுவானெனப் புரிந்துகொள்வது எளிதன்று. ஆத்திரம் தீர இளவெளிமானைப் பெருஞ்சித்திரனார் இரண்டாம் பாடலில் சாடுகிறார். அதுதான்,

'இரவலர் புரவலை நீயும் அல்லை' என்று வருவது. 'காசி' திரைப்படத்தில் மு.மேத்தா இந்தச் சூழலை மிக அழகிய திரைப்பாடலாக ஆக்கியிருக்கிறார். 'என் மன வானில் சிறகை விரிக்கும் வண்ணப்பறவைகளே' எனத் தொடங்கும் அப்பாடலைக் கேட்டிருக்கலாம். அதில், 'பொருளுக்காய் பாட்டைச் சொன்னால் / பொருளற்ற பாட்டே ஆகும் / பாடினேன் அதை நாளும் நாளும் / பொருளிலாப் பாட்டானாலும் / பொருளையே போட்டுச் செல்வார் / அதைப் போற்றுமே / என் நெஞ்சம் நெஞ்சம்' என்னும் வரிகள் இரசிக்கத் தக்கவை.

பெருஞ்சித்திரனார், பொருளுக்காகப் பாடியவரில்லை. பொருளுள்ள பாடலைப் பாடியவர். முதல் பாடலில் 'வாணிகப் பரிசிலன் அல்லேன்' என்கிற பதம் இருக்கிறதே அது ஆழமான அர்த்தமுடையது. எழுத்திற்குப் பணம் பெறுவது குற்றமன்று. ஆனால், பணத்திற்காக எழுதுகிறவன் எனும் பெயரே இழுக்கு. எழுத்தைத் தொழிலாகக் கொண்டவரிலும், நல்ல எழுத்தை நம்புகிறவர்களே நீடித்து நிலைக்கிறார்கள்.

கடும் உழைப்புடன் நேர்மையைக் கலந்தால் மட்டுமே வாழ்வில் முன்னேற முடியும் என்பதற்கு 'விறகுவெட்டி' கதையைச் சொல்வார்கள். அநேகமாக அந்தக் கதையைத் தெரியாதவர்களே இல்லை. குளக்கரையில் இரும்புக் கோடரியால் ஒரு விறகு வெட்டி மரத்தை வெட்டிக்கொண்டிருப்பான். அவனுடைய அந்தக் கோடரி கை தவறி, குளத்தில் விழுந்துவிடும். உடனே வனதேவதை அக்குளத்திலிருந்து எழுந்தருளி ஒரு தங்கக் கோடரியைக் காண்பித்து, 'இதுதானே உன்னுடையது' எனக் கேட்பாள். அவன் நேர்மையானவன் என்பதால், 'இல்லை' என்பான். மறுபடியும் வனதேவதை நீரில் மூழ்கி, ஒரு வெள்ளிக் கோடரியைக் கொண்டுவந்து காண்பித்து, 'இதுவா' என்பாள். அதையும் அவன், 'இல்லை' என்பான்.

ஒவ்வொன்றையும் நேர்மையுடன் இல்லை என்றவனிடம் இறுதியாக அவனுடைய இரும்புக் கோடரியைக் காண்பிக்க, இதுவே தன்னுடையது என்பான். ஆகா இவனல்லவோ மனிதப் புனிதன் என மெச்சிய வனதேவதை, அவன் நேர்மையைப் பாராட்டி மூன்று கோடரிகளையும் கொடுத்துவிட்டுப்

போவதாகக் கதைமுடியும். நேர்மையுடன் இருந்தால் அதிர்ஷ்ட தேவதை நம்மை ஆசீர்வதிப்பாள் என்பதற்காகச் சொல்லப்படும் கதை அது. ஒருமுறை அக்கதையை என்னுடைய ஆசிரியர் வகுப்பில் சொல்லிவிட்டு, 'இந்தக் கதைமூலம் உங்களுக்குத் தோன்றுவதைச் சொல்லுங்கள்' என்றார். என்னுடைய வகுப்புத் தோழர்களில் ஒவ்வொருவராக எழுந்து நேர்மையை அவர்களுக்கே உரியவிதத்தில் பிரஸ்தாபித்தனர். என்னிடமும் இந்தக் கதையைப் பற்றி என்ன தோன்றுகிறது என்றார். 'எனக்கு அந்தக் கதை அறவே பிடிக்கவில்லை' என்றேன். 'நான் பிடித்ததா இல்லையா என்று கேட்கவில்லை. கதைமூலம் உனக்கு என்ன தோன்றுகிறது, அதைச் சொல்' என்றார்.

வெகு இயல்பாகப் பேசக்கூடிய ஆசிரியர் என்பதால், 'வனதேவதை என்றால் காட்டைக் காக்கத்தானே வேண்டும். அப்படியல்லாமல் அக்கதையில் வரக்கூடிய தேவதை, ஒரே ஒரு கோடரியை வைத்திருந்தவனுக்கு மூன்று கோடரியைக் கொடுத்து, என்னை இன்னும் நன்றாக வெட்டு என்றது முறையா?' என்றேன். 'ஒருகதை என்றால் அது சமூகத்திற்கும் இயற்கைக்கும் பயனளிக்கக்கூடியதாக இருக்க வேண்டாமா' என்றும் கேட்டேன்.

ஓரக்கண்ணால் உற்றுப்பார்த்த ஆசிரியருக்கு என்னவோபோல் ஆகிவிட்டது. மூக்குக் கண்ணாடியைக் கழற்றிவிட்டுச் சிறிதுநேரம் அமைதியானார். அதன்பின் சுதாரித்து, மாணவர்கள் அனைவரிடமும் என்னை வியந்து பேசினார். வகுப்பில் அன்று எனக்கு எழுந்த கை தட்டல்களே வாழ்வில் நான் பெற்ற முதல் கௌரவம். இலக்கியங்களிலும் புராணங்களிலும் தென்படும் சிறு குறிப்புகளை வைத்து எழுதப்படும் கதைகளுக்கும் கவிதைகளுக்கும் நின்று நிலைத்துவிடும் தன்மையுண்டு.

நாச்சியார் திருமொழியில் 'அற்றவன் மருதம் முறிய நடை / கற்றவன் கஞ்சனை வஞ்சனையினால் / செற்றவன் திகழும் மதுரைப்பதி / கொற்றவன் வரில் கூடிடு கூடலே' என்றொரு பாசுரம் உண்டு. அதில் 'அற்றவன் மருதம் முறிய நடை' என்பதற்கு ஓர் அழகிய புராணக் கதை இருக்கிறது. கதையென்று சொல்வதால் அது உண்மையா என்று வினவ வேண்டியதில்லை. அற்றவன் மருதம் முறிய நடை எனில்,

'தனக்கென விருப்பங்கள் இல்லாதவன் மருத மரங்கள் முறிய நடை பயின்றான்' என்பது. அதுயென்ன மருத மரம் முறிய என ஆராய்ந்தால் அதனுள் ஒரு பெருங்கதை சொல்லப்படுகிறது. குபேரனின் மகன்களான நளகூபரன், மணிக்ரீவன் ஆகிய இருவரும் ஒருசமயம் மது அருந்திவிட்டு ஆடைகளின்றி நீராடியுள்ளனர். அப்போது அங்கு நாரதர் வருகிறார். வந்தவரை மதியாமலும் பணிவில்லாமலும் அவர்கள் இருவரும் தம்போக்கிலே நடந்துள்ளனர். நாரதருக்குக் கோபம் வந்துவிடுகிறது. நாரத முனி போன்றோருக்குக் கோபம் வந்தால் என்ன செய்வார்கள், சாபமிடுவார்கள். அதுபடி அவர்கள் இருவரையும், 'மண்ணுலகில் மருத மரமாகக் கடவர்' என்று சபித்துவிடுகிறார். எத்தனையோ கெஞ்சியும் நாரதர் அவர்கள் கோரிக்கையைச் செவிமடுக்கவில்லை.

சாபவிலங்கைப் பூட்டிய நாரதர், 'உங்களை விடுவிக்கக் கண்ணனே வந்து கருணை செய்தால்தான் உண்டு' என்றும், 'அவர் வரும்வரை மரமாகவே வாழுங்கள்' என்றும் சொல்லிவிட்டுச் சென்றுவிடுகிறார். சாபங்களைக் கொடுக்க முடிந்த முனிகள், அதை நிவர்த்தி செய்யும் இடத்தில் பெரும்பாலும் இருப்பதில்லை. கதையென்றால் எதிர்பாராத திருப்பங்களும் திகைப்புகளும் இருக்க வேண்டும். பிறகு வெகுகாலம்வரை கண்ணனின் வருகைக்காக அம்மரங்கள் காத்திருக்கின்றன.

கண்ணன் அவதரிக்கிறார். தீராத விளையாட்டுப் பிள்ளையாக அவதரித்த அவருடைய சேட்டைகள் கொஞ்சமல்ல. யார் பேச்சையும் கேட்காத கண்ணன் எதை எதையோ விளையாட்டாகச் செய்கிறான். பொறுக்காத யசோதை, அவன் எங்கேயும் ஓடிவிடாதிருக்க உரலில் கட்டி வைக்கிறாள். எத்தனை நீளமான கயிற்றையும் அறுத்துவிடும் ஆற்றல் அவனுக்குண்டு.

ஒருமுறை, இருமுறை அல்ல. பலமுறை கண்ணன் யசோதையின் பாசக்கயிறுகளால் கட்டப்பட்டிருக்கிறான். அதுபோல் ஒருநாள் அவனை உரலில் கட்டிய யசோதை, கண்ணயர்ந்துவிடுகிறாள். அவள் உறங்கும்வரை அமைதியாயிருந்த கண்ணன் அதன்பின் வழக்கமான குறும்புகளில் இறங்குகிறான். கட்டிய உரலையும் இழுத்தபடி

நடக்க முயல்கிறான். அவ்விதம் அவன் நடந்து சிறிது தூரம் தத்தித் தடுமாறிச் செல்கிறான். அம்மா கட்டிய கயிற்றை அறுப்பதுதானே பிள்ளையின் விளையாட்டு. அம்முறை அவனால் அக்கயிற்றை அறுக்க முடியவில்லை. உரலை இழுத்தவாறே நகர்கிறான். அங்கே இரண்டு மரங்கள் இருக்கின்றன. இரண்டு நெருக்கமான மரங்களுக்கு இடையிலே புகுந்தவன், கட்டப்பட்ட உரல் தடுக்க நின்றுவிடுகிறான். பிறகு தனக்கே உரிய மொத்தப் பலத்தையும் கூட்டி உரலை இழுக்கிறான். அந்த இழுப்பில் இரு மரங்களும் வேருடன் சாய்கின்றன.

மரங்கள் சாய்கின்றனவே என அவனும் பார்த்திருக்க, மரத்திலிருந்து இருவர் வெளிவருகின்றனர். அந்த இருவரே மேற்குறிப்பிட்ட குபேரனின் மைந்தர்கள். 'அற்றவன் மருதம் முறிய' என்று ஆண்டாள் எழுதியுள்ள மூன்று வார்த்தைக்குப் பின்னே இத்தனை பெரிய கதை இருக்கிறது. கதை தெரியாமல் வரிகளை வாசித்தால் பாடலின் சுவையோ கதையின் சுவாரசியமோ விளங்குவதில்லை.

வழிவழியாகச் சொல்லப்படும் கதைகள் வாழ்வை எப்படி எதிர்கொள்ள வேண்டுமென்றே கற்பிக்கின்றன. சமயக் கருத்துகளை அவை முன்மொழிந்தாலும், அக்கதைகளில் வழிந்தோடும் கற்பனைகள் வசீகரிக்கவே செய்கின்றன. சங்க இலக்கியத்தைக் கருத்தூன்றி வாசித்தால் கற்பனைக்கு எட்டாத பல மரங்களைப் பற்றியும் அவற்றின் தன்மைகளைப் பற்றியும் தெரிந்துகொள்ள முடியும். 'முல்லைக்குத் தேர்கொடுத்தான் பாரி' என்ற ஒற்றை வரி, தமிழ் நிலப்பரப்பெங்கும் பரவிக்கிடக்கிறது.

இடைக்கழிநாட்டு நல்லூர் நத்தத்தனார் பாடிய சிறுபாணாற்றுப்படையில், 'நறு வீ உறைக்கு நாக நெடு வழிச் / சிறு வீ முல்லைக்குப் பெருந் தேர் நல்கிய / பிறங்கு வெள் அருவி வீழும் சாரல் / பறம்பின் கோமான் பாரியும் கறங்கு மணி' எனும் வரிகள் வருகின்றன. 269 அடிகளையுடைய அப்பாடலில் தமிழ்ச் சமூகத்தில் வாழ்ந்த கொடைவள்ளல்கள் அனைவரைப் பற்றியும் குறிப்புகள் வருகின்றன. ஒரு பாணர் இன்னொரு பாணருக்குச் சொன்னது. வேலூருக்கும் ஆமூருக்கும் இடையே இருந்ததாகக் கருதப்படும் ஓய்மான்

நாட்டை நல்லியக்கோடன் ஆள்கிறான். ஓய்மாநாடு என்று அழைக்கப்பட்ட நிலப்பகுதி, தற்போதைய திண்டிவனத்தைக் குறிப்பதாகச் சொல்லப்படுகிறது. நல்லியகோடனின் சிறப்பைச் சொல்லவந்த நத்தத்தனார், ஏனைய வள்ளல்களிலும் சிறந்தவனாக அவனைக் காட்டுவதே பாடலின் நோக்கம். சிறுமுல்லைக்குப் பெருந்தேர் நல்கிய பாரி எனும் வரி, ஆச்சரியத்தை வரவழைப்பது. புல், பூண்டு, பட்சி, மரம், செடி, கொடி, விலங்கு என எல்லாவற்றுக்கும் அன்பு செலுத்திய இனமே தமிழினம் எனும் பெருமிதத்தைச் சொல்வதற்குச் சங்க இலக்கியம் எழுதப்படவில்லை. இயல்பிலேயே ஓரினம், எத்தகைய விழுமியங்களைக் கொண்டிருந்தது என்பதையே அவ்விலக்கியங்கள் காட்டுகின்றன.

இயற்கையையும் சூழலையும் உத்தேசித்தே வாழ்வைக் கைக்கொண்டுள்ளனர். ஒரு முல்லைக் கொடிக்கு அதுபடர, பாதுகாப்பான கொழு கொம்பை நட்டுவைத்தால் போதும். ஆனால், பாரி ஏன் தேரைக் கொடுத்தான் என்பவர்கள் உண்டு. கேள்வியில் நியாயமும் தர்க்கமும் இருப்பதுபோல் தோன்றும். கொடிக்குத் தேரையே கொடுக்கும் இளகிய மனமே அவனுடையது. ‘கொம்பை எடுத்துவர ஆகும் அவகாசத்தில் அந்தக் கொடி வாடிவிடுமென்றே தேரை நகர்த்தாமல் அப்படிச் செய்தான்’ எனக் கவித்துவமாகச் சிந்திப்பவர்களும் இல்லாமல் இல்லை.

எனக்கோ அவன் என்ன மனநிலையில் அக்காரியத்தைச் செய்திருப்பான் என்றே தோன்றியது. தேரைவிடவும் கொடியே அவனுக்குப் பெரிது. ஓர் அரசன், தேரில் பயணிப்பது தேசத்தைக் காப்பதற்கே எனில், தேசத்து உயிர்களில் கொடியும் சேர்ந்ததுதானே. அது நிமித்தமே அவன் அக்காரியத்தை நிகழ்த்தி இருக்கிறான். உயிரற்ற தேரைவிடவும் உயிருள்ள கொடியே உயர்வானது. எது ஒன்றுக்கும் மனநிலையே முக்கியமென்பதை ‘வேள்பாரி’ நாவலில் சு.வெங்கடேசன் சொல்லியிருக்கிறார்.

பாரி ஆதினிக்கு ‘இராவெரி’ மரத்தைக் காட்டக் காட்டிற்கு அழைத்துப் போகிறான். இராவெரி மரமென்பது ஒளியுமிழும் இலைகளை உடையது. பகலிலே வாங்கிய ஒளியை இரவிலே உமிழும் தன்மையைக் கொண்டது. ஆதினிக்கு அப்படி ஒரு

மரமிருப்பது நம்மைப் போலவே நம்ப முடியாத செய்தி. அவள் 'அப்படி ஒரு மரம் இருக்கிறதா? எனக் கேட்கிறாள். அதற்குப் பாரி, 'மழைநீரை உள்வாங்கிய மண், ஊற்றாகக் கசியவிடுவதுபோல ஒளியை உள்வாங்கிய இலையும் இரவில் ஈடேற்றுகிறது' என்பான். எனக்கு வெங்கடேசனின் அந்தப் பதில் ஆதினியைவிட அதிகம் பிடித்தது. அம்மரத்தை அவன் காட்டுவதற்குள் வேறு ஒரு காட்சியைப் பார்க்க நேரும். அது ஒளி உமிழும் 'வெண்சாரை'. நாகர்குடியின் குலதெய்வம். புவியின் பேரதிசயம். அதைப் பார்த்தவர்கள் அரிது. அதைவிட, அதைப் பார்த்தால் பார்த்தவர்கள் மரணமில்லாப் பெருவாழ்வு வாழ்வார்கள் என்பது நாகர்களின் நம்பிக்கை. இராவெரி மரத்தைக் காட்ட அழைத்துச்சென்ற பாரிக்கு, அதிசயத்திலும் அதிசயமான வெண்சாரையை ஆதினிக்குக் காட்டிய ஆனந்தம்.

ஒன்றல்ல, இரண்டு வெண்சாரைகள். காதலொத்தவர்களின் கண்களுக்கு வெண்சாரைகளைக் காணும் வாய்ப்புண்டு. அன்பிலும் காமத்திலும் நிறைவெய்திய மனநிலையுடன் ஆதினியைப் பார்க்கிறான். அவனும் அவளும் ஆழ்ந்த காமத்தின் சுவையை அந்த இரவில் துய்க்கிறார்கள். அதன்பிறகே முல்லைக்குத் தேரை ஈயும் சம்பவம் நிகழ்கிறது.

ஆதினி கற்படுக்கையில் சாய்ந்தபடியால் முதுகில் சிறு சிறு கீறல்கள் ஏற்படுகின்றன. அவற்றைக் காணும் பாரி, ஆதினியிடம் கேலியாகச் சொல்கிறான். வெட்கத்தில் நாணிச்சிவக்கும் அவள், 'காமத்தின் தடயங்களை அழிக்க முடியாதே' என்கிறாள். பதிலுக்கு, 'செம்பாறைகள் இழுத்தோடும் நீரில் பொன்போல் மின்னும் வெண் துகள்களை எடுத்துவந்து பூசினால் கீறல் கோடுகள் மறைந்துவிடும்' என்கிறான். அதெல்லாம் வேண்டாமென்பவள், தன்மீது அவனுக்குள்ள அக்கறையை எண்ணி மகிழ்ந்துபோகிறாள். தேரை நோக்கி இருவரும் வருகிறார்கள்.

குதிரையைத் தேடிப் பாரி செல்வான். அப்போது அவள் செங்கிளுவை மரத்தடியில் அமர எண்ணுவாள். பாரியோ, 'அங்கே அமர வேண்டாம். சற்றே தள்ளிப்போய் ஓய்வெடு' என்பான். 'ஏன்' என்றதற்கு, 'அந்த மரத்திற்குப் பெருங்காற்றைத் தாங்கும் சக்தியில்லை' என்பான். 'எப்படிச்

சொல்கிறாய்' என்றதும், 'உதிரும் இலையின் நுனிப்பகுதி கீழ்நோக்கி வருகிறதா அடிப்பகுதி நோக்கி வருகிறதா அல்லது காற்றை வெட்டி வெட்டி மிதந்து வருகிறதா என்பதை வைத்துக் கணிக்கலாம்' என்கிறான். 'மரங்களின் வயதை அதன் இலைகளின் நடுவே விரவியுள்ள நரம்பை வைத்தே உணரலாம்' என்றும் சொல்வான். இராவெரி, வெண்சாரைகள் என்றெல்லாம் எழுதிப்போகும் வெங்கடேசன், காட்சியின் இறுதியில் கொண்டுவந்து முல்லையைக் காட்டுவார்.

இராவெரியைவிட, வெண்சாரைகளைவிட முல்லைக்குத் தேர் ஈந்த காரியமே முழு வெளிச்சத்தை அவர்கள் இருவருக்கும் இன்றுவரை தந்துவருகிறது. முல்லைக்குத் தேரை ஈந்த பாரியும் ஆதினியும் அதன்பின் குதிரையைக் கையில் பிடித்தவாறே பறம்பை நோக்கி நடப்பதாக அத்தியாயத்தை வெங்கடேசன் முடித்திருப்பார். முல்லைக்குத் தேரைத் தந்தவன், குதிரையை அங்கேயே விட்டுவிட்டுப் போயிருந்தால் காட்சியும் கருணையும் முழுமை பெற்றிருக்காது. அன்பின் வெளிப்பாடே காமம். காமத்தின் உச்சியில் எழும் அன்பிருக்கிறதே அது மரணமில்லாப் பெருவாழ்விற்கு ஈடானது.

இராவெரி மரம்போலத் தொட்டால் பூக்கும் மரம் பற்றியும் ஒரு குறிப்பு அந்நாவலில் உண்டு. புனைவுதான். ஆனால், அதில் பீறிடும் அன்பின் பெருமிதம் இருக்கிறது. ஒரு கூட்டத்தில் எழுத்தாளர் ச. தமிழ்ச்செல்வன், 'இப்படியெல்லாம் ஒரு மரமிருப்பதைப் போலக் கதைவிடலாமா' என வெங்கடேசனைக் கேட்டார். அதற்கு அவர், 'தொட்டால் சிணுங்கும் இலை இருக்கும்போது, தொட்டால் பூக்கும் மரம் இருப்பதாக எண்ண முடியாதா' என்றார்.

மரங்களை முன்வைத்து இன்னும் எத்தனை கதைகளை வேண்டுமானாலும் எழுதலாம். மரமென்பது நம்முடைய பண்பாட்டின் ஆதாரச் சின்னம். பாரி தன்னுடைய தேரைக் குதிரையுடன் கொடுத்தானா, வெறும் தேரை மட்டும் கொடுத்தானா என்பதில் பெரும் சர்ச்சையுண்டு. 'இவர் யார்?' என்குவை ஆயின், இவரே' எனத் தொடங்கும் கபிலரின் புறநானூற்றுப் பாடலை வைத்தே அப்படியொரு சர்ச்சையை உரையாசிரியர்கள் நிகழ்த்தியுள்ளனர். அப்பாடல் புறநானூற்றில் 201ஆம் பாடலாக வருவது. தமிழறிஞர்

இராகவையங்கார், 'தேரை மட்டுமே பாரி கொடுத்திருக்க வாய்ப்புண்டு' என்கிறார். அதை அவர் தன்னுடைய 'பாரி காதை' காப்பியத்திலும் கொண்டுவந்திருக்கிறார். வெண்பாக்களால் ஆன அக்காப்பியத்தின் வழியே பாரியின் மொத்த வாழ்வையும் ஓரளவு புரிந்துகொள்ளலாம். பாரி காதையில் இரண்டு கேள்விகளை இராகவையங்கார் கேட்டிருக்கிறார்.

ஒன்று, 'குதிரையுடனே தேரைக் கொடுத்திருந்தால் அந்தக் குதிரையே முல்லைக் கொடியைச் சிதைத்திருக்குமே, அதைப் பாரி செய்திருப்பானா' என்பது. மற்றொன்று, 'வாய் பேச முடியாத முல்லைக்குத் தேரைக் கொடுத்தவன், இன்னொரு வாய்பேச முடியாத ஜீவனை அங்கேயேவா விட்டிருப்பான்' என்பது. இரண்டுமே நியாயமான கேள்விகளாகத் தோன்றுகின்றன. இருங்கோவேளை முன்நிறுத்தியே கபிலர் அப்பாடலைப் புனைந்திருக்கிறார். இருங்கோவேள் எனும் அரசனிடம் கபிலர், பாரியின் மகள்களை அறிமுகம் செய்துவைக்கும் பாடலே அது.

பாரியின் மறைவிற்குப் பின் அங்கவையும் சங்கவையும் கபிலரின் மகள்களாக மாறிவிடுகின்றனர். அவர்களுக்குத் திருமணம் செய்து வைக்கக் கபிலர் காடு, மலைகளைக் கடந்து பல நாடுகளுக்குப் போகிறார். பல அரசர்களிடமும் அவர்கள் இருவரையும் பற்றிப் பேசுகிறார். அப்படிப் பேசும் போதெல்லாம் பாரியின் பெருமையையும் சொல்ல நேர்கிறது. இருங்கோவேளிடம், 'வடக்கே ஒரு முனிவன், எல்லாப் பக்கங்களிலும் மலைகளால் சூழப்பட்ட தடவு எனும் இடத்தில் வாழ்ந்தான். அந்த முனிவனின் வழிவந்தவர்களே உன் முன்னோர்கள்' அத்துடன், 'கருணையிலும் ஈகையிலும் சிறந்து விளங்கும் நீ அதே கருணையுடனும் ஈகையுடனும் முல்லைக்குத் தேரைக் கொடுத்த பாரியின் மகள்களை ஏற்றுக்கொள்' என்கிறார். அதை வைத்துத்தான் சர்ச்சை.

முழுமையாகத் தேரைக் கொடுத்தான் என்று கபிலர் சொல்லியிருப்பதால். 'அந்தத் தேரைக் குதிரையுடன்தானே கொடுத்திருக்க முடியும்' என்பது உரையாசிரியர்களின் ஊகம். அந்தப் பாடலுக்கு உரையெழுதிய உ.வே.சா. பிற்கால நூல்களை ஆதாரமாக வைத்து வடபால் முனிவன் என்பவன்,

யுகபாரதி ☐ 189

சம்பு முனிவன் என்று கூறியிருக்கிறார். விசுவபுராண சாரம், தெய்வீக உலா ஆகிய நூல்களே அதற்கு அவருக்கு உதவியுள்ளன. ஆனால், தொல்லியல் அறிஞர் ஐராவதம் மகாதேவன் ‘தடவு’ என்னும் சொல்லுக்குப் பெரிய மண்பானை எனும் பொருள் இருப்பதால் கும்பத்தில் பிறந்தவராகிய அகத்தியரே வடபால் முனிவர் என்று நிறுவியிருக்கிறார். பாடலில் இடம்பெற்றுள்ள ‘வடபால் முனிவன் தடவினுள் தோன்றிச் / செம்புபுனைந்து இயற்றிய சேண்நெடும் புரிசை / உவரா ஈகைத் துவரை ஆண்டு’ என்னும் வரிகளை, ஐராவதம் மகாதேவனின் விளக்கத்துடன் வாசித்தால் எளிதாகப் புரிந்துகொள்ளலாம். தடவு என்பது இடமன்று, பெரிய மண்பானை. அதாவது, நீர்க்கரகம். நீர்க்கரகம் வைத்துள்ள அகத்திய முனிவர்.

அதேபோல அப்பாடலில் இடம்பெற்றுள்ள துவரை என்பதும்கூடக் குஜாராத்திலுள்ள துவாரகையே எனவும் தெளிவுபடுத்தியுள்ளார். அவருடைய ‘சிந்துவெளிப் பண்பாடும் சங்க இலக்கியமும்’ நூலில் பல அரிய செய்திகள் அடங்கியுள்ளன. இன்றைய தொல்லியலுக்கும், சங்க இலக்கியப் புரிதலுக்கும் அவரே முன்னோடியாகவும் வழிகாட்டியாகவும் இருக்கிறார். உ.வே.சா.வின் உரைமூலம் பெறப்பட்ட புராணக் கதையை ஏற்காத ஔவை துரைசாமியார், அதே பாடலுக்கு வேறு ஒரு விளக்கத்தைத் தந்திருக்கிறார்.

துரைசாமியாரின் விளக்கம், தமிழர்களின் பண்பாட்டுத் தன்மைகளுடனும், வரலாற்றுச் செய்திகளுடனும் ஒத்துப் போகின்றன. ஔவை துரைசாமியாரின் விளக்கத்தைக் கிரகித்தே, குதிரையைப் பாரியும் ஆதினியும் பிடித்துக்கொண்டு நடந்ததாக வெங்கடேசன் எழுதியதாக எனக்குத் தோன்றுகிறது. ஒவ்வொரு கோயிலிலும் ஒரு மரம், கோவிலிட மரமாகப் போற்றப்படுகிறது. கோயிலுக்கும் தெய்வத்திற்கும் எத்தனை மகிமையுண்டோ அதே மகிமை மரத்திற்கும் உண்டென்பதுதான் நம்பிக்கை.

நாட்டார் வழிபாட்டில் மரமே தெய்வமான கதைகளும் பல உண்டு. வேலம், ஆலம், வேப்பம், அரசம், வாகை, கடம்பம், கொன்றை, பனை, வில்வம் என அனைத்து மரங்களுமே தெய்வத்தன்மை வாய்ந்ததாகக் கருதப்படுகிறது. எழுத்தாளர் பிரபஞ்சன் ‘பிரும்மம்’ என்னும் தலைப்பில் ஓர் அற்புதமான

சிறுகதையை எழுதியிருக்கிறார். புது வீட்டிற்குக் குடிபுகும் குடும்பம், அவ்வீட்டின் முன்னே உள்ள வெற்றிடத்தை என்ன செய்யலாம் என யோசிப்பதாகத் கதை தொடங்கும். ஆளுக்கோர் யோசனை சொல்ல, இறுதியில் வீட்டுத் தலைவரான அப்பா அவ்விடத்தில் முருங்கையை நடலாம் என்பார். அதுபடியே வீட்டுக்கு முன்னே வெறுமனே கிடந்த நிலத்தில் நடப்பட்ட முருங்கை படிப் படியாகத் துளிர்த்து, கிளைவிட்டுப் பரவும். கீரை, காய், இலை என அம்மரத்திலிருந்து கிடைக்கும் உதவி, அத்தெருவிற்கே பயன்படும். ஒருவர் பாக்கியில்லாமல் எல்லாருமே அம்மரத்தைக் கொண்டாடுவர்.

கதையில், 'ஒவ்வொரு கணுவும் எங்களுக்குத் தெரிந்தே நிகழ்ந்தது, உளுத்தம்பொட்டின் அளவான தளிர், மெல்லிய நரம்பு போல அது விடும் கிளை, பச்சைப்பட்டாணி போல அதன் இலை, ஊடே ஊடே தோன்றும் அதன் புதிய புதிய தளிர்கள்' என வரக்கூடிய வரிகள் எனக்கு மனப்பாடம். அணுக்கமானவரின் அடையாளம் எப்படி மறப்பதே இல்லையோ அதுபோல அந்தக் கதையின் இந்த வரிகள் படித்த நாள்முதல் எனக்கு மறக்கவே இல்லை. சிருஷ்டிக்கும் முருங்கைக்கும் தொடர்புண்டு. அதைவைத்தே படைப்புக் கடவுளாகக் கருதப்படும் பிரும்மனுக்கு உரிய மரமாக முருங்கையை அக்கதையில் காட்டியிருப்பார். கதையில் வரும் சம்ஸ்கிருத வாத்தியாரும் அதையே சொல்வார். பிரபஞ்சனின் உச்சம் வெளிப்பட்ட கதைகளில் அதுவும் ஒன்று.

வற்றாத நம்பிக்கையை வரவழைப்பதே கதையின் முடிவும். உயிர்களுக்கு அழிவே இல்லை. ஒன்றின் பதிலாக இன்னொன்று விரிந்துகொண்டே இருப்பவைதாம். நிறையமுறை பிரபஞ் சனிடம் அக்கதையை வியந்து பேசியபடியே நடந்திருக்கிறேன். சின்னப் புன்முறுவலுடன் என் புகழுரையை ஏற்பவர் அதை மடைமாற்ற, 'சார் ஒரு காபி சாப்பிடலாமா' என்பார்.

இப்போதுகூட எனக்கு ஏதேனும் சோர்வு ஏற்பட்டால் அக்கதையை ஒருதரம் வாய்விட்டு வாசிப்பேன். வாழ்வை நம்பிக்கையுடனும் உறுதியுடனும் மேற்கொள்ள மரங்களைப் பார்ப்பதேகூடப் போதுமானது. முடிந்தால் புதிதாக ஒரு செடி நடலாம். வனத்தைப் பெருக்கியதில் பறவைகளின் பங்கே அதிகம். அவை உண்டு உமிழ்ந்த விதைகளே காடாயின.

எனினும், பறவைகள் மரத்தை என்னவாகக் கருதின என்பதற்கு அகநானூற்றில் (270) ஒரு பாடலுண்டு. சாகலாசனார் எழுதிய அப்பாடல், 'இருங் கழி மலர்ந்த வள்ளிதழ் நீலம்' எனத் தொடங்குவது. ஊரின் நடுவே ஒரு மரம் இருக்கிறது. அந்த மரம், கடவுள் மரமாகவும் போற்றப்படுகிறது. அந்த மரத்தில் ஆண் பறவையும் பெண் பறவையும் இணைந்து ஒரு கூடு கட்டுகின்றன.

எங்கெங்கோ இருந்து குச்சிகளைக் கொண்டுவந்து கூடு கட்டினாலும், அது கடவுள் மரம் என்பதால் அக்கூட்டில் அவை இரண்டும் கூடுவதில்லை எனும் குறிப்பை அப்பாடல் சொல்கிறது. 'கடவுள் மரத்த முள் மிடை குடம்பைச் / சேவலொடு புணராச் சிறு கரும் பேடை / இன்னாது உயங்கும் கங்குலும் / நும் ஊர் உள்ளுவை நோகோ யானே' எனும் வரிகளின் ஊடே காதலை உணரலாம். 'கூடிருந்தும் பேடையிருந்தும் கடவுள் மரமென்பதால் கூடமுடியாத சேவலைப்போல' என்று பொருள்கொண்டால் பாடலின் சுவை மிகும்.

கடவுளுக்கும் மேலாக மரங்கள் கொண்டாடவும், வழிபடவும் பட்டிருக்கையில் வள்ளுவர் ஏன் 'மரத்தைப் போல்வர்' என்னும் உவமையை எழுதினாரெனத் தோன்றாமலில்லை. 'அரம்போலும் கூர்மைய ரேனும் மரம்போல்வர் / மக்கட்பண்பு இல்லா தவர்' என்னும் அக்குறளுக்கு, 'மக்களுக்கு உரிய பண்பு இல்லாதவர் அரம்போல் கூர்மையான அறிவுடையவரானாலும், ஓரறிவுயிராகிய மரத்தைப் போன்றவரே ஆவர்' என்பதுதான் பொதுவான பொருள். வள்ளுவர், மரத்தின் சிறப்பை அறியாதவரல்லர். எனினும், அப்படி ஒரு தொனியை அக்குறள் கொடுக்கிறது.

மரத்தை இகழ்வதற்குப் பயன்படுத்தியதுபோலத் தோன்றினாலும், அது அவருடைய நோக்கமாகக் கருத இடமில்லை. உரையாசிரியர்களின் மேலோட்டமான பார்வையே நம்மை அப்படிக் கருத வைக்கிறது. 'மரம்போல்வர்' என்பதற்குக் கா. சு. பிள்ளை, ஓர் அற்புதமான விளக்கத்தைத் தந்திருக்கிறார். 'அரம்போலக் கூர்மையான அறிவுடையவரானாலும் அவரிடத்தில் மக்கள் பண்பு இருக்க வேண்டும். அந்தப் பண்பு அவரிடம் தென்படவில்லை

என்றால் அவர் தனித்து விடப்படும் மரமாகக் கருதப்படுவார்' என்றிருக்கிறார். 'மரம்போல்வர்' என்றுதான் வள்ளுவர் சொல்லுகிறாரே தவிர, 'மரமே அவர்' என்று சொல்லவில்லை. மரத்தைப் பல இடங்களில் வள்ளுவர் உவமையாகப் பயன்படுத்தியிருக்கிறார். மண்ணோடியைந்த மரம், நடுவூருள் நச்சுமரம், மரத்தற்றால் செல்வம், வற்றல் மரம், பயன்மரம், மரமக்கள், மரப்பாவை எனப் பல இடங்களில் வருகின்றன. பொருளுக்கும் கருத்திற்கும் ஏற்பவே அவர் மரத்தைக் கையாண்டிருக்கிறார். மரத்தின் பெருமையைச் சொல்ல, 'மருந்தாகித் தப்பா மரத்தற்றால் செல்வம் / பெருந்தகை யான்கண் படின்' என்கிற ஒரு குறள் போதுமானது. 'பெருந்தன்மையுடையவனிடம் சேரும் செல்வம், ஒரு நல்ல மரத்தின் எல்லாப் பகுதிகளும் மருந்தாகி அனைவருக்கும் பயனைத் தருவது போன்றது' என்கிறார்.

மரத்தை வைத்துப் பரணர் பாடிய குறுந்தொகைப் பாடல் (73) ஒன்று இருக்கிறது. காதலனும் காதலியும் அடிக்கடி பகலிலும் இரவிலும் சந்திக்கின்றனர். ஆனாலும், காதலன் திருமண ஏற்பாடுகளைத் தொடங்குவதாகத் தெரியவில்லை. களவிலேயே காலம் கழிகிறது. அப்போது காதலியின் தோழி, 'உனக்குத் திருமணம் நடக்க வேண்டுமானால் இன்னும் கொஞ்சம் தந்திரமாகச் செயல்பட வேண்டும்' என்கிறாள்.

எப்படி என்று காதலி கேட்டதற்கு, 'நறுமா கொன்று நாட்டிற் போக்கிய / ஒன்று மொழிக் கோசர் போல' என்கிறாள். நறுமா கொன்று, கோசர்போல என்பதில்தான் பாடலின் சாவி இருக்கிறது. நன்னன் என்கிற அரசன் தன்னுடைய நாட்டின் காவல்மரமாக ஒரு மாமரத்தை வைத்திருக்கிறான். அந்த மாமரத்தைத் தொடுவதோ, கனிகளைச் சுவைப்பதோ குற்றம். ஆனால், அந்த மரத்தில் இருந்து ஒரு கனி ஆற்றில் விழுகிறது. ஆற்றில் விழுந்த கனியைக் கோசர் குலப்பெண் ஒருத்தி தெரியாமல் உண்டுவிடுகிறாள். உடனே அரசன் அவளுக்கு மரண தண்டனை விதிக்கிறான்.

குலப்பெண்ணைக் கொன்ற நன்னனை, கோசர் வஞ்சினம் வைத்துப் பின்னால் வீழ்த்திவிடுகின்றனர். நன்னன் என்னும் பெயரில் பல அரசர்கள் இருந்துள்ளனர். இப்பாடலில் வரக்கூடிய அரசன் கொங்கு மண்டலத்திலுள்ள மலைநாட்டைச்

சேர்ந்தவனாக இருக்கலாம். ஒருகாதல் பாட்டில் இந்தத் தகவல்கள் ஏன் வருகின்றன எனத் தோன்றலாம். சங்கப் பாடல்களின் அழகே அதுதான். குறிப்பால் ஒன்றை உணர்த்துவது. படிப்பவர்களின் எண்ணத்திற்கும் சிந்தனைக்கும் ஏற்பப் பொருள்கொள்ள வைப்பது. எல்லாவற்றையும் வெளிப்படையாகத் தெரிவிப்பதில்லை. தட்டையான மொழியில் புலப்பட்ட எதையாவது எழுதாமல், வேறு வேறு புரிதல்களை உண்டாக்குவது. ஆடும் ஊஞ்சலைப் போல ஒரே நேரத்தில் நிகழ்காலத்தையும் கடந்த காலத்தையும் இணைப்பது. காதலியிடம் தோழி, 'காதலன் வெகுகாலமாக ஏமாற்றுவதால் அவனைத் திருமணத்திற்குத் தூண்டக் கோசரைப் போல ஒரு திட்டத்தைத் தீட்டு' என்கிறாள். இனி சந்திக்கவே வரமாட்டேன் என மிரட்டுவதுகூடத் தந்திரமான திட்டம்தானே?

சிறந்த தமிழ்த் திரைப்படம் எதுவென்ற என் கேள்விக்கு, 'கருத்தம்மா மரத்தைக் கட்டிக்கொண்டு அழும்காட்சி'யைப் பதிலாக எழுத்தாளர் ப்ரகாஷ் தெரிவித்தார். நானுமே அதன்மூலம் ஒரு நல்ல திரைப்படம் மரத்தைப் பற்றியதாக இருக்குமே அன்றி மரத்தைச் சுற்றுவதாக அமையாது என்றே உணர்ந்திருந்தேன். ஆனால், காலத்தின் விந்தை என்னவெனில், இருபதாம் ஆண்டில் அதே மரத்தைச் சுற்றிப் பாடல்பாடும் சினிமாக் காதலர்களுக்கு நானே பாட்டெழுதுபவனாக ஆகியதுதான். மரமோ காதலோ எதுவென்றாலும் சுற்றுவது எளிது. பற்றுவதே பலம்.

பறவையே எங்கு இருக்கிறாய்?

கொங்குவேளிர் எழுதிய உதயண குமார காவியத்தில் 'சரபம்' எனும் பறவை பற்றிய குறிப்பு வருகிறது. அப்பறவைக்கு இரண்டுமுகங்கள், எட்டுக் கால்கள், முப்பத்து இரண்டு கைகள் எனவும் சொல்லப்பட்டிருக்கிறது. அப்படி ஒரு பறவை இருந்ததாகவோ இருப்பதாகவோ தகவலில்லை. கற்பனையில் உருவான பறவையே அது என்றாலும் அதற்கு ஒரு பெண்ணையே தூக்கிக்கொண்டு பறக்கும் வலிமை உண்டென்று காவியத்தில் சித்திரித்துள்ளதை நம்பத்தான் வேண்டும். சரபம், தனக்குள்ள எட்டுக் கால்களில் நான்கை நடக்கவும், நான்கைப் பறக்கவும் பயன்படுத்தும் எனத் தெரிகிறது.

இரண்டு முகங்களில் ஒன்று, யானையின் சாயலையும், மற்றொன்று, சிங்கத்தின் சாயலையும் கொண்டிருக்கும் என்கின்றனர். எதார்த்தத்தில் அறிய முடியாத ஒன்றை, கற்பனையில் சிருஷ்டித்து அதற்குப் பக்தியையும் சக்தியையும் ஏற்றுவதுதானே இலக்கியத்தின் வேலை. அதன்படி, வடமொழிநூலான 'பிருஹத் கதா'வில் உள்ளதைக் கொங்குவேளிர் அப்படியே தமிழில் பெயர்த்துக்

கொடுத்திருக்கிறார். உதயணனின் தாய் கருவுற்றிருந்த காலத்தில் அவளைத் தூக்கிச்சென்ற சரபம், அவளை ஓர் அடர்ந்த காட்டினுள் கிடத்துகிறது. உண்டு செரித்துவிடுவதே அதன் குறி. என்றாலும், அந்த அம்மை உயிருடனும் கர்ப்பவதியெனவும் தெரியவர செய்வதறியாமல் தயங்கி, அவளை அங்கேயே விட்டுவிட்டு அது வேறு திசைநோக்கிப் பறந்துவிடுகிறது. எத்தனை மூர்க்கமான பறவையாயினும் அதற்கு இதயமும் இங்கிதமும் இருப்பதாகக் காட்டுவதுதான் காவிய அழகு.

பேறுகாலத்தைக் காட்டிலேயே கழித்த அந்த அம்மை, அங்கேயே ஓர் அழகிய பிள்ளையைப் பெற்றெடுக்கிறாள். அந்தப் பிள்ளையே உதயணன் என்பதாகக் கதைபோகும். காடுவரை ஒரு பெண்ணைத் தூக்கிச்செல்லும் வலிமையான பறவை இருந்ததா எனக் கேட்கக் கூடாது. புராணத்திலும் இலக்கியத்திலும் அபூர்வப் பறவைகள் அநேகமுண்டு. விக்ரமாதித்தனுக்கு வேதாளம் சொல்லும் கதைகளில் உச்சி மரக்கிளையில் அமர்ந்துள்ள அண்டரண்டப் பட்சிக்கு வருவோர் போவோரின் எதிர்காலத்தைப் பற்றியெல்லாம் தெரிகிறதே அது எப்படி என்று கேட்டால் கதையின் சுவாரசியம் கெட்டுவிடும்.

தன்னுடைய தொண்ணூற்று எட்டாவது வயதில் எழுத்தாளர் கி.ராஜநாராயணன், ‘அண்டரண்டப் பட்சி’ எனும் குறுநாவலை எழுதியிருப்பதிலிருந்தே அதன் ஆகிருதியை அனுமானித்துக் கொள்ளலாம். சரபம், அண்டரண்டம் எல்லாம் நிஜத்திலும் இருந்தால் எப்படி இருக்கும் என்று நிறையமுறை யோசித்திருக்கிறேன். தொன்மையான புராணங்களிலும் இலக்கியங்களிலும் வகைவகையான பறவைகள் தென்படுகின்றன. சிவாஜி கணேசன் நடிப்பில் வெளிவந்த ‘பாவமன்னிப்பு’ திரைப்படத்தில் ‘எல்லோரும் கொண்டாடுவோம்’ என்றொரு பாடலுண்டு.

அதில் ‘நூறு வகை பறவை வரும் / கோடி வகை பூ மலரும் / ஆடவரும் அத்தனையும் / ஆண்டவனின் பிள்ளையடா’ என்று கண்ணதாசன் எழுதியிருப்பார். எளிய சொற்களில் அவர் எழுதிய ‘முதலுக்கு அன்னை என்போம் / முடிவுக்குத் தந்தை என்போம் / மண்ணிலே

விண்ணைக் கண்டு / ஒன்றாய்க் கூடுவோம்' என்கிற வரிகளை வைத்துத் தனி ஆய்வே நடத்தலாம். முதலுக்கு அன்னை, முடிவிற்குத் தந்தை என அவர் சொல்லியிருப்பதை ஏகத்துவ வெளிச்சத்திலிருந்து பார்க்க வேண்டும். சிலவரிகள் பேசத் தூண்டும். சிலவரிகளோ பேச்சையே பறித்துவிடும். சொல்லின்மூலமே எது ஒன்றையும் புரிந்துகொள்ள முயற்சிக்கிறோம். ஆனால், சொல் அறுபடும்போதுதான் சூட்சமம் விளங்குகிறது. அத்துடன், 'சொல்லைக்கொண்டே சொல்லற்ற நிலையைக் காட்டுவதுதான் இலக்கியம்' என்கிற புரிதல் ந. பிச்சமூர்த்தியினுடையது.

புதுக்கவிதையின் தந்தையாக அறியப்படும் அவர், 'சொல் ஒரு சூது / இருபுறம் ஓடும் / காக்கைக் கண் / இருமுகம் காட்டும் / பேதக் கண்ணாடி' எனவும் எழுதியிருக்கிறார். ஒரே நேரத்தில் இருபக்கங்களிலும் பார்க்கும் காக்கையின் கண்களை அவர் ஏன் சொற்களுக்கு உருவகமாக ஆக்கினாரென்று உணரக்கூடிய பக்குவம் எனக்கில்லை. உத்தேசமாக நான் புரிந்துகொண்டது, ஒரு படைப்பாளன் எழுத்தைக் கைக்கொள்ளும்போது அகம், புறம் என்கிற இருபக்கங்களையும் உணர்ந்தவனாக இருக்க வேண்டும்.

அகத்திற்காகப் புறத்தையோ புறத்திற்காக அகத்தையோ விட்டுவிடக் கூடாது. அகத்தின் தாக்கத்தைப் புறத்திலும், புறத்தின் தாக்கத்தை அகத்திலும் காண்பவர்களே ஆகச்சிறந்த படைப்பாளிகளாக ஆகியிருக்கிறார்கள். ந.பிச்சமூர்த்தி, இரண்டு தளங்களிலும் ஒருசேர இயங்கியவர். மிக உயர்ந்த விஷயங்களை எளிய சொற்களில் எழுத முடியும் என நிரூபித்தவர்களில் அவரும் ஒருவர்.

ஒருமுறை எழுத்தாளர் எம்.வி. வெங்கட்ராமும், தஞ்சை ப்ரகாஷும் அவரைச் சந்திக்க அவருடைய பூர்வீகக் கிராமமான சாலியமங்கலத்திற்குப் போயிருக்கிறார்கள். போனால் வீட்டில் அவர் இல்லை. விசாரித்தபோது எப்பவும்போல அவர் ஏரிக்கரையில் அமர்ந்திருப்பதாகத் தகவல் வந்திருக்கிறது. சரியென்று எம்.வி.வியும், ப்ரகாஷும் ஏரிக்கரைக்குப் போக, அங்கே அவர் ஒரு ஞானியைப் போல அமர்ந்து, முக்குளிப்பான் பறவையைப் பார்த்துக்கொண்டிருக்கிறார். 'இங்கே அமர்ந்து என்ன செய்து கொண்டிருக்கிறீர்கள்' என்றதும், 'ஒரே

சமயத்தில் நீரிலும் ஆகாயத்திலும் நீந்தும் அற்புதமான சிருஷ்டியை வியந்துகொண்டிருக்கிறேன்' என இருவரிடமும் சொல்லியிருக்கிறார். இரண்டாக இருத்தல், இரண்டிலிருந்தும் ஒன்றை நோக்கிப் பறத்தல் என்பதுதான் அவருடைய மனமும். சொல்லைக்கொண்டே சொல்லற்ற நிலையைத் தொட விரும்பிய அவர், பறவைகளின் காதலரும்கூட. அவருடைய பல கவிதைகளில் பறவைகளைப் பற்றிய குறிப்புகள் வருகின்றன. 'பல கோடி ஒலி அமைப்புகளில் சிலவற்றைத் தேர்ந்தெடுத்து எது இன்பமளிக்கிறதோ அதைக் கவிதை தனதாக்கிக் கொள்கிறது' என்கிற நுட்பம் அவருடையது.

கவிதையைப் பற்றிப் பலர் பலவிதமாகச் சொல்லியிருக்கிறார்கள். என்றாலும், பறவைகளின் ஒலியிலிருந்து கவிதைக்கான சந்தங்களைக் கண்டடைந்த பெருமை அவருக்கு மட்டுமே உரியது. அவரே எனக்கு ஒரு முக்குளிப்பானாகத்தான் தெரிகிறார். நீரில் மீன்போல நீந்தும் ஆற்றலுடைய முக்குளிப்பான், பறவைகளில் தனித்துவமுடையது. வேறு எந்தப் பறவைக்கும் வாய்க்காத விசேஷத் தன்மை அதற்குண்டு. அது, நீரில் மூழ்கும்போது அகத்தையும், ஆகாயத்தில் சிறகுகளை விரிக்கும்போது புறத்தையும் உணர்த்திச் செல்வதாக எனக்குத் தோன்றும்.

இலக்கியத்தில் இடம்பெற்றுள்ள பறவைகளைச் சொல்ல வேண்டுமெனத் தோன்றிய உடனே எனக்கு ஒருவர் பெயர் நினைவிற்கு வந்தது. அவர் வேறுயாருமில்லை, தன்னுடைய வாழ்நாள் முழுவதையும் பறவைகளுக்கே அர்ப்பணித்த சாலிம் அலிதான். சாலிம் அலியும், லயீக் ஃபதஹ் அலியும் இணைந்து வெளியிட்ட 'பறவைகள் உலகம்' நூலை வரிவரியாக வாசித்திருக்கிறேன். 'நேஷனல் புக் டிரஸ்ட்' பதிப்பித்த அந்த நூலில், நூற்றுக்கும் மேற்பட்ட பறவைகள் பற்றிய குறிப்புகள் கிடைக்கின்றன. ஒவ்வொரு பறவையையும் பின்தொடர்ந்து, அதன் செயல்களையும் குணங்களையும் கவனித்து அவர் தயாரித்துள்ள கையேடும் ஆய்வுகளும் பொக்கிஷங்கள்.

இளவயதில் ஒரு பறவையின் மரணத்திற்குக் காரணமான அவர், அதன்பின் உலகத்திலுள்ள அத்தனைப் பறவைகளையும் நேசிக்கத் தொடங்கி இருக்கிறார். ஒரு கட்டத்தில் அவரே பறவையாகவும், பறவையின் நிழலாகவும் மாறியிருக்கிறார்.

பறவைகள், ஒரு படைப்பாளிக்குள் என்னென்ன மாற்றங்களை நிகழ்த்துகின்றன என்பதை விவரிக்க வார்த்தைகளில்லை. சி. மோகனின் அதிஅற்புதமான ஒரு கவிதை, பறவையின் நிழலைப் பற்றிப் பேசுகிறது. 'பெருநகரத் தார்ச்சாலையில் / சட்டென வீழ்ந்து / சல்லென நீந்தி / நீண்டதோர் கட்டிடத்தில் மோதி / சிறு விபத்துமின்றி மறைந்தது / ஒரு பறவையின் நிழல்' என்கிற அந்தக் கவிதை, என்னுள் ஏற்படுத்திய சலனங்கள் சத்தியமானவை.

ஒரு பறவையின் பாய்ச்சலும் பயணமும் வானத்தை நோக்கியதே என்றாலும், அது தரையிலே பரப்பிச்செல்லும் நிழல் ஓவியத்தை எத்தனைபேர் பார்த்திருக்கிறோம். கடந்துபோகும் ஆயிரமாயிரம் அரிய தருணங்களைப் பறவைகளை வைத்து நம்முடைய கவிஞர்கள் பாடியிருக்கிறார்கள். பறவை நிழல் என்பது வியப்பிலேயே வைத்திருக்கும் படிமம். மேலேகும் பறவைகளின் காலடித் தடங்களைப்போல அந்நிழல்களைக் கற்பனை செய்யலாம். பெருங்காற்றில் சீறிப்பாயும் பறவைகள், தம்முடைய தடங்களையும் தடயங்களையும் எங்கேயும் பதிப்பதில்லை.

ஒருவர் பறவைகள்மீது காட்டும் பரிவை வைத்தே அவர் எத்தகைய மனமுடையவர் என்பதை அறிந்துவிடலாம். துரோணர் தொடக்கத்தில் கர்ணனைச் சீடனாக ஏற்றுக் கொள்ளத் துணியவில்லை. பல்வேறு சோதனைகளுக்குப் பிறகே சீடனாக ஏற்கிறார். அதில் ஒரு சோதனை கர்ணனின் உயிரிரக்கச் சிந்தையை வெளிப்படுத்துவது. கர்ணனின் வில்லார்வத்தைச் சோதிக்க விரும்பிய துரோணர், ஒருநாள் அதிகாலையில் வந்து தன்னைச் சந்திக்கும்படிச் சொல்கிறார்.

துரோணருக்குச் சீடனாவதே கர்ணனின் நெடுங்காலக் கனவு என்பதால், அவர் சொன்னபடியே அதிகாலையில் போய் அவரை வணங்கி நிற்கிறான். அப்போது, கர்ணனின் குறி வைக்கும் திறனை அறிந்துகொள்ள விரும்பிய துரோணர், வானத்தில் பறந்துகொண்டிருந்த ஒரு பறவையைக் காட்டி, அதை அம்பெய்தி வீழ்த்தச் சொல்கிறார்.கர்ணனுக்கோ கைநடுங்குகிறது. ஆணையிட்டவர் ஆசிரியர் என்றாலும், மதித்து நடக்க முடியாத மனத்துயரம் அவனை வாட்டுகிறது. நெடுங்காலக் கனவு நிறைவேறும் நேரத்தில் இப்படியொரு

சோதனையா என எண்ணுகிறான். துரோணர், 'தொடங்கு' என்கிறார். கர்ணனுக்கோ எண்ணமும் குறியும் குவியவில்லை. அடிபணிய மறுக்கிறோமே என்கிற தவிப்பு உள்ளே கனன்றது. ஆனாலும், கர்ணன் அந்தப் பறவையை வீழ்த்த வில் வளைக்காமல் நின்றுவிட்டான். ஆச்சரியமடைந்த துரோணர், 'உனக்கு என்ன ஆனது, ஏன் நான் விரல்சுட்டிய அந்தப் பறவையை அம்பெய்தி வீழ்த்தத் தயங்குகிறாய்?' என்கிறார். வந்த வாய்ப்பை இழக்கிறோமே என்கிற துக்கம் தொண்டையை அடைத்தாலும் மிக மெதுவாகக் கர்ணன் பேசத் தொடங்குகிறான்.

'குருவே, இது அதிகாலை. இந்த நேரத்தில் தன்னந்தனியே வானத்தில் பறக்கும் பறவை, தன் குஞ்சுகளுக்கு இரைதேடக் கிளம்பிய தாய்ப்பறவையாக இருக்கக்கூடும். அதை நான் அம்பெய்திக் கொன்றுவிட்டால், இரைக்காகக் காத்திருக்கும் சிறகு முளைக்காத அதன் குஞ்சுகள் என்ன கதிக்கு ஆளாகும்? இரையுடன் வருவாள் தாயென்று ஏங்கிக் கிடக்கும் அந்தக் குஞ்சுகளை ஏமாற்றுவதாகாதா? உண்ண எதுவுமின்றி அவை பட்டினியில் துடித்து மரித்துவிடாதா? என எண்ணியே வில்லேந்துவதைத் தவிர்த்தேன்' என்கிறான்.

அத்துடன் நில்லாமல், 'பறவைக் குஞ்சுகளைப் பட்டினியில் கொன்ற பாவத்திலிருந்தா நான் என்னுடைய வித்தையைக் கற்கத் தொடங்குவது' என்னும் கேள்வியையும் துரோணரிடம் வைக்கிறான். கண்களைச் சுருக்கிக் கர்ணனைப் பார்த்த துரோணர், அவனுடைய உயிரிரக்க உள்ளத்தில் நெகிழ்ந்து, வித்தையைக் கற்பிக்கத் தொடங்கினார் என்பது ஒரு கதை. இந்தியாவெங்கும் பரவியுள்ள பாரத உபகதைகளில் கர்ணனைப் பற்றிய கதைகளே அதிகம். அவற்றில் இதுவும் ஒன்று.

ஆகப்பெரும் வீரனே ஆனாலும், பெருக்கெடுக்கும் அன்பிலிருந்தே அவனுடைய வித்தையும் திறனும் வெளிப்படுகின்றன. மனிதர்கள் தம்மைப் பக்குவமும் உன்னதமும் படுத்திக்கொள்ளப் பறவைகளைக் கவனிக்க வேண்டும். தேவதேவனின் 'இரண்டு வீடுகள்' என்னும் கவிதை, பட்டுப்பூச்சியிடமிருந்தும் சிட்டுக்குருவியிடமிருந்தும் கற்றுக்கொள்ளச் சொல்கிறது. நேரம் வாய்க்கும் பொழுதெல்லாம்

சூஃபி கதைகளை வாசிப்பது என் வழக்கம். அப்படி வாசித்த கதைகளில் ஒன்று, ஞானி ஸமனனுன் பற்றியது. எல்லாரையும் போல இல்லறவாழ்வில் மகிழ்ச்சியோடு இருந்த அவருக்குத் திடீரென்று ஒரு கனவு வருகிறது. கனவில் தோன்றிய முதியவர், 'இறைவனை நேசிப்பவர் பட்டியலிலோ இறைவனால் நேசிக்கப்படுவர் பட்டியலிலோ உன் பெயர் இல்லை' என்று சொல்லிவிடுகிறார். தன்னுடைய மூன்று வயது மகள் மீது அளவில்லாத பாசமும், குறையில்லாத வாழ்வை மேற்கொள்ளும் கர்வமும் கொண்டிருந்த அவருக்கு அந்தக் கனவு சஞ்சலத்தைத் தருகிறது.

பிறகு கனவில் தோன்றிய முதியவரிடமே. 'ஏன் என்னுடைய பெயர் கடவுளின் பட்டியலில் இல்லாமல் போனது' என்கிறார். அதற்கு அந்த முதியவர், 'அனைத்து உயிர்களிடத்தும் அன்பு செலுத்துவதையே கடவுள் விரும்புகிறார். அதுமட்டுமன்று, 'தனி நபர்கள்மீது தம்மிடமுள்ள மொத்த அன்பைக் குவிப்பவர்களை அவர் கண்டுகொள்வதில்லை' என்றும் சொல்லிவிட்டு மறைந்துவிடுகிறார். கனவு கலைந்து ஸமனனுன் எழுந்துபார்த்தால் அருகில் உறங்கிக்கொண்டிருந்த மகள் மூர்ச்சையுற்றுக் கிடக்கிறாள். அன்றிலிருந்து இறைநாட்டம் மிகுந்த ஆன்மிகச் சொற்பொழிவுகளை அவர் நிகழ்த்தத் தொடங்குகிறார்.

கதை அத்துடன் முடியவில்லை. அப்படி அவர் இடையறாமல் சொற்பொழிவுகளை நடத்திக்கொண்டிருக்கையில் ஒருநாள், அவர் தலையை உரசியவாறு ஒரு பறவை வந்து அமர்கிறது. அப்போதும் அவர் பேச்சை நிறுத்தவில்லை. பிறகு அந்தப் பறவை தோள்களிலும் கைகளிலும் அமர்ந்து, தன்னுடைய இருப்பையும் விருப்பையும் தெரிவிக்க முயல்கிறது. ஆனபோதும் அவர் அதைக் கவனிக்காமல் பேசிக்கொண்டே போகிறார்.

முடிவில் அவருடைய மார்பைக் கொத்துகிறது. அந்தச் சூழலிலும் அவர் இறைக்காதலில் கரைந்திருக்க, வேறு வழியே இல்லாமல் அவரைக் கடந்துபோய் ஒரு கல்லில் தன்னுடைய அலகினால் வேகமாக மோதி, மோதி இரத்தம் சிந்தி மரித்துவிடுகிறது. அந்தக் கதை எதைச் சொல்கிறது என்பதை விளக்க வேண்டியதில்லை. பறவைகளின் வழியே

இப்படி எத்தனையோ கதைகளை நம்முடைய ஞானியர் சொல்லியிருக்கின்றனர். பறவைகளின் பாஷை நமக்கு விளங்காமல் இருக்கலாம். ஆனால் ஒவ்வொரு பறவையும் ஞானத்தின் தூதுடனே நம்மை நெருங்குகிறது. சூஃபி ஞானி ஃபரீதுத்தீன் அத்தார் எழுதிய 'பறவைகளின் மாநாடு' ஆன்மிகக் காவியங்களில் குறிப்பிடத்தக்க ஒன்று. அது, ஏழு பள்ளத்தாக்குகளில் பயணம் செய்யும் முப்பது பறவைகளின் பயணத்தையும் துயரத்தையும் சொல்வது. சிமூர்க் என்ற இராஜபறவையைத் தேடி முப்பது பறவைகளும் பயணம் மேற்கொள்கின்றன. பறவைகள் சூஃபிகளையும் சிமூர்க் இறைவனையும் குறிக்கிறது. ஏழு பள்ளத்தாக்குகள் என்கிற உருவகம், சூஃபிகள் கடக்க வேண்டிய நிலைகள். அந்த அற்புதமான காவியத்தில் ஹுத்ஹுத் பறவை ஏனைய பறவைகளிடம் சொன்ன கதை ஒன்றுண்டு.

ஒருகாலத்தில் எகிப்து நாட்டில் ஒரு மனிதன் இருக்கிறான். அவன் அந்த நாட்டு இராணியைக் காதலிக்கிறான். 'நீ என்னைக் காதலிப்பது உண்மையா' என இராணி கேட்கிறாள். 'ஆம்' என்கிறான். 'அப்படியானால் உனக்கு இரண்டு வாய்ப்பினைத் தருகிறேன். ஒன்று, உன் தலை வெட்டப்படும் அல்லது நீ நாடு கடத்தப்படுவாய். என்னை விரும்புகிறவர்களின் கதி இதுதான்.

இரண்டில் உனக்கு எது வேண்டுமெனச் சொல்' என்கிறாள் இராணி. பயந்துபோன அந்த மனிதன், 'என்னை நாடுகடத்திவிடுங்கள்' என்கிறான். உடனே, அவன் தலையை வெட்டிவிடுமாறு அரசி உத்தரவிடுகிறாள். 'ஏன் அப்படிச் செய்தீர்கள் அரசியாரே, உங்களை நேசிப்பதாகச் சொன்னவனுக்கு நீங்கள் தரும் அன்பு இதுதானா' என்கின்றனர். அதற்கு அந்த அரசி, 'அவன் என்னை உண்மையாக நேசிக்கவில்லை. நேசிப்பதுபோலப் பாவனை செய்திருக்கிறான். உண்மையான நேசம் அவனிடத்தில் இருந்திருக்குமானால் அவன் தன் உயிரைத் துச்சமாக எண்ணியிருப்பான்.

எப்போது அவன் உயிருக்குப் பயந்து, தன்னை நாடு கடத்திவிடுங்கள் என்றானோ அப்போதே அவன் காதல் போலியானது எனப் புரிந்துவிட்டது. ஆகவேதான் தலையைத் துண்டிக்கச் சொன்னேன்' என்கிறாள். 'உண்மையான

காதலென்றால் நானே என் உயிரைக் கொடுத்திருப்பேன். அது, பொய்யான காதல் என்பதால்தான் உயிரை வாங்க உத்தரவிட்டேன்' என்றும் சொல்கிறாள். சிமூர்க் அரசனை நோக்கிய பயணத்தில் எதிர்ப்படும் அபாயங்களைக் கண்டு அஞ்சிய பறவைகளைப் பற்றிய விமர்சனமாக அக்கதை வந்திருக்கிறது. ஆன்மிகப் பயணம் அபாயகரமானது. எனினும், அதை மேற்கொள்ளும் பறவைகளுக்கு இறுதியில் கிடைக்கவுள்ள உன்னதங்களை அக்காவியம் சொல்லாமலில்லை. ஆயிரமாண்டுகளுக்குப் பிறகு சாம்பலில் இருந்து உயிர்பெற்ற ஃபீனிக்ஸ் பறவையைப் பற்றியும் அந்நூலில் அத்தார் குறித்திருக்கிறார்.

அத்தாரின் எழுத்துகளை வாசிப்பது பேரனுபவம். அக்காவியத்தை அவர், 'எறும்பின் இடுப்பைப் பிழிந்து முடியளவு ஆக்கி, அதைச் சுலைமானுக்குத் தோழனாக்கியவன் இறைவன்' என்னும் வாக்கியத்திலிருந்து தொடங்கியிருக்கிறார். இன்னொரு புகழ்பெற்ற சூஃபியான இராபியா பஸ்ரி பற்றி 'அகத்திரை' நூலில் விரிவாக எழுதியிருக்கிறேன். 'நீங்கள் காற்றில் பறவைகளைப் போல் பறப்பீர்களாமே' என ஒருவர் கேட்டபோது, 'செத்ததைத் தின்று வாழும் பறவைகள் கூடத்தான் காற்றில் பறக்கின்றன. ஓர் இறை நம்பிக்கையாளன் பறவைகள்போலப் பறப்பது பெரிய காரியமா' என்றிருக்கிறார்.

ஞானி ஹஸனுக்கும் அவருக்கும் இடையே நடந்த ஓர் உரையாடல் அதிசுவாரசியமானது. ஹஸன் நீரின்மீது நடக்கும் ஆற்றலைப் பெற்றிருப்பவர். அவர் இராபியாவிடம், 'வாருங்கள் நாம் நீரின்மீது அமர்ந்து ஆன்மிக விஷயங்கள் பேசலாம்' என்கிறார். அதற்கு இராபியா, 'நீரில் அசைவற்று அமர்ந்திருக்கும் உங்கள் திறமை மீன்களுடையது. காற்றில் பறக்கும் என்னுடைய திறமையோ பறவைகளுடையது. இந்த இரண்டுமே ஆன்மிகத்திற்கு உகந்தது அல்ல' என்கிறார்.

ஆன்மிக விஷயங்கள், அற்புதமானவை. ஆனால், அவை சாகசங்களை நிகழ்த்தி மற்றவரிடமிருந்து தம்மை வேறுபடுத்திக் காட்டுவதல்ல என்றே இராபியா பதிலளித்திருக்கிறார். எங்கெங்கோ போக வேண்டியதில்லை. தமிழிலேயே ஆன்மிக விஷயங்கள் பறவைகளுடன் இணைத்துச் சொல்லப்பட்டுள்ளன. எப்பொழுதும் இடக்கையில் கிளியை ஏந்தி நிற்கும்

ஆண்டாளின் பாசுரங்களை வாசிக்கும்போதெல்லாம் எனக்குப் பறவைகள் நினைவுகளில் பறக்கத் தொடங்கிவிடும். 'எல்லே இளங்கிளியே இன்னம் உறங்குதியோ / சில்லென்று அழையேன்மின் நங்கைமீர் போதயர்கின்றேன்' எனும் பாசுரத்தின் சுவையும் அழகும் அன்பின் வெளிப்பாடுகள் அன்றி வேறென்ன? சில் என்பதற்குத் தலையணி, மூடி, காரம், கடுமை எனும் பொருள்களும் உண்டென்பதை அப்பாசுரத்தை வாசித்தே படித்துக்கொண்டேன். சொன்னதைச் சொல்லும் கிளியைத் தூதுவிடும் ஆண்டாள், என்னவெல்லாம் காதலிலும் காதலுக்காகவும் சொல்கிறாள் என்பதை ஆழ்ந்து வாசிப்பவர்களால் மட்டுமே அறிய முடியும். இடக்கையில் கிளியைக் கொண்டுள்ள ஆண்டாளுடன், வலக்கையில் கிளியைத் தாங்கியுள்ள மதுரை மீனாட்சியம்மையையும் சேர்த்துக்கொள்ளலாம்.

அதேபோல, இராமாயணத்தின் கிளைக் கதாபாத்திரமாக வரக்கூடிய ஜடாயு, சீதையை இராவணன் தூக்கிச்செல்ல முயலும்போது தடுத்த காட்சியைக் கம்பரின் சொற்களில் வாசிக்க வேண்டும். 'ஜடாயு' என்பதற்குப் 'பொன்னிற இறகு கொண்ட பறவை' என்பதே பொருள். ஆண்டாளின் திருப்பாவையில், 'புள்ளின் வாய் கீண்டானைப் / பொல்லா அரக்கனைக் / கிள்ளிக் களைந்தானை' எனும் இரு பதங்கள் வந்துள்ளன.

ஒன்று, கொக்குவடிவில் வந்து கண்ணனைக் கொல்லத் துணிந்த பகாசுர வதையைப் பற்றியது. மற்றது, இராவணனின் உயிரைப் பறித்த செய்தியை உணர்த்துவது. புள்ளின் வாய் என்பதுதான் பாசுரத்தில் என்னைக் கவனிக்க வைப்பது. தமிழிலக்கியங்கள் முழுக்கவே 'புள்' எனும் சொல், அடிக்கடி வருவதை அவதானிக்கலாம். 'வானில் பறக்கும் புள்ளெலாம் நான்' என்று பாரதி சொல்வதும் அதன் தொடர்ச்சிதான். நன்னிமித்தமும் இன்னிமித்தமும் பறவைகளின் ஒலியை வைத்தே தமிழ்ச்சமூகம் கணித்ததாகக் குறிப்புகள் இருக்கின்றன.

நகர வாழ்க்கைக்குப் பழக்கப்பட்டுவிட்ட நமக்கு, பறவைகளுடனான உறவென்பது அறவே இல்லை. ஆனாலும், நாம் சில பறவைகளைப் பற்றிப் பேசவும் எழுதவும் செய்கிறோம். எனில், இலக்கியத்தின் துணையன்றி

வேறில்லை. பறவைகள் இலக்கியங்களில் எந்த அளவிற்கு இடம்பெற்றுள்ளனவோ அதைவிட, அதிகமாகப் புராணங்களில் வந்துள்ளன. கலாப்ரியா 'அந்திக் கருக்கலில் / இந்தத் திசை தவறிய பெண் பறவை / தன் கூட்டுக்காய் / தன் குஞ்சுக்காய் / அலைமோதிக் கரைகிறது / எனக்கதன் / கூடும் தெரியும் / குஞ்சும் தெரியும் / இருந்தும் / எனக்கதன் / பாஷை புரியவில்லை' என்றொரு கவிதையில் எழுதுவார். பறவைகள் என்ன பேசுகின்றன என்பதைவிட, பறவைகளால் நாம் பேசிக்கொண்டிருக்கிறோம் என்பதுதான் உண்மை. பறவைகள் விசேஷமான உணர்வுகளை நமக்குள் எழுப்பிக்கொண்டே இருக்கின்றன.

ஆகாயத்தில் எத்தனைமுறை பறந்தாலும், சுவடுகளைத் தம்மால் பதிக்க முடியவில்லையே என்கிற துக்கமோ ஆற்றாமையோ அவற்றுக்கு இல்லவே இல்லை. சின்னச் சின்ன ஒலிகளை எழுப்பி, அவை தமக்குள்ளே பேசிக்கொண்டாலும், அவற்றின் அர்த்தங்களோ ஆழங்களோ நமக்குப் பிடிபடுவதில்லை. ஒருசேர ஒலியெழுப்பும் பறவைகளை உற்றுக் கவனிக்கத் தொடங்கினால் இசையின் ஆதாரப்புள்ளி எங்கிருக்கிறதென்று தெளிந்துவிடும்.

அன்னம், அன்றில், சக்கரவாகம், கரண்டம், பாறு, சிவல், அசுணம் எனப் பல பறவைகள் நம்முடைய இலக்கியங்களிலும், புராணங்களிலும் இடம்பெற்றுள்ளன. தண்ணீரிலிருந்து பாலைப் பிரித்தெடுக்கும் அன்னமும், இணையைப் பிரிந்துவிட்டால் இறந்துவிடும் அன்றிலும் நம்முடைய அன்றாட உரையாடல்களில் இலக்கியங்களாலும் புராணங்களாலுமே கலந்தன.

அன்னம், அன்றில் குறித்த செய்திகள், திரும்பத் திரும்பச் சொல்லப்பட்டதால் உண்மையாயினவே தவிர, அவை இரண்டிற்குமுள்ள தன்மைகள் இயல்பான பறவைகளைப் போன்றதே என்கிறார் பி.எல்.சாமி. 'சங்க இலக்கியத்தில் புள்ளின விளக்கம்' என்றோர் அரிய நூலை அவர் அளித்திருக்கிறார். வடமொழியிலிருந்து வந்த வதந்தியை நம்பியே நம்மவர்களும் தம்முடைய படைப்புகளில் அன்னத்தையும் அன்றிலையும் உலவவிட்டுள்ளனர் என்பது அவர் ஊகம். 'ஒன்று இல் காலை அன்றில்போலப் /

புலம்புகொண்டு உறையும்புன்கண்வாழ்க்கை' என்று நற்றிணையில்(124) வருகிறது. 'ஒன்று இல்லாதபோது வாழாத அன்றில் போல' என்பதை நம்முடைய உரையாசிரியர்கள், அவரவர் புரிதலுக்கேற்ப அர்த்தப்படுத்தியுள்ளனர். அன்று, இல் என்பதே அன்றில் ஆனது. பாலையும் தண்ணீரையும் பிரித்து உண்ணும் பறவை என்கிற கற்பனை, நன்மைக்கும் தீமைக்கும் இடையிலான வேறுபாட்டை உணர்த்துவது. சங்க இலக்கியங்களைப் பொருத்தமட்டில் அன்னம் என்கிற சொல், புள்ளினங்களைக் குறிக்கும் பொதுப் பெயராகவே வருகிறது. அப்படி வந்துள்ள பாடல்களிலும் தண்ணீரையும் பாலையும் பிரித்து உண்ணும் பறவையாக அன்னம் சித்திரிக்கப்படவில்லை.

பிற்கால இலக்கியங்களில் எங்கேனும் வந்திருந்தால் அது, வடமொழியின் தாக்கத்தில் இருந்தே பிறந்திருக்கலாம் எனத் தோன்றுகிறது. இராமாயணத்தில் 'இன் துணை அன்னமும் எய்தி இருந்தார் / ஒன்றிய போகமும் யோகமும் ஒத்தார்' என்று சீதையும் இராமனும் இணைந்த மணக்கோலத்தைக் கம்பர் வர்ணித்திருக்கிறார். அன்னமும் அன்றிலும் இலக்கியங்களின் வழியே நமக்குத் தரக்கூடிய எண்ணங்கள் சுவையானவை. இணைந்து வாழ்தல், நல்லது கெட்டதைப் பிரித்துப் பார்த்தல் போன்றவற்றுக்கு அவ்வுவமை பொருந்துவதால் அவை இரண்டையும் புழக்கத்தில் வைத்திருக்கிறோம்.

கற்பனையிலேயே சில பறவைகளை உருவாக்கி, அவற்றின் குணத்தையும் ஆற்றலையும் கொண்டாடிவருகிறோம். இயற்கையுடன் இணைந்த வாழ்வை மேற்கொண்ட ஓரினம், தன்னுடைய கற்பனைக்கு எட்டிய விஷயங்களை மட்டுமே கருப்பொருளாகக் கொண்டு இலக்கியங்களைப் படைப்பதில்லை. கருத்திற்கும் கற்பனைக்கும் எட்டாதவற்றையும் ஏக்கத்துடனே எழுதிப்பார்க்கும் ஆவல் அதற்குண்டு. அதுபடியே அன்னப்பறவையும் அன்றிலும் நம் சிந்தையில் சிறகடிக்கின்றன.

உண்மைக்குப் புறம்பானவை என்று அவற்றை விட்டுவிடுவதில் பொருளில்லை. ஏதோ ஒருவிதத்தில் இலக்கியத்தின் சுவையையும் சுகத்தையும் அவை கூட்டுகின்றன. இரசனைக்கும் அறிவிற்கும் தொடர்பில்லை.

ஆழ்ந்த இரசனையென்பது அறிவையும் ஆய்வையும் கோருவதில்லை. 'எப்படியும் அவன் வந்துவிடுவான். நீ கவலைப்படாமல் அமைதியாயிரு' என்று தோழி சொல்லியதற்கு, நற்றிணையில்(218) அப்பாடலின் தலைவி, ஒரு பதிலைச் சொல்கிறாள். எத்தனை பறவைகளை அத்தலைவி பட்டியலிடுகிறாள் என்பதுதான் கவனிக்க வேண்டியது. அவள் சொல்கிறாள், 'தோழியே, சூரியன் மேற்குத் திசையில் சாய்ந்து ஒளி மங்கிக் கிடக்கிறது.

இரவுப்பொழுதும் வந்துவிட்டது. இந்த நேரத்தில் இரைதேடிக் கிளம்பிய வெளவால் எல்லா இடத்திலும் பறந்துகொண்டிருக்கிறது. ஆந்தைச்சேவல் கூடுவதற்குத் தன் பெட்டையை அழைக்கிறது. ஆனால், வந்துசேர்வதாகச் சொல்லிய தலைவன் பருவம் கரைவதையும் காண வரவில்லை. அதுமட்டுமன்று, இலையுதிரும் கிளையில் அமர்ந்துள்ள கபிலநிறக் கூகையும் எதையோ குழறிக்கொண்டிருக்கிறது. பனைமரத்து அன்றிலும்கூடக் கூடலின் மகிழ்வைக் கூட்டுகிறது. இந்தச் சூழ்நிலையில் நானெப்படி அமைதியாக இருக்க முடியும்' என்கிறாள்.

கிடங்கில் காவிதிக் கீரங்கண்ணனார் எழுதிய அப்பாடல், பறவைகளின் கீச்சொலிகளில் காதல் பாஷையைக் கேட்க உதவுகிறது. நம்முடைய இலக்கியங்களில் நாரை, கொக்கு, காரி, கூகை, காக்கை, செம்போத்து, ஆந்தை, குக்கில், வங்கா, வெண்குருகு, வெள்ளாங்குருகு என எத்தனையோ பறவைகள் வருகின்றன. ஆந்தையைப் பற்றிய ஓர் அழகான சித்திரத்தைப் பெருந்தேவனார் வடித்திருக்கிறார். 'எம் ஊர் வாயில் உண்துறைத் தடைஇய' எனத் தொடங்கும் அப்பாடல், நற்றிணையில்(83) வருகிறது. ஆந்தையை நம்முடைய மனம் இயல்பான பறவையாகப் பார்ப்பதில்லை.

குருவிக்கும் குயிலுக்கும் கொடுக்கக்கூடிய இடத்தை ஆந்தைக்குத் தருவதில்லை. காரணம், ஆந்தை நம்மைப் பொருத்தவரை அச்சத்தை உண்டாக்குவது. அலறலில் இரவின் நிசப்தத்தை எச்சரிப்பது. ஒரு வீட்டின் மரத்திலிருந்து அது, கத்தினாலோ கூவினாலோ மரணம் சம்பவிக்கும் என்றொரு நம்பிக்கை நம்மிடையே உண்டு. அதன் விளைவாகவே ஆந்தையைச் சற்றுத் தள்ளியே வைத்திருக்கிறோம். சங்க

இலக்கியக் காலத்தில் அப்படியில்லை. பெருந்தேவனார் ஆந்தையுடன் காதலி பேசுவதாக எழுதியிருக்கிறார். என்ன பேசுகிறாள் என்பதுதான் விசேஷம். முதிர்ந்த மரத்தின் அருகில் சென்று, அந்த மரத்தில் அமர்ந்திருக்கும் ஆந்தையைப் பார்த்து அவள் பேசத் தொடங்குகிறாள். 'ஏ ஆந்தையே, வளைந்த அலகும், கூரிய நகங்களும் உடைய நீ இரவுதோறும் விழித்துக் கொண்டிருப்பது எனக்குத் தெரியும். விழித்துக்கொண்டிருப்பதுடன் மெல்லிய பறையொலியைப் போன்ற ஓசையை அவ்வப்போது எழுப்புவதும் தெரியும். இன்று என்னுடைய காதலன் இந்த மரத்தின் அடியில் என்னைச் சந்திக்க வருவதாகச் சொல்லியிருக்கிறார். எனவே, 'அவரும் நானும் சந்தித்துக் காதலில் ஈடுபட்டிருக்கும் அந்தச் சமயத்தில் நீ சத்தம் போட்டு எங்களை ஊருக்குக் காட்டிக்கொடுத்துவிடாதே' என்கிறாள்.

அதுமட்டுமன்று, 'அப்படி நீ சத்தம் போடாமல் எம்முடைய காதலுக்குத் துணைபுரிந்தால் உனக்கு எலிக்கறியைச் சமைத்து, வெண் சோற்றில் இட்டு, நெய் ஊற்றிப் பிசைந்து உண்ணத் தருகிறேன்' எனவும் சொல்கிறாள். காதலுக்காகத் தன்னையே தரத் துணிந்த ஒருத்தி, ஆந்தைக்கு எலிக்கறியைச் சமைத்துத் தருவதாகச் சொல்வது பெரிதில்லை. அப்பாடலில் எலிக்கறியை ஆந்தை விரும்பி உண்ணும் என்கிற தகவலே முக்கியம்.

காதலை எழுத வந்த பெருந்தேவனார், ஆந்தைக்கு எலிக்கறி தருவதாகக் காதலியை ஏன் சொல்ல வைக்கிறார் என்பதைக் கவனிக்க வேண்டும். எலிகளிடம் இருந்து நம் உணவுப் பொருள்களைக் காப்பாற்றித் தருபவையே ஆந்தைகள்தாம் என்று சூழலியலாளர்கள் சொல்கிறார்கள். ஆந்தைகளின் பிரதான உணவு எலிகளே என்பதால் எலிகள் பெருகிவிடாமல் இயற்கையின் சமநிலையை நிலைநிறுத்தும் வேலைகளை ஆந்தைகள் செய்வதாக நம்பப்படுகிறது.

சாலிம் அலியும், நாம் உண்ணும் உணவிற்குப் பின்னால் ஆந்தையின் உழைப்பும் இருக்கிறது' என The book of Indian birds நூலில் தெரிவித்திருக்கிறார். அறிவியலோ ஆய்வுகளோ வளர்ச்சி பெற்றிராத சங்க காலத்தில், இந்தக் குறிப்பினைப் பெருந்தேவனார் வாழ்விலிருந்தே பெற்றிருக்கிறார். இயற்கையுடன் இயைந்த வாழ்வென்று சொல்கிறோமே

அது இதுதான். இரவில் விழித்திருக்கும் கூகையைப் பெருந்தேவனார் எழுதினாரென்றால், பகலில் கண் தெரியாத கூகையைப் பரணர் விவரிக்கிறார். இருவருமே ஒரே விஷயத்தை இருவேறு கோணத்திலிருந்து பார்த்துள்ளனர். சங்க இலக்கியத்தில் ஆந்தையினத்தைச் சேர்ந்த ஐவகைப் பறவைகள் இடம்பெற்றுள்ளன.

கூகை, குரால், குடிஞை, ஊமன், ஆண்டலை எனப் பெயர்கள் வேறுபட்டாலும் அவை அனைத்தின் தன்மையும் ஒன்றுதாம். ஆய் எயினன் என்கிற அரசனை வைத்துப் பரணர் எழுதியுள்ள ஒரு பாடல், ஒட்டுமொத்தப் பறவையினத்திற்குமே பெருமை தேடித் தருவது. பறவைகளை நேசித்த அரசனுக்கு அந்தப் பறவைகள் என்ன கைம்மாறு செய்தன என்பது பற்றிய அழகிய சித்திரம் அது.

ஆருயிர் நண்பன் நன்னனுக்காக மிஞிலி என்கிற அரசனுடன் போரிட வேண்டிய சூழல் எயினனுக்கு ஏற்படுகிறது. போரின் முடிவில் வஞ்சனையில் எயினன் வீழ்த்தப்படுகிறான். பெருங்காயங்களுடன் வீழ்த்தப்பட்ட எயினன் சுட்டெரிக்கும் வெயிலில் சுருண்டு கிடக்கிறான். அப்போது அவனைச் சுற்றி வட்டமிட்ட பறவைகள், அவன் உடல் வெயிலில் வருந்தாதிருக்க நிழல் குடையை விரித்தனவாம். அதாவது, பறவைகள் இணைந்து தம்முடைய சிறகுகளால் பந்தல் அமைத்தனவாம். புண்பட்டுக் கிடப்பவனின் மேனியில் சூரியக் கதிர்கள் படாதவாறு பார்த்துக்கொண்டனவாம். பகலில் கண் தெரியாது என்பதால் கூகையால் ஏனைய பறவைகளுடன் இணைந்து அக்காரியத்தில் ஈடுபட முடியாமல் போகிறது. அதற்காகத் தனியே அது வெட்கப்பட்டது எனவும் பரணர் குறித்திருக்கிறார்.

ஈகைக் குணமும் இயற்கைமீது அளவில்லாத பற்றும்கொண்ட எயினன், பறவைகளின் காதலனாகவும் இருந்திருக்கிறான். நண்பனுக்காகப் போரிடப் போனவன், பறவைகளால் பாதுகாக்கப்பட்டான் என்பதில் அன்பின் மிகுதியே வெளிப்படுகிறது. ‘பகல்வெல்லும் கூகையைக் காக்கை இகல்வெல்லும் / வேந்தர்க்கு வேண்டும் பொழுது’ என்னும் திருக்குறளை இத்துடன் இணைத்துக்கொள்ளலாம். அன்றில், அன்னம், ஆந்தை ஆகிய பறவைகள் நமக்குள் எத்தகைய

ஆச்சர்யத்தைக் கொடுக்கின்றனவோ அதைவிடக் கூடுதலான வியப்பை அசுணம் தருகிறது. அசுணத்தைக் 'கேகயம்' எனும் பெயரிலும் அழைத்துள்ளனர். அசுணம், அசுணமா, அசுணநன்மா எனப் பல இடங்களில் அந்த அபூர்வப் பறவை வருகிறது. எம்.எம். தண்டபாணி தேசிகரின் 'தமிழ் இசைக் கட்டுரைகள்' நூலில் இருந்தே முதன்முதலில் இசையறியும் பறவையான அசுணத்தைப் பற்றி நான் அறிந்தேன். எது இன்னிசை, எது இன்னாயிசை என ஒரு பறவையால் பிரித்தறிய முடியுமென்பதை அறிந்தபோது ஆர்வம் மிகுந்தது. கம்பர்கூடத் தன்னுடைய காப்பியம் குறித்து எழுதும்போது அவையடக்கத்துடன் 'துறை அடுத்த விருத்தத் தொகைக் கவிக்கு / உறை அடுத்த செவிகளுக்கு ஓதில் யாழ் / நறை அடுத்த அசுண நல் மாச் செவிப் / பறை அடுத்தது போலும் என்பாரரோ' என்றிருக்கிறார்.

எத்தனையோ இனிய காவியங்களை வாசித்தவர்கள் என்னுடைய காவியத்தை எப்படி எடுத்துக்கொள்வார்களோ எனக் கேட்டிருக்கிறார். அதற்கு அசுணப் பறவையை உவமையாகத் தந்திருக்கிறார். நல்லிசையைக் கேட்ட அசுணப் பறவையின் செவிப்பறையில் பறையிசைபோல என்னுடைய காவியம் ஆகிவிடுமோ எனவும் அஞ்சியிருக்கிறார். பறவைகளில் அசுணம், ஒரு விசித்திரக் குணம் உடையது. அது தனது வாழ்நாளில் எப்போதாவது இனிமையில்லாத குரலையோ இசையையோ கேட்டால் அப்போதே உயிரை விட்டுவிடும் என்பதுதான் உள்ளீடு. ஒருவேளை அதனால்தான் அந்தப் பறவையினமே அழிந்துவிட்டதோ என்னவோ?

உண்மையில், அப்படி ஒரு பறவை இருந்ததா, இருக்கிறதா எனத் தெரியவில்லை. அதைவிட, அது பறவையா, விலங்கா என்னும் ஆராய்ச்சியே இன்னும் முடிந்தபாடில்லை. ஒருசிலர் பறவையென்றும், இன்னும் சிலர் விலங்கென்றும் சொல்கிறார்கள். அது முக்கியமில்லை. அசுணத்திற்கு இசையறியும் திறனுண்டு என்பதுதான் என்னைக் கவர்ந்தது.

இனிய யாழிசையைக் கேட்டு மகிழும் அசுணம், இன்னா ஓசையைக் கேட்டால் மரித்துவிடும் என்பது அபூர்வமான கற்பனை. அந்தக் கற்பனை எனக்குப் பிடித்தது. இசையென்றால் எல்லாமே இசைதான். யாழிசை உயர்ந்தது, பறையிசை

தாழ்ந்தது என்கிற பாகுபாட்டை ஒரு பறவையின்மூலம் கட்டமைத்துள்ள காரணத்தை ஆராய வேண்டும். அசுணப் பறவையின் பின்னணியிலும் அரசியலா என்கிற கேள்விக்கு என்னிடம் பதிலில்லை. நற்றிணையில் இரண்டுபாடல், கலித்தொகையிலும் அகநானூற்றிலும் தலா ஒருபாடல் என மொத்தம் நான்கு பாடல்களில் அசுணத்தின் குறிப்பு இருக்கிறது. அகநானூற்றில் (88) வரக்கூடிய 'முதைச் சுவற் கலித்த மூரிச் செந்தினை' பாடலை ஈழத்துப் பூதந்தேவனார் எழுதியிருக்கிறார்.

புலியைக் கொன்ற யானையின் கண்களிலிருந்து மதநீர் வடிகிறதாம். அந்த மதநீரைக் குடிக்க வண்டுகள் வருகின்றனவாம். வண்டுகள் இணைந்து மதநீரைக் குடிக்கும் ஓசை, யாழிசைபோல் செவிகளில் கேட்பதால் அசுணங்கள் மகிழ்கின்றனவாம். மதநீரை உண்ணும் வண்டுகளின் ரீங்கரிப்பு, யாழிசையை ஒத்திருப்பதாகப் பூதந்தேவனார் விவரித்திருப்பதல்ல முக்கியம், அதைக் கேட்டு அசுணங்கள் மகிழ்ந்தன என்பதில்தான் விஷயமிருக்கிறது.

பசித்தவன் உண்ணும் ஓசையே பரவசம் தருகிற இசையென்று சொல்ல வருகிறாற்போல, கூடுதலாக எனக்கு, யானையெனும் வெற்றியாளனின் மதநீர்தான் வண்டுகள் தேடியலைந்த தேனோ என்று தோன்றியது. உழைப்பவனின் வியர்வையும் போர்வீரனின் இரத்தமும் பூசனைக்குரியதெனவும் புரிந்துகொள்ளலாம்.

அதே பாடலில், பல்லியின் குரல்கேட்டுப் பன்றி, நன்னிமித்தம் பெற்றதாகவும் குறிப்பு வருகிறது. ஒழுங்குபடுத்தப்பட்ட ஓசையே இசை. ஒரேவிதமான இலயத்தில் வண்டுகள் தேனுண்ணும்போது அதுவுமே இசையாக மாறுகிறது என்றுதான் பூதந்தேவனார் கற்பனை செய்திருக்கிறார். கலித்தொகையில்(143) நல்லந்துவனார் எழுதியுள்ள பாடலோ வேறு ஒரு தோற்றத்தைத் தருகிறது. 'அகல் ஆங்கண் இருள் நீங்கி' எனத் தொடங்கும் அப்பாடலில், 'தலைவனுக்கும் தனக்கும் உயிர் ஒன்று. எனவே, நான் உயிரோடிருப்பதால் அவனுக்கு எதுவும் ஆகியிருக்காது' என்று காதலி நினைத்துக்கொள்வதாக ஓரிடத்தில் சொல்லிவிட்டு, அந்த நம்பிக்கையும் உறுதியும் அசுணத்தைக் காண்பிப்பதாக

எழுதுகிறார். அவனுடன் இணைந்திருக்கையில் இன்பமும், பிரிய நேர்கையில் துன்பமும் தன்னைத் தீண்டுவதாகக் கருதும் அவள், அசுணத்தைப் பிடிக்கவோ பார்க்கவோ எண்ணுபவர்கள் முதலில் யாழினை மீட்டுவதுபோலவும், பின்னர் பறையை மீட்டிக் கொல்வது போலவும் தோன்றுகிறது என்கிறாள். 'வஞ்சனையாலே யாழைமீட்டி, அந்த இசை அசுணத்திற்கு உரியதென்று அருள் செய்யாமல்' என்றொரு வரியை நுட்பமாக நல்லந்துவனார் சேர்த்திருக்கிறார். ஆவலைத் தூண்டி அபகரிப்பதுதான் காதலென்பதை இதைவிடவும் அழகாகச் சொல்லமுடியுமா என்ன?

இதே தொனியில் நற்றிணையில்(244, 304) இடம்பெற்றுள்ள இரண்டு பாடல்கள் அமைந்துள்ளன. 'விழுந்த மாரிப் பெருந் தண் சாரல்' எனத் தொடங்கும் 244ஆம் பாடல், தோழியிடம் தலைவி முறையிடுவதுபோல அமைந்தது. மழை பெய்தவுடன் கூதளத்தில் தேனுண்ண வண்டுகள் வருகின்றன. ஆசையுடனும் ஆர்வத்துடனும் அவை அருந்தும்போது எழும் ஓசையை, இசையெனக் கருதி மலைப்பிளவில் மறைந்திருந்த அசுணம் மகிழ்கிறது.

எங்கோ ஏதோ நடக்கிறதென்று கடந்துவிடாமல் அசுணம் எப்படி ஒவ்வொன்றையும் கவனித்துப் பார்த்தும், கேட்டும் மகிழ்கிறதோ அப்படி ஏன் என்னுடைய தலைவன், என் மேனியில் படர்ந்துள்ள பசலையைக் கண்டு கொள்ளாமல் இருக்கிறான். அவனுடைய நாட்டில் அசுணத்திற்கு உள்ள அக்கறையும் அன்பும்கூட அவனிடம் இல்லையே. நீயாவது, என் சூழலையும் துயரத்தையும் அவனிடம் உணர்த்தக் கூடாதா என்பதுதான் தலைவியின் கேள்வி. 'அசுணம்போல அவனும் என்னைக் கூர்ந்து கவனிக்கத் தொடங்கினால் என்னுடைய வருத்தம் தீர்ந்துவிடுமே' எனவும் சொல்கிறாள். அத்தோடு அவள் விடவில்லை.

மேலும், உரையாடலைத் தொடர்கிறாள், 'சரி, அவனிடம்தான் என்னுடைய நிலையை நீ உணர்த்தவில்லையென்றால் என்னுடைய அம்மாவிடமாவது குறிப்பால் உணர்த்தி எங்கள் இருவரையும் இணைத்துவைக்கக் கூடாதா' என்னுமிடத்தில் கூற்றங்குமரனார் தனித்துத் தெரிகிறார். களவொழுக்கத்தில் வெகுகாலம் இருக்க முடியாது. என்றோ ஒருநாள் நானும்

அவனும் இணையத்தான் போகிறோம், ஆனால் அது எப்போது என்பதுதான் சிக்கல். அந்தச் சிக்கலைத் தீர்க்கும் பொறுப்பு தோழிக்கே இருக்கிறது. சங்க இலக்கியத்தில் பெரும்பாலான பாடல்களில் தோழிகள் வருகிறார்கள். வரக்கூடிய அத்தனைத் தோழிகளும் தலைவிக்காகவே வாழ்கிறார்கள். நம்முடைய சினிமாவில் காட்டுவதுபோல எந்தத் தோழியும் முக்கோணக் காதல் கதையை உருவாக்குவதில்லை. மாறோக்கத்து நப்பசலையாரின் 'வாரல் மென்தினைப் புலர்வுக்குரல் மாந்தி' பாடலையும் பார்த்துவிடலாம். அது, நற்றிணையில் 304 ஆம் பாடலாக வருவது. ஏறக்குறைய அதேதான். ஆனால், நப்பசலையார் அப்பாடலில் ஒரு சின்ன வேறுபாட்டைக் காட்டியிருக்கிறார். 'அவன் இருந்தால் ஒருமாதிரியும், பிரிந்தால் வேறு மாதிரியும் ஆகிவிடுகிறேன். தலைவன் கூடுகையில் யாழிசையும் பிரிகையில் பறையிசையும் கேட்கும் அசுணம்போல' என்பதுடன் நிறுத்திக்கொள்கிறார்.

யாழும் பறையும் தமிழர்களின் ஆதி இசைக்கருவிகள். அப்படியிருக்க, யாழிசைக்கு நிகராக ஏன் பறையிசை கருதப்படவில்லை என்பதைத் திரும்பவும் கேட்க வேண்டியதில்லை இனிய இசையெனில் யாழென்றும், இன்னா இசையே பறையென்றும் ஏன் இத்தனைபேர் வரிந்துகட்டிக்கொண்டு எழுதியுள்ளனர் என்பதைக் கடந்துவிட மனமில்லாமல் உறைந்துபோனேன்.

நரம்பிசைக் கருவிக்கும், தோலிசைக் கருவிக்கும் உள்ள பாகுபாடுகள் இசையால் விளைந்தவையா, இசைப்பவர்களின் அடையாளத்துடன் தொடர்புடையவையா என்பதை ஊகிக்க முடியவில்லை. ஒரு சிந்தனையோ உவமையோ சுவாரசியம் தருகிறதென்றால் அதைத் திரும்பத் திரும்ப எழுத்தில் கொண்டுவரும் ஆர்வம் பிழையில்லை. 'தெய்வமுணாவே' சூத்திரத்தில் தொல்காப்பியர் ஏழு கருப்பொருள் தமிழரின் பண்பாட்டில் கலந்திருப்பதாகக் காட்டுகிறார்.

தெய்வம், உணா, மா, மரம், புள், பறை, யாழ் ஆகியவையே அந்த ஏழும். அந்த ஏழில் பறையும் யாழும் சமமாகவே காட்டப்பட்டுள்ளன. தமிழிசையின் ஜன்னல் வழியே மேற்குறித்த சங்கப்பாடல்களைப் பார்த்தால் பிரச்சினை பெரிதாகிவிடும். தெரிந்த பறவைகளைக் காட்டிலும்

தெரியாத பறவைகள்மீது நமக்கேற்படும் ஈர்ப்பே மிகுதி. மனிதனால் உருவாக்கப்படும் அனைத்தின் பின்னணியிலும் ஓர் அரசியல் ஒளிந்திருக்கும். அசுணத்தின் அடையாளத்திலும் அப்படி ஒன்று இருக்கலாம். மனிதர்கள் தம்மைத் தாண்டி எதுவுமில்லை என எண்ணுகிறார்கள். திறமையும் ஆற்றலும் தமக்கே உரியதெனவும் தம்பட்டம் அடிக்கிறார்கள். அதைக் கண்டித்தே 'வான் குருவியின் கூடு / வல் அரக்கு தொல் கரையான் / தேன் சிலம்பி யாவர்க்கும் செய் அரிதால்' எனும் பாடலை ஔவை எழுதியிருக்கிறார்.

இயற்கையையே அறிவாகக் கொண்ட பறவைகள், யுகயுகங்களாகத் தம்முடைய சிறகுகளால், வானையும் மண்ணையும் அளந்து அழகாக்கி வருகின்றன. ஒரு வான்குருவி கட்டுகிற கூட்டிற்கு இணை ஒன்றுமில்லை. மரத்தில் தொங்கியவாறு கூடமைக்கும் குருவி, இயற்கையிலிருந்தே தன்னை வடிவமைத்துக்கொள்கிறது. கீழே வாசல் வைத்து அது அமைக்கும் கூட்டில் வாழ்விற்கான புத்திசாலித்தனமும், பொறுப்புணர்வும் சேர்ந்துள்ளன. பறவையாக முடியாத மனிதர்களோ தமக்கேற்ப ஒரு பறவையைக் கற்பனையில் உருவாக்கி, கண், காது, மூக்கினை வைக்கிறார்கள். அசுணத்தின் பிறப்பும் இறப்பும் உண்மையெனில் அது தற்போது எங்கிருக்கிறதோ?

நினைவின் நீராழி மண்டபம்

கங்கையில் மூழ்கி முக்தி எய்த எத்தனையோ துறவிகள் எண்ணுகையில், கங்கைக்காக உயிர் நீத்தவர் சுவாமி நிகமானந்தா மட்டுமே. கங்கையின் வரலாறு அவருடைய கண்ணீராலும் எழுதப்பட வேண்டும். துளியில் தொடங்கி துளியில் முடிவதே வாழ்க்கையெனில் அத்துளிக்காகத் தன்னை ஈகம் செய்த அவர் போன்றோரைக் காலம் ஒருபோதும் மறந்துவிடாது. அரசியல் பின்னணிகள் எவையுமின்றி மாசுபட்ட கங்கையின் தூய்மைக்காக நூற்றுப் பதினான்கு நாள்கள் பட்டினி கிடந்து உயிர்விட்ட நிகமானந்தா, தண்ணீரை மூச்சின் திரவமாகப் பார்த்திருக்கிறார். அவர் குறித்து 'நெருப்பு தெய்வம் நீரே வாழ்வு' என்கிற மிகச் சிறிய நூலை ஸ்டாலின் பாலுச்சாமி தந்திருக்கிறார்.

நீரின்றி அமையாது உலகு என்னும் மந்திரம் வள்ளுவருடையது. ஆனால், அந்நீரை உச்சரிக்கவும் பருகவும் முடியாமல் மரணித்த உயிர்களுக்குக் கணக்கில்லை. நீரையே தலையாய பண்பாடாகத் தமிழ்ச்சமூகம் கொண்டிருக்கிறது. வெப்பமண்டலப் பகுதி என்பதால் பிறப்பு, பூப்பு, திருமணம், வழிபாடு, இறப்பு என எல்லாவற்றிலும்

நீர்ச்சடங்குகள் நிகழ்த்தப்படுகின்றன. புறநானூற்றில் நீர், நிலம், காற்று, நெருப்பு, ஆகாயம் ஆகிய ஐந்துமே இயற்கை என வரையறுத்த முரஞ்சியூர் முடிநாகனார், அதை வரிசைப்படுத்திய விதத்தில் தமிழர்களின் விஞ் ஞான உணர்வை வெளிப்படுத்தியிருக்கிறார். கலிலியோவும் கோப்பர் நிக்கசும் உலகம் தட்டையானது அல்ல என்பதை நிரூபிக்கும் முன்னமே முடிநாகனார் அதை உணர்த்திவிட்டார் என்றெல்லாம் வாதிடுவதில் எனக்கு விருப்பமில்லை.

அப்பாடலில் அவர் 'தீமுரணிய நீரும்' என்றொரு பதத்தைக் கையாண்டிருக்கிறார். அப்பதத்தின் வழியே இருபெரும் நாகரிகங்கள் என்னவென்பதை அறியலாம். நீர், திராவிடத்தையும் நெருப்பு, ஆரியத்தையும் அடிப்படையாகக் கொண்டவை. தீ எப்போதும் மேல் நோக்கியே பரவுகிறது. நீரோ அவ்வாறு இல்லை. அது, கீழே உள்ள மண்ணையும் மக்களையும் ஒருபோதும் மறுப்பதில்லை.

நல்லாவூர் கிழார் எழுதிய அகநானூற்றுப்(86) பாடலில் தமிழர்களின் திருமணமுறை குறித்துத் தெரிந்துகொள்ள முடிகிறது. 'உழுந்து தலைப்பெய்த கொழுங் களி மிதவை' எனத் தொடங்கும் அப்பாடலில், 'முதிய மங்கல மகளிர் தலையில் நிறைநீர்க் குடத்தைச் சுமந்தவாறு ஒன்றுகூடி, முன்னே தருவனவற்றையும் பின்னே தருவனவற்றையும் முறையாக எடுத்துத் தந்த வண்ணம் இருந்தனர்' என வரும். 'நிறைநீர்க் குடம்' என்பதுதான் குறியீடு. திருமணத்தில் முதலில் விருந்து என்பதுதான் வழக்கம். இப்போதோ திருமணச் சடங்குகள் அனைத்தும் முடிந்த பிறகே விருந்தும் வாழ்த்துகளும் என ஆகியுள்ளன. அதைவிட, உளுத்தம் பருப்பைக் கலந்து சமைத்த குழைவான பொங்கல் எனும் குறிப்பை அப்பாடலில் காண முடிகிறது.

இன்றோ உளுந்து, மங்கல நிகழ்வுகளில் பங்குகொள்ளும் பாக்கியத்தை இழந்துவிட்டது. தாவரங்களில்கூட வீட்டுச்செடி, தீட்டுச்செடி எனும் பாகுபாட்டைக் கண்டு வருகிறோம். சிலப்பதிகாரத்தில் 'நடந்தாய் வாழி காவேரி' என்று அகண்ட காவிரியின் ஒவ்வோர் அசைவையும் இளங்கோவடிகள் வியந்திருக்கிறார். 'உழவர் ஓதை, மதகு ஓதை / உடைநீர் ஓதை, தண்பதம் கொள் / விழவர் ஓதை, சிறந்து ஆர்ப்ப

/ நடந்தாய் வாழி காவேரி' என்று புகார்க்காண்டம் கானல் வரியில் அவர் எழுதிச் செல்லும் ஒவ்வொரு வரியும் நீரின் அழகை விவரிப்பதுடன், நீரினால் விளையும் நன்மைகளையும் உணர்த்துகின்றன. கோவலனும் கண்ணகியும் மதுரை நோக்கித் திரும்பி வரும்போது அவர்களுக்கு நேரவுள்ள துன்பத்தை யோசித்து, வைகை தன்னுடைய கண்களை மலர்களால் மூடிக்கொண்டதென இளங்கோவடிகள் சிந்தித்திருப்பார். 'வாரல் என்பதுபோல் மறித்துக் கைகாட்ட' எனக் கோட்டை மதில் மீது அசைந்த கொடியைத் தற்குறிப்பேற்றமாக எழுதிய அவரே, வைகையை வைத்தும் எழுதியிருப்பதைக் காவிய அழகு என்றுதான் சொல்ல வேண்டும். 'நடந்தாய் வாழி காவேரி' என்னும் தலைப்பில் எழுத்தாளர் தி.ஜானகிராமனும் சிட்டியும் இணைந்து எழுதிய நூலை மீண்டும் ஒருமுறை வாசிக்கலாம்.

காவிரிக் கரையோரப் பயண அனுபவ நூலே அது எனினும், அதில் பொதிந்துள்ள தகவல்கள், வரலாற்றையும் நம்பிக்கைகளையும் பேசுபவை. அத்துடன், அந்நூலில் அந்தந்த இடத்தில் பிறந்த ஆளுமைகளைக் குறித்தும் வருவதால் மேலதிகச் சுவையுடன் வாசிக்க முடியும். இராஜராஜன், கம்பன், இராஜேந்திரன், இளங்கோ, ஒட்டக்கூத்தன், அருணாச்சலக் கவிராயர், ஆதித் தமிழிசை மூவர், தியாகையர் என இசையையும் இலக்கியத்தையும் இணைத்து அந்நூலைத் தி.ஜா.வும் சிட்டியும் எழுதியிருப்பர்.

அந்நூலில் விரவிவரும் சங்கதிகள், காவிரிக் கரையில் பிறந்த எனக்குப் பெருமித உணர்வை ஏற்படுத்துபவை. ஆனால், அதே காவிரியைப் பின்னாளில் வறண்ட கோலத்தில் பார்த்தும் வருந்தியிருக்கிறேன். நீர் பொய்க்க, நிலமும் பொய்த்துப்போன அந்தக் காலத்தில் 'காவிரிக் கரையில் / ஒட்டகத்தில் பயணம்' என்கிற தணிகைச்செல்வனின் கவிதைதான் ஆறுதலளித்தது. சிலப்பதிகாரத்தில் கவனிக்கத்தக்க ஒரு கதையுண்டு. அது, ஆட்டனத்தி ஆதிமந்தியின் காதலைச் சொல்வது.

ஒருமுறை பூம்புகாரில் நடந்த புதுப்புனல் விளையாட்டில் பங்கேற்க ஆட்டனத்தி என்ற சேர நாட்டு இளவரசன் வருகிறான். அவனுடைய ஆடற்கலையில் வசப்பட்ட சோழ நாட்டு இளவரசி ஆதிமந்தி, அவனுடன் போட்டி போட்டுக்

காவிரிக்கரையில் ஆடி மகிழ்கிறாள். நீர் விளையாட்டில் இருவரும் ஈடுபட்டிருக்கையில் ஆட்டனத்தி நீர்ப்பெருக்கில் மூழ்கிவிடுவான். ஆழம் தெரியாது ஆற்றில் இறங்கிய ஆட்டனத்தியை, தண்ணீர் இழுத்துச் சென்றுவிட ஆதிமந்தி பதறிப்போகிறாள். அவன் திடீரென்று மாயமானதும் அவளுக்கு ஏதுசெய்வதென்று புரியவில்லை. அரற்றுகிறாள். அழுது புலம்புகிறாள். அப்போது அங்கே தோன்றும் காவிரித் தாயான மருதியிடம் ஆட்டனத்தியை மீட்டுக் கொடுக்கும்படி வேண்டுகிறாள். மருதியும் ஆட்டனத்தியை மீட்டுக் கொடுப்பதாகக் கதை முடியும்.

இந்த மிகச்சிறிய கிளைக்கதையை அடிப்படையாக வைத்துப் பாரதிதாசனும், கண்ணதாசனும் தனி நூலே எழுதியிருக்கின்றனர். பாரதிதாசனுடைய 'சேரத் தாண்டவ'த்தைக் காட்டிலும் கண்ணதாசனின் 'ஆட்டனத்தி ஆதிமந்தி' காவியத்தில் சொற்கள் சுழன்றடிக்கும். சங்க இலக்கியத்தில் 'ஆதிமந்தியார்' என்கிற பெயரிலேயே ஒரு பெண்பாற் புலவர் இடம்பெற்றுள்ளார். 'மள்ளர் குழீஇய விழவி னானும்' எனத் தொடங்கும் குறுந்தொகைப் (31) பாடல் அவர் எழுதியதே என்கின்றனர். ஆய்வாளர்கள் அவரும் சிலப்பதிகாரத்தில் வந்துள்ள ஆதிமந்தியும் ஒருவரே எனக் கருதுகிறார்கள்.

காலத்தால் முந்தைய சங்க இலக்கியத்தில் தென்படும் ஒரு பெயர், சிலப்பதிகாரத்திலும் இடம்பெற்றிருப்பதை இலக்கியத்தின் தொடர்ச்சி என்றுதான் எடுத்துக்கொள்ள வேண்டும். நீராடலும், நீர் விளையாட்டும் ஒன்றல்ல. தொ. பரமசிவத்தின் 'ஆறாட்டும் நீராட்டும்' நூலில் அவற்றுக்கான விளக்கங்கள் உள்ளன. 'குளித்தல்' என்பது 'குளிர்தல்' என்னும் சொல்லின் பிறழ்வே என்பது பற்றியெல்லாம் விரிவாக ஆராய்ந்திருக்கிறார்.

ஒருசிலர் இளங்கோ தன் காப்பியத்தில் ஆட்டனத்தி ஆதிமந்தியின் வாழ்வைக் கிளைக்கதையாக ஆக்கியதற்குப் பின்னால் சங்க இலக்கியத்தின் தாக்கம் இருக்கலாம் எனும் ஐயத்தை எழுப்புகின்றனர். எது எப்படியானாலும், ஆதிமந்தியும் ஆட்டனத்தியும் மரணமில்லாப் பெருவாழ்வு பெற்ற காதலர்களாக இலக்கியத்தில் வாழ்கிறார்கள். நீர்

விளையாட்டில் தொலைந்துபோன கணவனுக்காக இறுதிவரை போராடிய ஆதிமந்தியை, சங்க இலக்கியம் பல இடங்களில் உவமையாகவும் உட்பொருளாகவும் கொண்டிருக்கிறது. ஆட்டனத்தி ஆதிமந்தியின் காதலை வைத்தே எம்.ஜி.ஆர். நடிப்பில் 1960இல் வெளிவந்த ‘மன்னாதி மன்னன்’ திரைப்படம் உருவானதாகவும் சொல்லப்படுகிறது.

நல்லாதனாரின் திரிகடுகத்தில்(84) ‘வாய் நன்குஅமையாக் குளனும், வயிறாரத் / தாய் முலை உண்ணாக் குழவியும், சேய் மரபில் / கல்வி மாண்பு இல்லாத மாந்தரும் / இம் மூவர் நல்குரவு சேரப்பட்டார்’ என்று எழுதியிருக்கிறார். அதாவது, வழி அமையாக் குளமும், வயிறு நிரம்பத் தாய்ப்பால் அருந்தாத குழந்தையும், கல்வி அறிவில்லாத மாந்தரும் வறுமைக்கு ஆளாவார்கள் என்கிறார். நீர் வரும் வரத்துக்கால் நன்கு அமையாத குளத்தினால் பயனில்லை. அதேபோல ‘முந்நீர் உண்டு முந்நீர் பாயும்’ என்றொரு தொடரை மாங்குடி மருதனார் எழுதுவார்.

புறநானூற்றில் இருபத்து நான்காம் பாடலாக வருவது. அதுயென்ன முந்நீர் உண்டல், முந்நீர் பாய்தல் எனும் கேள்வி எழலாம். பாண்டியன் தலையாலங்கானத்துச் செருவென்ற நெடுஞ்செழியன் ஒரு போரில் வெல்கிறான். அப்போது அதைப் புகழ வந்த மருதனார், ‘இனியும் போரில் ஈடுபடாமல் மகிழ்ச்சியாக இரு’ என்று சொல்ல ஒரு பாடலை எழுதியுள்ளார். அரசனான நெடுஞ்செழியன் எத்தகைய மகிழ்ச்சியுடன் வரும் பொழுதுகளைக் கழிக்க வேண்டுமெனச் சொல்பவைதாம் பாடலில் வரக்கூடியவை.

‘கடற்கரைச் சோலையில் நீர்முள்ளிப் பூக்களால் தொடுக்கப்பட்ட மாலையணிந்த மகளிர், பெரிய பனை நுங்கின் பதநீர், அழகிய கரும்பின் இனிய சாறு, உயர்ந்த மணற் குவியலில் தழைத்த தென்னையின் இளநீர் ஆகிய மூன்றையும் கலந்து குடித்துக் கடலில் பாய்ந்து விளையாடுவர்’ என்றிருக்கிறார். ‘பதநீர், கரும்புச்சாறு, இளநீர் ஆகிய மூன்றையும் ஒருசேரக் கலந்து குடிக்கும் மகளிர், அதன் பின் ஆற்றுநீர், ஊற்றுநீர், மழைநீர் ஆகிய மூன்றும் கலந்தோடும் படித்துறையில் நீராடப் பாய்வர்’ என்பவைதாம் அவ்வரிகள். கற்பனையாக யோசித்தாலும்கூட ஒரு நாட்டின் வளம்,

நீர் வளத்தால் மட்டுமே உறுதிசெய்யப்படுகிறது. நெடுஞ் செழியனுக்கு நிகரான மன்னனே எவ்வி. ஆனாலும், அவனைப் போரில் நெடுஞ்செழியன் வென்றிருக்கிறான். அதற்கே மருதனார் இருநாட்டுச் சிறப்பையும் பாடலில் எடுத்துச் சொல்லிப் புகழ்கிறார். மருதனார் புகழ்வதை விரும்புகிறவனாக நெடுஞ்செழியனும் இருந்திருக்கிறான். 'போரில் என்றேனும் நான் தோற்றுவிட்டால் அன்றுமுதல் மருதனார் பாடுவதை நிறுத்திக்கொள்ளட்டும்' எனும் அளவிற்கு அவர்மீது அவனுக்கு அன்பு இருந்திருக்கிறது. மாங்குடி மருதனாரும், மாங்குடிக் கிழாரும் ஒருவரே என்பது குறிப்பிடத்தக்கது.

இதை ஒட்டி இன்னொரு பாடலும் நினைவிற்கு வருகிறது. 'இடம் படுபு அறியா வலம் படு வேட்டத்து' எனத் தொடங்கும் அகநானூற்றுப் (252) பாடல் அது. அப்பாடலின் இறுதி மூன்றடிகள் 'எறி திரைத் திவலை தூஉம் சிறு கோட்டுப் / பெருங் குளம் காவலன் போல / அருங் கடி அன்னையும் துயில் மறந்தனளே' என்று வரும். சிறிய கரையை உடைய பெரிய குளத்தைக் காக்கின்ற காவலனைப் போல் என்னுடைய தாய் என்னை வீட்டுக் காவலில் வைத்திருக்கிறாள் எனத் தோழியிடம் தலைவி சொல்வதுபோல அமைந்த பாடல்.

அப்பாடலில் ஆளி என்கிற அபூர்வ விலங்கைப் பற்றிய குறிப்பும் உண்டு. அடங்காச் சினமுடைய ஆளி, தாக்கும் விலங்குகளை இடப் புறத்தில் எறியாமல் வலப் புறத்தில் மட்டுமே வீழ்த்துமென்பது நம்பிக்கையா உண்மையா தெரியவில்லை. நீரை வைத்து எழுதப்பட்ட கவிதைகளில் மறக்க முடியாத ஒன்றெனில் அது, மாறன் பொறையனார் எழுதியதுதான்.

இருமான்கள் ஒரே சுனையில் நீர் அருந்தும் காட்சியை அன்பிற்கு உவமையாக்கிய அவர், 'சுனைவாய்ச் சிறுநீரை எய்தாது என்று எண்ணிப் / பிணைமான் இனி துண்ண வேண்டிக் கலைமாத் தன் / கள்ளத்தின் ஊச்சும் சுரம் என்பர் காதலர் / உள்ளம் படர்ந்த நெறி' என்றிருக்கிறார். 'ஐந்திணை ஐம்பதில்' *(38)* வரக்கூடிய அப்பாடலின் பொருள், 'சுனையில் இருவரின் தாகமும் தீருமளவிற்கான தண்ணீர்

இல்லை. ஆண் மான் குடித்துவிட்டால் பெண் மானுக்கு நீர் இருக்காது. எனவே, ஆண்மான் குடிப்பதுபோலப் பாவனை செய்கிறது. பெண்மானும் ஆண்மான் குடிக்கட்டுமென்று அதே பாவனையை மேற்கொள்கிறது. இரண்டும் குடித்த பாடில்லை. சுனையில் நீர் அப்படியே இருக்கிறது' என்பது. ஒத்த காதலரின் உள்ளத்தை இதைவிடத் தத்ரூபமாக எழுத்தில் கொண்டுவர முடியுமா என்ன?

இப்போதுகூடத் தற்செயலாக நகரத்தில் எங்கேனும் இளங்காதலர்கள், ஒரு குளிர்பானத்தில் இரு குழாயிட்டு அருந்தும்போது எனக்கு அப்பாடலும் காட்சியும் நினைவிற்கு வந்துவிடும். கலைமான், பிணைமான் என்கிற சொற்கள் கவனத்திற்குரியன. கலைமான் என்றால் ஆண்மான். பிணைமான் என்றால் பெண்மான். 'மூன்றாம் பிறை' திரைப்படத்தில் 'கண்ணே கலைமானே' என்றறொரு பாடலைக் கண்ணதாசன் எழுதியிருக்கிறார். அதில், ஸ்ரீதேவியை அவர் ஆண்மானாக வர்ணித்து எழுதியதற்குப் பின்னால் விசேஷ காரணமிருக்கலாம். 'கள்ளத்தின் ஊச்சும் சுரமென்பர் காதலர்' என்கிற தொடரில், அன்பின் திருட்டுத்தனங்களுக்கு மாறன் பொறையனார் வழங்கியுள்ள அங்கீகாரம் வசீகரிப்புக்குரியது.

கவிதையைப் பற்றிச் சொல்ல வந்த கம்பர், 'புவியினுக்கு அணியாய், ஆன்ற / பொருள் தந்து புலத்திற்று ஆகி' என்றே தொடங்குவார். கோதாவரி எப்படி ஓடுகிறது என்பது பற்றிய வர்ணனையே அது. என்றாலும், அதனுடன் இணைத்து அவர் சொல்லியிருக்கும் பலவும் இரசிக்க வைக்கின்றன. ஒரு நதி என்னென்ன தன்மைகளை உடையதாக அமைகின்றதோ அதே தன்மைகளைக் கவிதைகளும் கைக்கொள்ள வேண்டும் என்பதே கம்பர் அப்பாடலில் வைத்திருக்கும் பார்வை. 'அவி அகத் துறைகள் தாங்கி, ஐந்திணை நெறி அளாவி, சவி உறத் தெளிந்து' ஆகிய மூன்று தொடர்கள் கவனிக்கவைப்பவை.

கிளர்ச்சியூட்டுவதையும் தாண்டிக் கவிதைகள், ஐந்து திணைக்குரிய நெறிகளையும், புலனின்பத்திற்கு அப்பால் மனத்தின் குளிர்ச்சியையும் தாங்க வேண்டுமென்கிறார். அதைவிட, 'ஆலைவாய்க் கரும்பின் தேனும்' எனும் பாடலில், ஒரு நாடு எத்தகைய சிறப்புடையது அல்லது எத்தகைய சிறப்புடையதாக இருக்க வேண்டும் என்று

கற்பனை செய்திருப்பார். ஆலையில் பிழியப்படும் கரும்பின் சாறு, கொண்டது போக மீதமுள்ளது வழிந்து ஓடுகிறதாம். பனம்பாளையைச் சீவிவிட அதிலிருந்து வழியும் கள், உண்டதுபோக மிதமிஞ்சித் தரையில் வழிகிறதாம். அதேபோல, வேடர்கள் மர உச்சியில் உள்ள தேனை எடுக்க அடையை நோக்கி அம்பிலே நூலைக் கட்டி எய்துகிறார். அப்படி அவர்கள் எய்தும் அம்பின் நூல்வழியே நறுந்தேன் பெருக்கெடுத்துப் பாய்கிறதாம். போதாதகுறைக்குப் பழுத்து, வெடித்த பலாச்சுளையிலிருந்தும் வடியும் தேன் வற்றாமல் ஆறாகப் பெருக்கெடுக்கிறதாம். இவை சிறப்பல்ல. இவை அத்தனையும் இணைந்து ஆறாகவும் மாறி கடலைப் போய்க் கலக்கும் சுவைமிகுந்த நீரை, உண்டு வாழும் மீன்கள் இருக்கின்றனவே அவைதாம் சிறப்பு என்கிறார்.

ஓசைக்காகவும் பாடலின் சுவைக்காகவும் அவ்வரிகளை முழுமையாகத் தரத் தோன்றுகிறது. ‘ஆலைவாய்க் கரும்பின் தேனும் /அரிதலைப் பாளைத் தேனும் / சோலை வாய்க் கனியின் தேனும் / தொடை இழி இறாலின் தேனும் / மாலை வாய் உகுத்த தேனும் / வரம்பு இகந்து ஓடி வங்க / வேலை வாய் மடுப்ப உண்டு / மீன் எலாம் களிக்கும் மாதோ’ என்னும் வரிகளை, ஒருமுறை வாய்விட்டு வாசிக்கையில் மிகும் சுவைக்கு ஈடில்லை. கடல்சேர்ந்த சுவைநீரை மீன் பருகிக் களித்ததோ இல்லையோ தெரியவில்லை. ஆனால், அதைவிட மேலான சுவையை அப்பாடல் தருகிறது.

ஒரு நாட்டின் சிறப்பை அந்நாட்டில் தென்படும் நீர்நிலைகளே தெரிவிக்கின்றன. ஆனால், இன்றைய சூழலில் எத்தனை நீர்நிலைகள் எல்லாருக்குமானவையாக இருக்கின்றன என்பதே கேள்வி. இன்றும்கூடப் பல நீர் நிலைகள் தலித்துகள் நெருங்க முடியாத தூரத்தில் வைக்கப்பட்டுள்ளன. நீரிலும்கூடப் புனிதத்தையும் தீட்டையும் பராமரிக்கும் சமூகத்தில்தான் நாமிருக்கிறோம்.

அம்பேத்கர், தண்ணீரைச் சமூக ஏற்றத் தாழ்வின் கருவியாகவும் வர்க்க முரண்களை வளர்த்தெடுக்கும் குறியீடாகவும் கணித்திருக்கிறார். அவரே, ‘அதிகாரத்தின் ஊற்று, தண்ணீரைக் கட்டுப்படுத்துவதில் இருக்கிறது. தண்ணீரின்றித் தவிக்க வைப்பதே ஒதுக்கி வைப்பதன்

அடிப்படை' என்றிருக்கிறார். மகத் நகரிலிருந்த பொதுக்குளத்து நீரை அனைவருக்குமானதாக ஆக்க வேண்டும் என்கிற போராட்டமே அவருடைய அரசியல் வாழ்வின் தொடக்கமாகப் பார்க்கப்படுகிறது. அக்குளத்தில் ஒரு குவளை நீரை அள்ளிப் பருகிவிட்டு 'பிறரைப் போல நாங்களும் மனிதர்கள் தாம் என்று நிறுவவே குளம் நோக்கி நடைபோடுகிறோம்' என்ற முழக்கம், வரலாற்றில் முக்கியமானது. ஆனால், இன்று அதே அம்பேத்கரின் பிறந்த தினத்தைத் தண்ணீர் தினமாக ஒன்றிய அரசு அறிவித்திருக்கிறது. நீரே யாவும் என்று பேசுகிற சமூகம், அந்த நீரை அனைவருக்குமான உரிமையாகவும் சொத்தாகவும் பார்க்கத் தவறுவதைப் பேராசிரியர் கோ. இரகுபதி 'தலித்துகளும் தண்ணீரும்' நூலில் விரிவாக எழுதியிருக்கிறார்.

அதில் ஒரு சம்பவம், நெல்லை மாவட்டத்தில் 'தேரிகான்' எனும் பகுதியில் நடந்தது பற்றி வருகிறது. மக்கள் புழங்கிக்கொண்டிருக்கும் நீர் நிலையில் மனித மலத்தைக் கலந்தது பற்றிய அதிர்ச்சியூட்டும் அந்தப் பதிவின்மூலம் சாதிய வன்மத்தை வெளிப்படுத்தவும் நீர் பயன்படுவதைப் புரிந்துகொள்ளலாம். அந்நூலில் அவர் ஏராளமான வரலாற்று நிகழ்வுகளையும், தண்ணீருக்காக நடத்தப்பட்ட போராட்டங்களையும் ஆவணப்படுத்தியுள்ளார்.

நீர், தீ இரண்டுமே ஒடுக்கப்பட்டவர்களை அழிக்க, ஆதிக்கம் கையிலெடுக்கும் ஆயுதமென்பதை மறுப்பதற்கில்லை. தன்னுடைய துளிப்பா ஒன்றில் புதுவை சீனு. தமிழ்மணி, 'கண்டங்கள் / தீ நீர் / கீழ்வெண்மணி; தாமிரபரணி' என்று எழுதியிருப்பார். ஒடுக்கப்பட்ட மக்களுக்குத் தீயிலும் கண்டம், நீரிலும் கண்டம் என்கிற பார்வை, வரலாற்றுக் களங்கத்தைப் பிரதிபலிப்பது.

கீழ்வெண்மணியில் விவசாயத் தொழிலாளர்கள் எரிக்கப்பட்டதையும், தாமிரபரணியில் மாஞ்சோலைத் தொழிலாளர்கள் அரச பயங்கரவாதத்தால் கொல்லப்பட்டதையும் இதயமுள்ளவர்கள் எவருமே மன்னிக்க மாட்டார்கள். அதேபோலப் புனைவை எடுத்துக்கொண்டால் எழுத்தாளர் கந்தர்வனின் 'தண்ணீர்' சிறுகதை குறிப்பிடத்தக்கது. அக்கதையில் இந்திரா என்கிற பெண், ஒருகுடம்

குடிதண்ணீருக்காகப் படும் அவஸ்தையை விவரித்திருப்பார். ஒரு குடம் தண்ணீருக்கு இரயில் நிலையத்தில் காத்திருக்கும் கிராம மக்கள், அதைப் பெறுவதற்குப் படும் பாடுகளே கதையின் போக்கு. இரயில் பெட்டியில் ஏறி அவசர அவசரமாக நீரைக் குடத்தில் நிரப்பும் இந்திரா, ஒருசமயம் அதே இரயிலில் போக நேர்ந்துவிடும்.

வீட்டில் உள்ளவர்கள் அவளைத் தேடிக் கொண்டு அலைவர். பிறகு தாமாகவே வீடு திரும்பும் இந்திரா, அக்குடத்தை நீருடன் சுமந்துகொண்டே வருவதுதான் கதையின் முடிவு. கூடவே கோமல் சுவாமிநாதனின் ‘தண்ணீர் தண்ணீர்’ நாடகத்தையும் அசோகமித்திரனின் ‘தண்ணீர்’ நாவலையும் நினைவூட்டலாம். கோமலின் நாடகம், பிறகு திரைப்படமாகவும் கே. பாலச்சந்தரின் இயக்கத்தில் வந்திருக்கிறது.

நீரும் தீயும் எவ்வெவ்வகையில் வேறுபடுகின்றன என்பதை ஒரு காதல் பாடலில் கபிலர் சொல்லியிருக்கிறார். இரண்டும் அருகருகே இருந்தாலும் ஒன்றை ஒன்று வென்றுவிடுகிறது என்றுதான் சொல்ல வருகிறார். ‘மால்வரை இழிதருந் தூவெள் அருவி / கல்முகைத் ததும்பும் பன்மலர்ச் சாரல் / சிறுகுடிக் குறவன் பெருந்தோட் குறுமகள் / நீரோ ரன்ன சாயல் / தீயோ ரன்னவென் உரனவித் தன்றே’ என்கிற அந்தப் பாடல் குறுந்தொகையில் (95) வருகிறது. எப்பவும்போல் மகிழ்ச்சியில்லாமல் உடல் மெலிந்து மனச் சோர்வுடன் காணப்படுகிறாயே அதற்கு என்ன காரணம் என்று தோழன் கேட்கிறான்.

அதற்குத் தலைவன், ‘உயர்ந்த மலையிலிருந்து விழும் தூய வெள்ளை அருவியின் நீர்போலக் குளிரையும் மென்மையையும் கொண்ட அந்தப் பெண் தீப் போல எதையும் பொசுங்கும் திண்மையுடைய என் இதயத்தின் வலிமை கெடச் செய்கிறாள்’ என்கிறான். ‘தீமுரணிய நீரும்’ என்று ஏற்கெனவே பார்த்தோம். அதுபடி, தீயும் நீரும் ஒரே பண்பையும் தன்மையையும் கொண்டவையல்ல. நீரைத் திராவிடமும், தீயை ஆரியமும் தம்முடைய பண்பாடாகக் கருதுகின்றன. இன்றைய அரசியல் போக்குகளும் அதை ஒட்டியே செல்வதைக் கவனிக்கலாம். ஒன்றில் ஒன்று கலத்தல்

என்பது நிகழாமல் இல்லை. ஆனாலும், இரண்டிற்கும் இடையிலான வித்தியாசங்கள், பெரும் பிரச்சினைகளைத் தருவித்துக்கொண்டே இருக்கின்றன. இனிய தோழரும் எழுத்தாளருமான நக்கீரன் 'நீர் எழுத்து' என்றொரு நூலைத் தமிழுக்குத் தந்திருக்கிறார். தமிழகத்தின் தண்ணீர் ஆவணமாகக் கருதப்பட வேண்டிய அந்நூலில், நீர் நம்முடைய பண்பாட்டில் எத்தகைய இடத்தைப் பிடித்திருக்கிறது என்பதுபற்றி விரிவாக ஆய்வு செய்திருக்கிறார். நீரம், நாரம் ஆகிய இரு சம்ஸ்கிருதச் சொற்களின் வழியே ஒரு பண்பாடு, இன்னொரு பண்பாட்டை எப்படி விழுங்கியது என்பதுவரை சொல்லியிருக்கிறார்.

இன்று வழக்காடு மன்றங்களில் சொல்வதெல்லாம் உண்மை, உண்மையைத் தவிர வேறு இல்லை என்று சத்தியம் வாங்கிய பின் சாட்சியையோ குற்றம் சாட்டப்பட்டவரையோ விசாரிக்கும் வழக்கம் இருக்கிறது. ஆனால், ஒருகாலம்வரை அப்படியில்லை. உறுதியேற்பவர்கள் இஸ்லாமியராகவோ கிறிஸ்தவராகவோ இல்லாதபட்சத்தில் குளங்களிலிருந்து நீர் கொணர்ந்து, பூக்களுடன் அந்நீர் கைகளில் ஊற்றப்பட்டிருக்கிறது. அதை ஏற்று அருந்துவதே சத்தியம். பூவுக்குப் பதில் துளசியைப் பயன்படுத்தியதாகவும் தகவல் உண்டு. சங்க இலக்கியத்தில் நீர் குறித்த பதிவுகள் நிறைய உண்டு.

அனைவருக்கும் தெரிந்த 'முழங்கு முந்நீர் முழுவதும் வளைஇப் பரந்துபட்ட வியன் ஞாலம்' என்ற குடபுலவியனாரின் புறநானூற்றுப் பாடலைக் கவனிக்கலாம். பாண்டியன் நெடுஞ்செழியனை முன்வைத்து அவர் எழுதிய இரு பாடல்கள் கிடைத்துள்ளன. இரண்டுமே அற்புதமான பாடல்கள். முழங்கு முந்நீர் பாடலை எடுத்துக்கொண்டால் அது ஓர் அரசனுக்கு அதாவது நெடுஞ்செழியனுக்கு அவர் கூறிய அறிவுரை.

மன்னர்களுக்கு அறிவுரை கூறும் இடத்தில் ஒரு புலவர் இருந்திருக்கிறார் என்பதன்று முக்கியம், அதைவிட அவர் சொல்லக்கூடிய அறிவுரைகளைக் கேட்கும் இடத்தில் ஓர் அரசன் இருந்திருக்கிறான் என்பதுதான். ஓர் அரசன் நிலைத்த புகழுடன் வாழ வேண்டுமானால் எங்கெல்லாம் நீர் தேங்குகின்றதோ அங்கெல்லாம் குளங்களை அமைக்க

வேண்டும் என்கிறார். 'நிலன் நெளி மருங்கின் நீர் நிலை பெருக' என்னும் அறிவுரையே அவருடையது. அத்துடன் அவர் அதை எவ்விதம் விவரிக்கிறார் என்பதுதான் விசேஷம். நம்முடைய சங்கப்பாடல்களில் விருப்பங்கள் முன்வைக்கப்படும் போதெல்லாம் அவற்றின் விளைவுகளையும் புலவர்கள் தெரிவித்துவிடுவர். நீர் எதற்கு உதவுகிறது. ஏன் நீரைச் சேமிக்க வேண்டும், நீரினால் என்ன நிகழ்கிறது, நீரைக் காப்பதன்மூலம் என்ன கிடைக்கும் என்று வரிசையாகச் சொன்ன குடபுலவியனார் 'நீர் இன்று அமையா யாக்கைக்கு எல்லாம் / உண்டி கொடுத்தோர் உயிர் கொடுத்தோரே / உண்டி முதற்றே உணவின் பிண்டம் / உணவு எனப்படுவது நிலத்தொடு நீரே' என்றிருக்கிறார்.

உணவெனப்படுவது 'நிலத்தொடு நீரே' என்பதை அக்கறையுடன் அணுகினால் மட்டுமே பாடலின் முழுப்பொருளும் விளங்கும். நீரும் நிலமும் சேராமல் உணவில்லை. உணவில்லையெனில் உயிரில்லை. 'உண்டி கொடுத்தோர் உயிர் கொடுத்தோரே' என்கிற வரியை உள்வாங்காமல், 'உடம்பார் அழியின் உயிரார் அழிவர்' என்கிற திருமந்திரத்தைக் கிரகிக்க முடியாது. என்ன சொல்ல வருகிறாரோ அதைத் தெளிவாகவும் தீர்க்கமாகவும் சொல்லியிருக்கிறார்.

எந்த அரசனாக இருந்தாலும் உலகத்தை வெல்ல வேண்டுமானால் நீரையும் நிலத்தையும் பெருக்க வேண்டும் என்கிறார். அதுமட்டுமின்று, அவன் இன்னொரு உலகத்தில் பேரோடும் செல்வத்தோடும் நின்று நிலைக்க வேண்டுமானாலும் அதுவே வழி என்று அறிவுறுத்துகிறார். 'நிலம், நீர் வளத்தைப் பெருக்கியவர்களே மக்கள் வளத்தைப் பெருக்குபவர்களாக மதிக்கப்படுவர்.

ஆகவே, எல்லாச் சந்தர்ப்பத்திலும் நீ பெருக்க வேண்டியது நீர் நிலைகளையே' என்று அவர் நெடுஞ்செழியனுக்குக் கட்டளையிட்டிருக்கிறார். பண்பாட்டிலிருந்தே கலை இலக்கியங்கள் உருவாகின்றன என்பதற்குச் சான்றாக அமைந்த பாடல்களில் இதுவும் ஒன்று. குடபுலவியனாரின் அதே கூற்றை வள்ளுவரிடமும் கபிலரிடமும் காணலாம். 'நீரின்று அமையாது யாக்கை' என்று குடபுலவியனார்

எழுதியிருக்கிறார். வள்ளுவரோ யாக்கையை உலகாக்கி 'நீரின்றி அமையாது உலகு' என்கிறார், கபிலர் இன்னும் ஒருபடிமேலே போய் அதே கருத்தைக் காதலுக்கான உவமையாக ஆக்கிக் கொடுத்திருக்கிறார். 'நின்ற சொல்லர் நீடு தோறு இனியர்'என்கிற நற்றிணைப் பாடலில் (1) கபிலர், 'நீர் இன்று அமையா உலகம் போலத் / தம் இன்று அமையா நம் நயந்தருளி' என்கிறார். அந்தப் பாடல் தோழிக்கும் தலைவிக்கும் இடையேயான உரையாடல். தன்னுடைய காதலன் அல்லது தலைவன் எப்படியானவன் என்பதைப் பற்றித் தன் தோழியிடம் தலைவி கூறுவதாக வரும் பாடல். அது, கபிலர் எழுதியவற்றிலேயே தனித்துத் தெரியக்கூடியது.

சொல்லுக்காக நிற்பதும், அந்தச் சொல் நெஞ்சத்தில் நீடித்து இனிப்பதும் காதலால் என்றாலும், அது உயிருடன் கலந்த நம்பிக்கையினால் மட்டுமே உயர்ந்த சொல்லாக மாறுகிறது என்கிறார். முதல் வரியிலேயே முழுவதையும் சொல்லிவிடுகிறார். ஆனாலும், மேற்கொண்டு அச்சொல்லை அவர் வளர்த்தெடுத்துச் செல்லும் விதம் இருக்கிறதே அதுதான் அபாரம். அதாவது, காதலனுடைய அன்பானது சாதாரணமானதில்லையாம். அது எப்படியானதென்றால் 'தாமரைத் தண் தாது ஊதி, மீமிசைச் சாந்தில் தொடுத்த தீம் தேன் போல' என்கிறார். 'குளத்தில் இருக்கும் தாமரையின் தேனை உறிஞ்சும் வண்டு, அதை மிக உயர்ந்த சந்தன மரக் கூட்டில் கொண்டுபோய்ச் சேமிக்கிறதே அது போல' என்பதுதான் அதன் பொருள்.

கீழே உள்ள தேனைக் கொண்டுபோய், சந்தன மரக் கூட்டில் சேமிக்கும் செயலைக் காதலுக்கும், நம்பிக்கைக்கும் உரிய ஒன்றாக எழுதிக் காட்டும் சாதுர்யம் கபிலருக்கே உரியது. தலைவனைப் பற்றிய விவரணையில், 'நீரின்றி உலகம் அமையாது என்பதுபோல' என்கிற உவமையை நிதானத்துடன் கவனிக்க வேண்டும்.

அது காதலையும் காதலன் மீதுள்ள நம்பிக்கையையும் சொல்லக்கூடிய பாடல். ஆனால், அதிலும்கூட நிலத்தையும் நீரையும் கபிலர் இணைத்திருக்கிறார். 'அவனைத் தேடப்போய் / என்னைத் தொலைத்தேன் / துளி கடலுள் கலந்தது / அதனை இப்போது யார் காணக்கூடும்? / அவனைத்

தேடித் தேடி / நான் காணாது போனேன் / கடல் துளியுள் நிறைந்தது / அதனையும் இப்போது யார் காணக்கூடும்?' என்னும் கவிதை கபீர்தாஸருடையது. துளி, கடல் என்கிற இருமையில் ஒன்றிவிடுதலும் ஒன்றுமில்லாது போதலுமே ஆன்மிக அனுபவம். பூமியின் ஈர்ப்பு விசை நீரைக் கீழே இழுக்கிறது. என்றாலும், கபீரின் சிந்தனைகள் அனைத்துமே மேல் நோக்கியவை. வேறு எதற்கும் இல்லாத அளவிற்கு நீர்நிலைகளுக்கு மட்டும் அதிகமான சொற்களைத் தமிழர்கள் பயன்படுத்தியுள்ளனர்.

பண்பாட்டின் அடித்தளமாக நீரைக் கருதியதால் அகழி, ஊருணி, கேணி, எல்வை, ஏல்வை, ஆம்பல், கயம், கண்மாய், அலந்தை, அசும்பு, ஆவி, குண்டு, குண்டகம், தாங்கல், தாவு, குழி, குளம், சுனை, கூவல், சேங்கை, தடாகம், கால்வாய், வாய்க்கால், ஏரி, ஆறு, கிணறு, ஓடை எனச் சங்க இலக்கியத்தில் மட்டும் நாற்பத்து ஏழு சொற்கள் இடம்பெற்றுள்ளன.

வெறும் சொற்கள் எனும் கணக்கில் இல்லாமல் ஒவ்வொன்றும் பொருளுடனும் பொருத்தத்துடனும் அமைந்திருக்கின்றது. அகழி என்றால் கோட்டையைச் சுற்றி அமைந்த குளம். ஏரி எனில் ஏர்த்தொழிலுக்கு உதவும் நீர்நிலை. நீர்ப்பிடிப்புப் பகுதிக்கு அருகில் அமைந்த நீர்நிலையை ஏந்தல் என்கின்றனர். அதாவது பெய்யும் மழைநீரை ஏந்திக்கொள்வதால் ஏந்தல். கண் ஆறுகளை உடையதால் கண்மாய். அதுவே வழக்கில் 'கம்மாய்' என்றானது. கம் என்றால் நீர். எனவே, அது ஊறும் இடம் வாய் என்பதாலும் கம்மாய் என்றாகியிருக்கலாம் என்றும் சொல்பவர்கள் உண்டு.

நீருக்கு 'ஆலம்' என்றொரு பழந்தமிழ்ச் சொல்லும் உண்டு. 'ஆலங்கட்டி மழை' என்ற பதத்திற்கு நீர்க் கட்டியாக விழுகின்ற மழை என்றே பொருள். சொற்பிறப்பு ஆராய்ச்சிக்குள் நுழைவதன்று என் விருப்பம். என்றாலும், ஒரு சொல் அம்மொழியைப் பேசும் மக்களின் பண்பாட்டைத் தொடர்ந்தே வருகிறது. 'அறியப்படாத தமிழகம்' நூலில் தொ. பரமசிவன் ஒரு சம்பவத்தைக் குறிப்பிட்டிருக்கிறார். அச்சம்பவம் தமிழர்களின் பண்பாட்டு நடவடிக்கைகளில்

நீர் வகிக்கும் பங்கினைத் தெரிவிக்கிறது. ஒருமுறை அவர் ஆய்விற்காகத் தென்மாவட்டத்திற்குப் போயிருக்கிறார். அங்கே அவர் கண்ட காட்சி, அவருடன் நம்மையும் கலங்கவைக்கிறது. இருபத்தி எட்டே வயதான ஓர் இளைஞர் விபத்தில் மரணமடைந்துவிடுகிறார். இறந்தவருக்கு ஒரு மனைவியும் மூன்று வயதுடைய மகனும் உள்ளனர். வீட்டின் முற்றத்தில் இறந்தவரின் பிணம் ஒருபுறம் கிடத்தப்பட்டிருக்க, இன்னொரு புறத்தில் ஊரார், உறவினர் என அனைவரும் அமர்ந்துள்ளனர். அடங்காத அழுகுரலும் பறைமேள ஓசையும் கேட்கிறது. அகால மரணம். ஆற்றுவதற்கும் தேற்றுவதற்கும் ஆளுண்டு. என்றாலும், சாவை ஏற்றுக்கொள்ளும் சக்தி யாருக்கு உண்டு?

ஒவ்வொருவரும் மற்றொருவரைத் தேற்றினர். அவ்வேளையில் ஒரு மூதாட்டி வீட்டுக்குள்ளிருந்து தண்ணீர்ச் செம்புடன் வருகிறாள். வந்தவள், தண்ணீர்ச் செம்பைக் கூட்டத்தின் மத்தியில் வைக்கிறாள். அவள் கையில் எதையோ மடக்கியும் பதுக்கியும் வைத்திருப்பது தெரிகின்றது. உற்றுக் கவனிக்கையில் அவை உதிரிப் பிச்சிப் பூக்கள். பிறகு, அம்மூதாட்டி மடக்கிய கையுடன் வானத்தை வெறித்த பார்வையுடன் எதையோ கடவுளிடம் வேண்டுகிறாள்.

எல்லோருடைய கவனமும் மூதாட்டிமீது விழ, அழுகுரலும் பறைமேள ஓசையும் சற்றே தணிகின்றன. பிறகு அந்த மூதாட்டி, ஒவ்வொரு மலராக நீர்ச்செம்பில் இடுகிறாள். ஒன்று, இரண்டு, மூன்று என அவள் செம்பில் மலர்களை இட இட அழுகுரல், பேரிரைச்சலாக மாறுகிறது.

கொஞ்ச நேரத்தில் இறந்தவரின் மனைவி கூடத்தில் இருந்து வெளியே வருகிறாள். நேராக நிறுத்தப்பட்டுள்ள செம்பை நோக்கி வந்தவள், இட்ட மலர்களைக் கையில் எடுத்துக்கொண்டு தண்ணீரைக் கீழே கொட்டிவிடுகிறாள். அதன்பின் யாருடைய முகத்தையும் பார்க்காமல் வந்த வழியே திரும்பிவிடுகிறாள். இப்படி ஒரு சடங்கு ஏன் நிகழ்த்தப்படுகிறது என்றால் இறந்தவனின் மனைவி, அந்தச் சமயத்தில் வயிறு வளர்த்திருக்கிறாளா, இல்லையா என்பதை அறிவிக்கவே என்கின்றனர். மும்மலர்களையும் அம்மூதாட்டி செம்பில் இட்டதால் மூன்றுமாதம் முழுகாமல் இருக்கிறாள்

என்பதை ஊராருக்கு அறிவிக்க வேண்டியது வழக்கம். அதுவே, மனைவியையும் பிறக்கவுள்ள பிள்ளையையும் பின்னாளில் காப்பாற்றுமென நம்பியுள்ளனர். கணவன் இறந்தபோதே அவள் மூன்றுமாதம் கர்ப்பம் தரித்திருந்தாள் என்பதைத் தெளிவுபடுத்திவிட்டால் பின்னர் வீணான இழிவும் பழியும் இருவருக்கும் வராது. நீரினால் அமைந்த சடங்குகள், இப்படி எத்தனையோ நம்முடைய பண்பாட்டில் கலந்துள்ளன. 'அதிகாலையில் புதுப்பெண்ணும் / அர்த்தராத்தியில் விதவையும் / தலை நனைய / ஊற்றுகிற நீரில் / ஒளிந்திருக்கிறது / குளியலின் சூட்சமம்' என்றொரு கவிதை, என்னுடைய முதல் கவிதை நூலான 'மனப்பத்தாய'த்தில் இடம்பெற்றிருக்கிறது.

நீரின் ஊடேதான் வாழ்வும் மரணமும். ஓர் அரசன் தம்முடைய நாட்டின் நீர்நிலைகளைப் பாதுகாக்க எடுத்துக்கொண்ட அக்கறையைவிட, எதிரி நாட்டின் நீர்நிலைகளை அழிப்பதில் காட்டிய ஆர்வமிருக்கிறதே அதையும் சங்க இலக்கியம் குறித்து வைத்திருக்கிறது. பகை நாட்டின் நீர்நிலைகளைப் பாழ்படுத்துவதும் போர் நடவடிக்கையில் அறமாகப் பார்க்கப்பட்டிருக்கிறது. பிற உயிர்களுக்குத் தீங்கு செய்யாமையே அறமென்று அறிவுறுத்திய தமிழில், அனைத்து உயிர்களுக்கும் ஆதாரமாக விளங்கும் நீர்நிலைகள் சேதப்படுத்தப்பட்டுள்ள செய்தியைக் கடந்துவிட மனமில்லை.

அறமென்பது அவரவர் தேவைக்கும் வெற்றிக்கும் தக்கவாறு மாறுபடுவதைக் கல்லாடனார், கவனத்துடன் பதிவு செய்திருக்கிறார். 'வினை மாட்சிய விரை புரவியடு'எனத் தொடங்கும் புறநானூற்றுப் (16) பாடலின் ஆறாம் வரி, 'கடி துறைநீர்க் களிறு படீஇ' என்று வருகிறது. பாண்டரங் கண்ணனார் எழுதியது.

சோழன் இராசசூயம் வேட்ட நெருநற்கிள்ளி என்றோர் அரசன். அவனிடம் ஆற்றல்மிக்க குதிரைப்படை இருந்ததாம். அக்குதிரைப்படை விரைந்து சென்று பகை நாட்டின் வயல்வெளிகளைக் கொள்ளையிடவும், அந்நாட்டிலுள்ளோர் வீடுகளை இடித்து எரியூட்டிக் காவற் குளங்களில் யானைகளை இறக்கி அவற்றைப் பாழ்படுத்தவும் கூடிய திறனை

உடையதாம். கொடும் போரியற்றும் அப்படையைப் பார்த்த பகை நாடு, சுடுநெருப்பால் வெந்து செக்கர் வானம்போலச் செந்தீயை ஒளிபரப்பிக் கொண்டிருக்குமாம். புலால் வாடை வீசும் போர் வாளும், முருகனைப் போல் சினமும் கொண்ட அவன், பகை நாட்டினரோடு மாறுபட்டாலும், புலவர்களிடம் அன்புடையவனாக இருக்கிறான் என்றே அப்பாடல் வரிகள் சொல்கின்றன.

யானைகளை இறக்கி நீர்நிலைகளைப் பாழ்செய்யக் கூடியவனை அந்தப் புலவர், எதன் பொருட்டுப் புகழ்ந்து தள்ளியிருக்கிறார் என்பது புரியாமலில்லை. பகை நாடே ஆனாலும் அந்நாட்டிற்கும் நீர்நிலைகள் தேவையே என்று அரசன் கிள்ளிக்கு, அவர் ஏன் உணர்த்தவில்லையோ தெரியவில்லை. பகையும் போரும் அறத்தையே முதலில் பலி வாங்குமெனச் சொல்ல வேண்டியதில்லை.

இலக்கியத்தை வாசிப்பதால் அல்லது அதன்மீது ஆர்வம் உண்டாவதால் ஒருவருக்கு என்ன கிடைத்துவிடும் என்கிற கேள்வி மிகப் பழையது. எது செய்தாலும் அதனால் ஏதோ ஒன்று கிடைக்க வேண்டும் என்கிற எண்ணத்தைக் குறைசொல்ல மனமில்லை. பயனும் தேவையும் இல்லாமல் இங்கே எவையுமே நிகழ்வதில்லை. அதேசமயம் அந்தப் பயனும் தேவையும் யாருக்கானதாக அமைகின்றன என்பதுதான் முக்கியம். என்வரையில், இலக்கியமென்பது ஈரமுடைய இதயங்களைக் கண்டடைய உதவும். இற்றுவிழாத கற்பாறைகளிலும் தண்ணீரையும் கண்ணீரையும் காண்பிக்கும். ஜலாலுதீன் ரூமி, 'தாகமுடையவன் தண்ணீரைத் தேடுகிறான் / தண்ணீரும் தாகமுடையவனைத் தேடுகிறது' என்பார்.

திருக்குறளைத் தமிழர்களின் அடையாள நூலாக மாற்றியதில் எல்லீஸ் உள்ளிட்ட பல ஆங்கிலேயே ஆட்சியாளர்களுக்குப் பெரும் பங்குண்டு. இருநூறு ஆண்டுகளுக்குமுன் திருக்குறளை வாசித்த எல்லீஸ், ஆட்சியிலும் நிருவாகப் பொறுப்பிலும் இருந்தபடியால் இருபத்து ஏழு கிணறுகளை வெட்டி, தலைவிரித்தாடிய தண்ணீர்ப் பஞ்சத்தைப் போக்கியிருக்கிறார். கிணறுகளைத் தோண்டிய எல்லீஸ், 'இருபுனலும் வாய்ந்த மலையும் வருபுனலும் / வல்லரணும் நாட்டிற்கு உறுப்பு' என்னும் குறளைக் கல்வெட்டாகவும் செதுக்கி, இலக்கியத்தால்

விளையும் பயனைக் காட்டியிருக்கிறார். பாரதக் கதையில்கூட 'யக்க்ஷ பிரசன்னம்' என்றொரு சுவையான பகுதி உண்டு. நீரை வைத்து நிகழ்த்தப்படும் மிக நீண்ட உரையாடல். வாழ்வுபற்றி நாம் அறிந்துகொள்ள வேண்டிய அனைத்தையும் அவ்வுரையாடல் கேள்வியாகவும் பதிலாகவும் தந்திருக்கிறது.

பாண்டவர்கள் வனவாசத்தில் இருந்தபோது ஒருமுறை காம்யவனம் பகுதியில் வசித்து வந்தனர். கொடும் வறட்சி ஏற்பட்டிருந்த காலம் அது. மதிய வெயிலும் தாகமும் அவர்களை வருத்துகின்றன. அருகில் இருந்த நீர்நிலைகள் வற்றிப்போய்விட்டதால் வேறு எங்கேயாவது தண்ணீர் கிடைக்குமா எனத் தருமன் தன்னுடைய தம்பிகளில் ஒருவரை அனுப்பிப் பார்த்துவரச் சொல்கிறான். பறவையைப் போல மரங்களில் புகுந்து புறப்படும் ஆற்றலுடைய பீமனே முதலில் மண்கலயத்தைத் தூக்கிக்கொண்டு கிளம்புகிறான்.

ஓர் இடத்தில் பறவைகள் மிகுதியாகப் பறப்பதைக் கண்ட அவன், அங்கே குளமோ ஏரியோ இருக்கக்கூடுமென ஊகிக்கிறான். அதுபடி அங்கே ஓர் ஏரி இருக்கிறது. வந்த களைப்பில் கலயத்தைக் கரையில் வைத்துவிட்டு அடங்காத தாகத்தைத் தணிக்க இரண்டு கைகளாலும் நீரை அள்ளுகிறான். அப்போது அங்கே யக்ஷன் தோன்றுகிறான். 'நில். நீரைப் பருகுவதற்கு முன் என்னுடைய கேள்விகளுக்குப் பதில் சொல்' என்கிறான் யக்ஷன். யக்ஷனையும் அவனுடைய கேள்விகளையும் உதாசீனப்படுத்தும் பீமன், நீரைப் பருகுகிறான். நீரைப் பருகிக்கொண்டிருக்கையிலேயே மரித்துவிடுகிறான்.

பீமன் சென்று வெகுநேரமாகியும் காணவில்லையே என எண்ணிய தருமன், அடுத்துத் தன்னுடைய தம்பிகளில் ஒருவனும் வில்வித்தை வீரனுமான அர்ச்சுனனை அனுப்புகிறான். அவனும் அந்த ஏரியை வந்து சேர்கிறான். அண்ணன் இறந்துகிடப்பதையும் பார்க்கிறான். ஆனாலும், தாகம் அவனைக் கொல்கிறது. முதலில் நீரை அருந்திவிட்டுப் பிறகு என்ன நடந்தது என்பதைப் பார்ப்போமென நீரில் கை வைக்கிறான். அதே யக்ஷனின் குரல். அதே கேள்விகள். அவனும் உதாசீனப்படுத்த இறுதியில் மடிந்து வீழ்கிறான்.

தொடர்ந்து சகாதேவன், நகுலன் எனத் தருமன் அனுப்ப அவர்களுக்கும் அதே கதி ஏற்படுகிறது. பிறகு நால்வரையும் காணோமே எனத் தருமனே அந்த இடத்திற்கு வருகிறான். வந்து பார்த்தால் நால்வரும் இறந்து கிடக்கிறார்கள். நால்வரின் மரணத்தைவிடவும் தாகமே முதல் பிரச்சினையாகத் தோன்ற அவனும் தண்ணீரை நோக்கி இருகையையும் ஏந்தியவாறு போகிறான். எதிர்பார்த்ததுபோலவே ஐந்தாம் முறையும் யக்ஷன் தோன்றுகிறான். தம்பியருக்கு நேர்ந்த கதியே தனக்கும் நேருமென உணர்ந்த தருமன், யக்ஷனின் கேள்விகளுக்குப் பதிலளிக்கத் தொடங்குகிறான். அத்தனை கேள்விகளுக்கும் அபாரமான பதில்களை வழங்கிய தருமனுக்குத் தண்ணீர் கிடைக்கிறது.

அதன் பிறகு யக்ஷன் ஒரு நிபந்தனை விதிக்கிறான். அது என்னவெனில். 'தம்பியர் நால்வரில் ஒருவரை மட்டுமே உயிர்ப்பிக்க முடியும். அப்படி நான் உயிர்ப்பிக்கப் போகும் தம்பியரில் உனக்கு யார் வேண்டுமென நீயே முடிவு செய்யலாம்' என்கிறான். தம்பியரில் ஒவ்வொருவரும் ஒவ்வொரு விதத்தில் பெருமைக்குரியவர்கள். ஆற்றலில் ஒருவருக்கு ஒருவர் சளைத்தவர்கள் அல்லர். என்றாலும், தர்மன் அவர்களில் நகுலனை உயிர்ப்பிக்கும்படி வேண்டுகிறான்.

யக்ஷனுக்குக் குழப்பம் ஏற்படுகிறது. அதை அவனிடமே 'ஆயிரம் யானையின் பலம் கொண்ட பீமனையோ வில்வித்தையில் அசகாயச் சூரனான அர்ச்சுனனையோ கேட்காமல் நகுலனைக் கேட்கிறாயே!' என்கிறான். அந்தச் சந்தர்ப்பத்தில் அதற்குத் தருமன் சொல்லக்கூடிய பதில் ஏற்கெனவே அவன் அளித்த எல்லாப் பதில்களையும்விட மேலானது.

யக்ஷனைப் பார்த்துத் தருமன், 'என் தந்தையாருக்கு இரண்டு மனைவி. ஒருவர் குந்தி. இன்னொருவர் மாத்ரி. நான் குந்தியின் மகனாகப் பிறந்தவன். நான் மட்டுமல்லன், பீமன், அர்ச்சுனன் ஆகிய நாங்கள் மூவருமே அவளுக்குப் பிறந்தவர்கள். ஆனால், நகலனும் சகாதேவனும் எங்கள் சிற்றன்னையின் வயிற்றில் பிறந்தவர்கள். என்னுடைய தாய்க்கு இறுதியாகச் செய்ய வேண்டிய நீர்ச்சடங்கைச் செய்ய நானிருக்கிறேன். அதுபோல என்னுடைய சிற்றன்னைக்கான

காரியங்களையும் கடமைகளையும் செய்ய அவளுடைய மூத்த மகனான நகுலன் உயிரோடு தேவை' என்கிறான். பிறகு தருமனின் பதில்களில் ஆச்சரியமடைந்த யக்ஷன், அவனுடைய தர்ம பரிபாலனத்தை மெச்சி நால்வரையும் உயிர்ப்பிக்கிறான் என்று கதை போகிறது. நீரும் நீரை முன்வைத்துச் செய்யப்படும் சடங்குகளும், மனித வாழ்வில் முக்கியத்துவம் வாய்ந்தவை என்பதை வலியுறுத்தச் சொல்லப்பட்ட பகுதி அது. அப்பகுதியில் யக்ஷனின் கேள்விகளுக்குத் தருமன் அளித்த பதில்களே வாழ்வு மொத்தத்திற்குமான விளக்கங்கள் என்று நம்புகிறவர்கள் உண்டு. எனக்கு, 'வாழ்விலேயே மிக விந்தையான விஷயம் என்ன?' என்ற கேள்விக்குத் தருமன் அளித்த பதில் முதன்மையாகப் பட்டது.

அப்பகுதியில் இடம்பெற்றுள்ள ஒவ்வொரு கேள்வியும் ஒவ்வொரு சந்தர்ப்பத்தில் நினைவிற்கும் விவாதத்திற்கும் உரியது. எனினும், 'அன்றாடம் மரணம் நிகழ்ந்தாலும் அதைப் பார்க்கிறவர்களில் ஒருவர்கூடத் தானும் சாவைப் போய்ச் சேர்வோம் என நம்பாமல் இயங்குகிறார்களே அதுதான் விந்தை' என்கிற பதில் உள்ளத்தை என்னவோ செய்கிறது. புராண, இதிகாசங்களில் மட்டுமல்லாது நடைமுறையில் அனைவருமே நீருடனான பந்தத்தை விலக்குவதில்லை. 'ஊர்த் தண்ணீர்' என்றொரு கவிதை, முகுந்த நாகராஜ் எழுதியது.

'அகி' என்கிற அவருடைய தொகுப்பில் இடம்பெற்றுள்ள அக்கவிதை, 'ஒரு பாட்டில் தண்ணீர் / எடுத்துவருகிறேன் / ஒவ்வொருமுறை ஊரிலிருந்து / திரும்பி வரும்போதும், / போக முடியாத வாரங்களில் / எப்போதாவது கொஞ்சம் / குடித்துக்கொள்ள / பிரயாணப் பையிலேயே இருக்கும், / எந்த நதி / எந்த ஏரி என்று / நான் அறியாத எங்கள் ஊர்த் தண்ணீர்' என்பது. படித்தவுடனேயே மனத்தில் ஒட்டிக்கொள்ளும் கவிதை.

எந்த நதி, எந்த ஏரி என்று தெரியாத எங்கள் ஊர்த் தண்ணீர் என்னும் முத்தாய்ப்பில், நீருடன் நினைவுகளும் வழிகின்றன. ஷெனாய் மேதை பிஸ்மில்லா கான் ஒருமுறை அமெரிக்காவில் இசை நிகழ்ச்சி நடத்தியிருக்கிறார். அவருடைய இசையைக் கேட்டு இன்புற்ற அமெரிக்க அதிபர், அவரை அங்கேயே தங்கும்படி வேண்டியிருக்கிறார். நிரந்தரமாக அமெரிக்காவில்

தங்கி, தினசரி வெள்ளை மாளிகையில் ஷெனாயை வாசிக்கும் வாய்ப்பு. பலர் எதிர்பார்த்துக் காத்திருக்கும் அமெரிக்கக் குடியுரிமை வாய்ப்பை வேண்டாமென்றது பெரிய விஷயமல்ல. அதற்குப் பிஸ்மில்லா கான் சொன்ன காரணம்தான் கவனத்துக்குரியது. 'காசியில் இருக்கக்கூடிய கங்கையையும், அங்கே வீற்றிருக்கும் விஸ்வநாதரையும் பெயர்த்துவைக்க முடியுமென்றால் நான் இங்கேயே தங்க முடியும்' என்றிருக்கிறார். அத்துடன், 'கங்கையில் நீராடாமல் என்னால் ஒருநாள் கூட இருக்க முடியாது' என்றும் கூறியிருக்கிறார்.

பிஸ்மில்லா கானின் கங்கையும் விஸ்வநாதரும் மதவாதிகளின் கண்களுக்குப் பிடிபடாது. மனிதகுல வரலாற்றை விரிவாகவும் தெளிவாகவும் எழுதிய ராகுல சாங்கிருத்தியாயன் 'வால்காவிலிருந்து கங்கை வரை' என்றுதான் தலைப்பிட்டிருக்கிறார். நீரோடும் பாதைகளில் பயணித்து, வரலாற்றையும் தத்துவங்களையும் ஆவணப்படுத்துவது எளிய காரியமன்று. ஆனால், அவர் நீர்வழியே நினைவுகளில் நம்மை நீந்தவிட்டிருக்கிறார்.

ஓஷோ சொற்பொழிவுகளில் கேட்ட ஒரு கதை, 'உடனடியாக வந்துவிடாதே ஆனந்தா' என்பது. வனத்தில் பயணம் மேற்கொண்டிருந்த புத்தருக்கு ஒருநாள் திடீரென்று தாகமெடுக்கிறது. உடனே அவர் தன்னுடனே பயணித்து வந்த சீடர் ஆனந்தரை அருகில் அழைத்து, 'சில மைல் தூரத்தில் ஒரு நீரோடை உள்ளது. அங்கே போய்க் குடிக்கக் கொஞ்சம் தண்ணீர் எடுத்துவா' என்கிறார்.

ஆனந்தரும் அந்த நீரோடையைத் தேடிக் கொண்டு போகிறார். புத்தர் சொன்னதுபோல அங்கே அந்த நீரோடை தென்படுகிறது. ஆனால், நீரோடையில் இருக்கும் தண்ணீர் குடிக்கும் நிலையில் இல்லை. சற்றுமுன் அந்த நீரோடையில் இறங்கிய மாட்டு வண்டியால் கலங்கியிருக்கிறது. ஓடையினடியில் இருந்த சேறும் இலைகளும் மேலெழும்பியுள்ளன. அழுக்கு நீரை எப்படிப் புத்தருக்கு எடுத்துக்கொண்டு போவது என யோசித்த ஆனந்தர், வெறுங்கையுடன் திரும்புகிறார். நீர் எடுத்துவர முடியாமைக்கான காரணத்தையும் சூழலையும் புத்தரிடம் பகிர்ந்துவிட்டு, 'கொஞ்சம் பொறுங்கள் இன்னும்

சிலமைல் தூரத்தில் ஒரு பெரிய நதி இருக்கிறது. அங்கே இருந்து நீரைக் கொண்டுவருகிறேன்' என்கிறார். புத்தரோ 'அதெல்லாம் தேவையில்லை. ஏற்கெனவே தென்பட்ட நீரோடையிலேயே நீரை எடுத்து வா' என்கிறார். ஆனந்தருக்கு அதில் பெரிய ஆர்வமில்லை என்றாலும், புத்தரின் சொல்லை மறுக்க முடியாமல் அதே நீரோடைக்குப் போகிறார். போனால் அப்போதும் நீர் குடிக்கும் நிலையில் இல்லை. மறுபடியும் வந்துவிடுகிறார். இரண்டாம் முறை திரும்பிய ஆனந்தரைப் பார்த்த புத்தர், மெல்லச் சிரித்தபடி, 'குடிக்கும் நிலையில் நீர் இல்லையெனில் அது எப்போது நன்னிலைக்கு வருகிறதோ அதுவரை கரையிலேயே காத்திரு' என்கிறார்.

ஆனந்தருக்கு அந்த வார்த்தைகள் முதலில் புரியவில்லை. ஆனாலும், புத்தரின் சொற்களைத் தட்ட முடியாமல் மீண்டும் அதே நீரோடைக்குப் போகிறார். அதன் கரையிலேயே வெகுநேரம் அமர்ந்திருக்கிறார். அமர்ந்திருக்கிறார் என்பதைவிடக் காத்திருக்கிறார். ஓடை தெளியும்வரை விழிப்புடன் நீரையே பார்த்துக்கொண்டிருக்கிறார். நிதானமாக நீர் தெளிகிறது. வெண்ணிறப் படிவம் மேலெழுகிறது. அதுவரை ஆனந்தர் பார்த்த நீரோடையாக அல்லாமல் புதுவிதமாகத் தோன்றுகிறது. நீரின் ஓட்டத்தை உற்றுப் பார்த்த ஆனந்தருக்கு ஏதோ ஒன்று பிடிபடுகிறது. மனத்தின் குழப்பங்கள் தெளிய வேண்டுமானால் காத்திருக்க வேண்டும். கலங்கிப் பின் தெளியும் மனமே விழிப்புணர்வை எட்டுகிறது.

மகிழ்ச்சியுடன் நீரை எடுத்து வந்த ஆனந்தர் புத்தரிடம், 'என் தாகமும் கொஞ்சம் தீர்ந்தது போல் இருக்கிறது' என்கிறார். அதற்குப் புத்தர், 'எதையும் அதன் போக்கிலேயே விட்டுவிட்டு நாம் மனத்தின் கரையில் அமர்ந்திருந்தால் போதும். அதற்கு எந்த ஆற்றலையும் செலவழிக்க வேண்டியதில்லை. உண்மையை உற்றுக்கவனிப்பதே தியானம். கடந்துசெல்வதே கலையின் ஞானம்' என்கிறார்.

தன் தாகத்துடன் இன்னொருவரின் தாகத்தையும் தீர்க்கவே புத்தர் எண்ணியிருக்கிறார். இடக் காலை வைக்கும்போது இருக்கும் ஓடை, வலக் காலை வைக்கும்போது இருப்பதில்லை. தெளிதலே மனத்தின் கலங்கலை மாற்றியமைக்கும். மாசுபடிந்த கங்கையின் தூய்மைக்காக உயிரை நீத்த நிகமானந்தாவைப்

பற்றிய எண்ணங்கள் ஊடுருவும் போதெல்லாம் ‘கலம் சிதை இல்லத்துக் காழ்கொண்டு தேற்றக் / கலங்கிய நீர்போல் தெளிந்து, நலம் பெற்றாள்’ என்ற கலித்தொகைப் (142) பாடலும் நினைவிற்கு வந்துவிடும். நல்லந்துவனார் எழுதிய அப்பாடலில் கலங்கிய நீரை, தெளியவைக்கும் தேற்றாங் கொட்டையைப் பற்றிய குறிப்பு வருகிறது. முழுப்பாடலுமே சுவைமிக்கது. எனினும், குறிப்பிட்ட வரிகள் என்னை வெகுவாகக் கவர்ந்தவை. பாடலின் பொருள், ‘இருவரும் ஒருமித்த அன்பில் கலந்தவர்கள். ஆனாலும், ஊர்மக்கள் அவர்கள் இருவரையும் திருமணத்திற்குப் பிறகே கூடுதலாகப் புரிந்துகொள்கின்றனர்.

நீர் கலங்கி இருந்தால் அதில் சிறிதளவு தேற்றாங்கொட்டையைத் தேய்த்ததும் தெளிந்து விடுகிறதே அதுபோல அவளும் அழகுடைய அவன் மார்பைச் சேர்ந்ததும் தெளிவும் நலமும் பெற்றுவிட்டாள்’ என்பதுதான். மாசுபட்ட நீர்நிலைகளை மீட்கவும் தூய்மைப்படுத்தவும் நாமே தேற்றாங்கொட்டைகளாக மாறுவதன்றி வேறு வழியில்லை. ‘சார்ங்கம்’ என்னும் வில்லிலிருந்து புறப்படும் ஓர் அம்பு, இலட்சம் பலவாக மாறுவதுபோல் சர மழையைப் பொழியும்படி கண்ணனை ஆண்டாள் வேண்டிக்கொள்வாள். நீரையும், நீர்நிலைகளைக் காக்கவும் நாமும் அவள்போல யாரையாவது வேண்டத்தான் வேண்டுமோ?

உசாத்துணை

சங்கப் பாடல்களின் எண், முதலடி,
அவை கட்டுரைகளில் இடம்பெற்றுள்ள பக்கம்

சொல்வலை வேட்டுவம்

01 அகநானூறு ☐ 335
   இருள்படு நெஞ்சத்து இடும்பைத் தீர்க்கும்   21

02 புறநானூறு ☐ 152
   வேழம் வீழ்த்த விழுத் தொடைப் பகழி   22

03 புறநானூறு ☐ 252
   கறங்கு வெள்அருவி ஏற்றலின், நிறம் பெயர்ந்து   24

04 குறுந்தொகை ☐ 308
   சோலை வாழைச் சுரி நுகும்பு இனைய   26

05 கலித்தொகை ☐ 11
   அரிதுஆய அறன்எய்தி அருளியோர்க்கு அளித்தலும்   30

06 புறநானூறு ☐ 320
   முன்றில் முஞ்ஞையொடு முசுண்டை பம்பி   32

07 குறுந்தொகை ☐ 1
   செங்களம் படக்கொன் றவுணர்த் தேய்த்த   38

அதிவிசேஷ வண்ணத்துப்பூச்சி

08 அகநானூறு ☐ 4
   முல்லை வைந்நுனை தோன்ற   47

உப்புக்குடுவைகளின் வரைபடம்

09 புறநானூறு □ 116

தீம்நீர்ப் பெருங்குண்டு சுனைப் பூத்த குவளைக் 59

10 புறநானூறு □ 112

அற்றைத் திங்கள் அவ்வெண்ணிலவில் 62

11 புறநானூறு □ 115

இன்னான் ஆகிய இனியோன் குன்றே 62

உறுபசியும் ஒருபிடிச் சோறும்

12 புறநானூறு □ 002

பெருஞ்சோற்று மிகுபதம் வரையாது கொடுத்தோய் 72

13 புறநானூறு □ 182

உண்டால் அம்ம இவ்வுலகம், இந்திரர் 72

14 புறநானூறு □ 318

பசித்தன்று அம்ம, பெருந்தகை ஊரே 73

15 புறநானூறு □ 173

யான்வாழும் நாளும் பண்ணன் வாழிய 74

16 புறநானூறு □ 190

விளைபதச் சீறிடம் நோக்கி, வளைகதிர் 76

17 அகநானூறு □ 029

தொடங்குவினை தவிரா, அசைவில் 77

18 புறநானூறு □ 163

கடும்பின் கடும்பசி தீர யாழ நின் 80

19 புறநானூறு □ 206

வாயிலோயே வாயிலோயே 84

20 புறநானூறு □ 235

சிறியகட் பெறினே எமக்கீயும்; மன்னே! 85

21 புறநானூறு □ 101

ஒருநாள் செல்லலம்; இருநாட் செல்லலம்; 86

காதலும் பெருங்காதலும்

22 குறுந்தொகை □ 337

முலையே முகிழ்முகிழ்த் தனவே தலையே 96

23 குறுந்தொகை □ 136

காமம் காமம் என்ப காமம் 99

24 குறுந்தொகை □ 204

காமம் காமம் என்ப காமம் அணங்கும் 100

25 நற்றிணை □ 151

நல்நுதல் பசப்பினும் பெருந்தோள் நெகிழினும் 102

26 ஐந்திணை ஐம்பது □ 38

கள்ளத்தின் ஊச்சும் சுரம் என்பர், காதலர் 106

27 குறுந்தொகை □ 280

கேளிர் வாழியோ கேளிர் நாளுமென் 106

28 குறுந்தொகை □ 54

யானே யீண்டை யேனே; என் நலனே 107

29 நற்றிணை □ 335

திங்களும் திகழ் வான் ஏர்தரும், இமிழ்நீர்ப் 113

30 குறுந்தொகை □ 149

அளிதோ தானே நாணே நம்மொடு 115

உலகமெல்லாம் ஒரு பெருங்கனவு

31	அகநானூறு ▫ 55	
	வேவது போலும் வெய்ய நெஞ்சமொடு	117
32	பதிற்றுப்பத்து ▫ 11	
	வரைமருள் புணரி வான்பிசிர் உடைய	119
33	கலித்தொகை ▫ 142	
	கனவினால் தோன்றினன் ஆகத்	120
34	அகநானூறு ▫ 170	
	கானலும் கழறாது கழியும் கூறாது	125
35	கலித்தொகை ▫ 49	
	கொடுவரி தாக்கி வென்ற வருத்தமொடு	128
36	கலித்தொகை ▫ 24	
	நெஞ்சு நடுக்குறக் கேட்டும், கடுத்ததும் தாம்	130
37	நற்றிணை ▫ 87	
	உள் ஊர் மாஅத்த முள் எயிற்று வாவல்	134

தேர்க்கால் நண்டுகள்

38	குறுந்தொகை ▫ 24	
	எழுகுளிர் மிதித்த ஒருபழம் போலக்	137
39	ஐங்குறுநூறு ▫ 24	
	தாய்சாப் பிறக்கும் புள்ளிக் களவனொடு	141
40	அகநானூறு ▫ 380	
	தேர் சேண் நீக்கி	142
41	நற்றிணை ▫ 11	
	பெய்யாது வைகிய கோதை போல	144

42 அகநானூறு □ 130
அம்ம வாழி, கேளிர்! 145
43 ஐந்திணை ஐம்பது □ 42
கொடுந்தாள் அலவ குறைணயாம் இரப்பேம் 147
44 நற்றிணை □ 35
பொங்கு திரை பொருத வார் மணல் அடைகரைப் 149
45 குறுந்தொகை □ 157
வாள்போல் வைகறை வந்தன்றால் எனவே 150

உள் ஒளிரும் வார்த்தைகள்

46 ஐங்குறுநூறு □ 292
நின்னினும் சிறந்தனள், எமக்கே நீ நயந்து 155
47 ஐங்குறுநூறு □ 203
தேன்மயங்கு பாலினும் இனிய அவர் நாட்டு 156
48 புறநானூறு 247
யானை தந்த முளிமர விறகின் 160
49 புறநானூறு □ 246
பல்சான்றீரே! பல்சான்றீரே! 161
50 நற்றிணை □ 110
பிரசம் கலந்த வெண் சுவைத் தீம்பால் 161
51 பரிபாடல் □ 20
கடல் குறைபடுத்த நீர் கல் குறைபட எறிந்து 162
52 குறுந்தொகை □ 45
காலை யெழுந்து, சுடுந்தேர் பண்ணி 165
53 குறுந்தொகை □ 359
கண்டிசிற் பாண பண்புடைத் தம்ம 167

துளிர்க்கும் மரப்பாவை

54 நற்றிணை □ 172

விளையாடு ஆயமொடு வெண் மணல் அழுத்தி 174

55 அகநானூறு □ 309

வயவாள் எறிந்து வில்லின் நீக்கி 178

56 புறநானூறு □ 208

குன்றும் மலையும் பலபின் ஒழிய 179

57 புறநானூறு □ 162

இரவலர் புரவலை நீயும் அல்லை 182

58 சிறுபாணாற்றுப்படை □ 88

நறுவீ யுறைக்கும் நாக நெடுவழிச் 185

59 புறநானூறு □ 201

இவர் யார்? என்குவை ஆயின், இவரே 188

60 அகநானூறு □ 270

இருங்கழி மலர்ந்த வள்ளிதழ் நீலம் 192

61 குறுந்தொகை □ 073

நறுமா கொன்று நாட்டிற் போக்கிய 193

பறவையே எங்கு இருக்கிறாய்?

62 நற்றிணை □ 124

ஒன்று இல் காலை அன்றில் போலப் 205

63 நற்றிணை □ 218

ஞாயிறு ஞான்று கதிர் மழுங்கின்றே 207

64 நற்றிணை □ 83

எம்ஊர் வாயில் உண்துறைத் தடைஇய 207

65 அகநானூறு □ 88

முதைச் சுவற் கலித்த மூரிச் செந்தினை 211

66 கலித்தொகை □ 143

அகல் ஆங்கண் இருள் நீங்கி, அணி நிலாத் 211

67 நற்றிணை □ 244

விழுந்த மாரிப் பெருந் தண் சாரல் 212

68 நற்றிணை □ 304

வாரல் மென் தினைப் புலர்வுக் குரல் மாந்தி 213

நினைவின் நீராழி மண்டபம்

69 அகநானூறு □ 86

உழுந்து தலைப்பெய்த கொழுங் களி மிதவை 216

70 குறுந்தொகை □ 31

மள்ளர் குழீஇய விழவினானும் 218

71 திரிகடுகம்□ 84

வாய் நன்கு அமையாக் குளனும் 219

72 புறநானூறு □24

முந்நீர் உண்டு முந்நீர்ப் பாயும் 219

73 அகநானூறு □ 252

இடம் படுபு அறியா வலம்படு வேட்டத்து 220

74 குறுந்தொகை □ 95

மால்வரை இழிதருந்தூ வெள்அருவி 224

75 புறநானூறு □18

முழங்கு முந்நீர் முழுவதும் வளை இப் 225

76 நற்றிணை □ 001

நின்ற சொல்லர்; நீடுதோறு இனியர்; 227

77 புறநானூறு ❑ 016
வினை மாட்சிய விரை புரவியடு   230

78 கலித்தொகை ❑ 142
கலம் சிதை இல்லத்துக் காழ்கொண்டு தேற்றக்   237